സുധീർ പയ്യനാടൻ

കണ്ണൂർ ജില്ലയിലെ പുഴാതി ഗ്രാമ പഞ്ചായത്തിലെ കക്കാട് താമസിച്ച പരേതനായ എം.എൻ കൃഷ്ണന്റെയും പയ്യനാടൻ ലീലയുടെയും ഇരട്ടക്കുട്ടികളിൽ രണ്ടാമൻ. കണ്ണൂർ സഹകരണ അർബ്ബൻ ബാങ്കിൽ നിന്നും ബ്രാഞ്ച് മാനേജരായി റിട്ടയർ ചെയ്തു. പതിനേഴാമത്തെ വയസ്സിൽ ആദ്യത്തെ റേഡിയോ നാടകം വിഷാദ രേഖകൾ കോഴിക്കോട് ആകാശവാണി നിലയം പ്രക്ഷേപണം ചെയ്തു. തുടർന്ന് കോഴിക്കോട് കണ്ണൂർ നിലയങ്ങളിൽ നിന്നായി നിരവധി നാടകങ്ങളും ആനുകാലികങ്ങളിലും മറ്റ് വാരാന്ത വാർഷിക പതിപ്പുകളിലും നിരവധി ചെറുകഥകളും മിനിക്കഥകളും പ്രസിദ്ധീകരിച്ചു. ഇപ്പോൾ കണ്ണൂർ കോർപ്പറേഷനിലെ എളയാവൂർ സോണിൽപ്പെട്ട മേലെ ചൊവ്വയിൽ താമസം. ചൊവ്വയിലെ എൻ.പി. ഷൽമയാണ് ഭാര്യ. മക്കൾ : വർഷ, വരുൺ വിദ്യാർത്ഥികളാണ്.

ഫോൺ : 0497 2725936, 9946441802
e-mail sudheerpayyanadan7@ gmail.com

Malayalam Language
Anirvachaneeya Parvam
(Short Stories)
by
Sudheer Payyanadan
♦
Published in December 2022
by Kairali Books Private Limited
Thalikkavu Road, Kannur.
Ph : 0497-2761200
E-Mail : kairalibooksknr@gmail.com
♦
Cover Design
Prasanth Mangad

Price ₹ : 250.00

85/22-23/Sl.No.1393/300/NS 18.6
ISBN 978-93-93397-22-5

അനിർവചനീയ പർവ്വം

സുധീർ പയ്യനാടൻ

കൈരളി ബുക്സ്

ഉള്ളടക്കം

കഥയിലെ മനുഷ്യഭാവങ്ങൾ

പി. സുരേന്ദ്രൻ

മലയാള കഥയിലെ പ്രമേയപരവും ആഖ്യാനപരവുമായ വൈവിധ്യങ്ങളുടെ ലോകത്തേക്കാണ് സുധീർ പയ്യനാടന്റെ കഥകളും കടന്നുവരുന്നത്. മനുഷ്യാവസ്ഥയുടെ സങ്കീർണ്ണഭാവങ്ങൾ സു ധീറിന്റെ കഥകളിലും ആവിഷ്ക്കരിക്കപ്പെടുന്നുണ്ട്.

മലയാളകഥയിൽ ആധുനികതയ്ക്കുശേഷമാണ് ജീവിതഗന്ധിയായ ആഖ്യാനങ്ങൾ പ്രത്യക്ഷപ്പെടുന്നത്. തീർച്ചയായും മലയാളത്തിലെ എക്കാലത്തേയും മികച്ച കഥകൾ തന്നെയാണ് ആധുനികതയുടെ കാലത്ത് രചിക്കപ്പെട്ടത്. ഭാഷയ്ക്കും ദർശനത്തിനുമാണ് ആധുനിക എഴുത്തുകാർ പ്രാധാന്യം നൽകിയത്. സാധാരണക്കാരുമായി അത്രമേൽ സംവദിക്കാത്ത ഗഹനത അക്കാലത്തെ കഥകളുടെ സവിശേഷതയായിരുന്നു. ജീവിത പരിസരങ്ങളിലെ അനുഭവങ്ങൾ നേരിട്ട് ചിത്രീകരിക്കുകയെന്നത് അവരുടെ ലക്ഷ്യമായിരുന്നില്ല. അസ്തിത്വത്തെക്കുറിച്ചുള്ള വ്യഥകൾക്ക് അവരുടെ കഥകളിൽ ഇടംകിട്ടി. കഥയിൽ മാത്രമല്ല നോവലിലും ഉണ്ടായിരുന്നു മനുഷ്യന്റെ വ്യഥിതഭാവങ്ങൾ. ഭാഷകൊണ്ട് അവർ കാണിച്ച ഇന്ദ്രജാലങ്ങൾ വിസ്മയാവഹവുമായിരുന്നു. കാക്കനാടന്റേയും മുകുന്ദന്റേയും ഒ.വി. വിജയന്റേയും സേതുവിന്റെയും ഒക്കെ കഥകളിൽ അമൂർത്ത ചിത്രകലയോട് അടുത്തുനിൽക്കുന്ന തരത്തിലുള്ള രചനാപരമായ പരീക്ഷണങ്ങൾ കാണാമായിരുന്നു. മേതിലും, കെ.പി. നിർമ്മൽ കുമാറുമൊക്കെ നോവലിൽ കൊണ്ടുവന്ന ഭാഷാപരമായ ഇന്ദ്രജാലങ്ങൾ അന്നേവരെ മലയാളിയ്ക്ക് അപരിചിതമായിരുന്നു.

ഒ.വി. വിജയന്റെ പാറകൾ, കാക്കനാടന്റെ കാളിയമർദ്ദനം തുടങ്ങിയ കഥകൾ വായിക്കുമ്പോൾ ആഖ്യാനത്തിന്റെ സർപ്പിളതയിൽപ്പെട്ട് വായനക്കാർ നട്ടം തിരിഞ്ഞുപോകും. ടി.ആറിന്റ ഒരു പുതിയക്രമം എന്ന കഥ മലയാളകഥയിലെ തന്നെ പുതിയ ക്രമമായിരുന്നു. ജയനാരായണന്റെ സമയം ഒരു സമസ്യ എന്ന കഥ കാലസങ്കല്പത്തെ അതീവഭ്രമാത്മകവും ദാർശനികവുമായി അവതരിപ്പിച്ചു. ഇങ്ങനെ എത്രയോ കഥകൾ ഉദാഹരിക്കാം. പക്ഷെ അവയിലൊക്കെ സാധാരണ മനുഷ്യന്റെ

അതിജീവനത്തിന്റെ പങ്കപ്പാടുകൾ ഒന്നും കാണാൻ കഴിയില്ല. എന്നാൽ ആധുനികാനന്തരകാലത്തെ കഥാകാരന്മാർ സാധാരണ മനുഷ്യജീവിതത്തിന്റെ വൈവിധ്യങ്ങളിലേയ്ക്ക് കഥാസാഹിത്യത്തെ തിരിച്ചുകൊണ്ടുവന്നു. ഇപ്പോഴും ഈ രീതി അങ്ങനെതന്നെ തുടരുകയും ചെയ്യുന്നു.

മലയാള കഥയുടെ ചരിത്രത്തിലേയ്ക്ക് പ്രവേശിക്കാനൊന്നുമല്ല ഇത്രയും കുറിച്ചത്. സുധീർ പയ്യനാടൻ എന്ന കഥാകൃത്തിന്റെ രചനകളുടെ പരിസരം ആധുനികാനന്തരതയുടെ തുടർച്ചയിലാണ് എന്ന് പറയാൻ വേണ്ടി മാത്രമാണ്. നിത്യജീവിതത്തിന്റെ വൈവിധ്യങ്ങളിൽ നിന്നും സങ്കീർണ്ണതകളിൽ നിന്നുമാണ് ഈ കഥാകൃത്ത് തന്റെ പ്രമേയങ്ങൾ കണ്ടെടുക്കുന്നത്. കൂടുതലും മധ്യവർഗ്ഗജീവിതം.

ഉഭയപുരാണം പ്രതാപം വറ്റിയ ഒരു തറവാടിന്റെ ജീവിതപരിസരത്തുനിന്ന് പിറന്ന കഥയാണ്. അരനൂറ്റാണ്ടുമുമ്പത്തെ എന്റെ കുട്ടിക്കാലത്തിന്റെ ഒത്തിരി ഓർമ്മകൾ ഈ കഥ കൊണ്ടുവന്നു. ചെറിയ പാമ്പുകൾ പോലും വീടിനകത്തേയ്ക്ക് വന്നിരുന്ന കാലമാണത്. അവയെ ആരും ഭയന്നില്ല. മനുഷ്യർക്കൊപ്പം വീടിനകത്തു കഴിഞ്ഞിരുന്ന തവളകളെ അന്വേഷിച്ചുവരുന്നതായിരുന്നു ചുമർപാമ്പുകൾ. തവളകളെ ഞങ്ങൾ കൊന്നില്ല. അങ്ങനെ ചെയ്താൽ മൂക്കിൽ കുരുവരുമെന്ന് ഞങ്ങൾ വിശ്വസിച്ചു. ഇത്തരം വിശ്വാസങ്ങൾ ചെറുജീവികളെപ്പോലും സ്നേഹിക്കാനും, പരിഗണിക്കാനും ഉള്ള പാഠമായിരുന്നു. മനുഷ്യകേന്ദ്രിതമല്ലാത്ത പാരിസ്ഥിതികബോധത്തിലേയ്ക്ക് ഞങ്ങളെ നയിച്ചത് ഇത്തരം വിശ്വാസങ്ങളായിരുന്നു. ഈ കഥയിലെ മണിയൻ തവളയെ ചുറ്റിനിൽക്കുന്ന വിശ്വാസവും അത്തരത്തിലാണ്. തവളയും, പൂമ്പാറ്റകളും, ഓന്തും അരണയും, പല്ലിയും ഒക്കെയാണ് നമ്മുടെ ജീവിതം മനോഹരമാക്കുന്നത്.

ഉഭയപുരാണം എന്ന കഥയിലൂടെ എന്റെ കുട്ടിക്കാലം എനിക്ക് മടക്കി തന്നതിന് സുധീർ പയ്യനാടനു നന്ദി.

കനലും ചാരവും ഒരു കോവിഡ്കാല കഥയാണ്. കോവിഡ് മനുഷ്യജീവിതത്തിൽ ഒരുപാട് മാറ്റങ്ങൾകൊണ്ടുവന്നു. മൊബൈൽ അടിസ്ഥാനമായുള്ള പഠനപ്രവർത്തനങ്ങൾ കുട്ടികളുടെ മാനസികജീവിതത്തിൽ ഉണ്ടാക്കിയ മാറ്റങ്ങളെക്കുറിച്ച് ധാരാളം പഠനങ്ങൾ ഇതിനകം വന്നു കഴിഞ്ഞു. പഠനപ്രവർത്തനങ്ങൾക്കുവേണ്ടി മാത്രമല്ല മൊബൈൽ ഉപയോഗിക്കപ്പെട്ടത്. ഓൺലൈൻ ചതിക്കുഴികളിലും കുട്ടികൾ വീണുപോയി. ഗെയിം എന്നത് അത്തരം ഒരു ചതിക്കുഴിയായിരുന്നു. അങ്ങനെയൊരു പശ്ചാത്തലത്തിൽ മലയാളത്തിൽ പിറന്ന മികച്ച കഥയാണ്

കനലും ചാരവും. രക്ഷിതാക്കൾക്ക് പാഠമാകേണ്ട രചന. അധ്യാപകർക്കും പാഠം തന്നെ.

ഗൗതമപുരാണവും ഗൗതമാനന്ദവും പരസ്പരം ബന്ധപ്പെട്ടുകിടക്കുന്ന രചനകളാണ്. ഒരു നീണ്ട കഥയുടെ രണ്ട് ഭാഗങ്ങൾ എന്ന് വിശേഷിപ്പിക്കാം. ഏറ്റവും എളുപ്പത്തിൽ എങ്ങനെ പണമുണ്ടാക്കാം എന്ന് ആളുകൾ ചിന്തിക്കുന്ന കാലമാണിത്. പണക്കൊതി എല്ലാ നൈതികജാഗ്രതയും നഷ്ടപ്പെടുത്തും. സമൂഹത്തിൽ കുറ്റകൃത്യങ്ങൾ പെരുകാനുള്ള കാരണവും അതാണ്. ഇന്നത്തെ കാലത്ത് എത്രത്തോളം നാം ആർദ്രചിത്തരാവുന്നുവോ അത്രത്തോളം നമ്മൾ ചൂഷണത്തിനു വിധേയമാവും. സിദ്ധാർത്ഥ ഗൗതമനെന്ന ബുദ്ധൻ ആർദ്രതയുടെ പര്യായമായിരുന്നല്ലോ. ഈ കഥകളും ഗൗതമനെന്ന മനുഷ്യനെക്കുറിച്ചുള്ളതാണ്. സാധാരണ മനുഷ്യരിലെ ബുദ്ധഭാവങ്ങൾ ഈ കഥകളിലും കണ്ടെത്താൻ കഴിയും. സഹാനുഭൂതി വരുത്തിവെച്ച വിന ഈ കഥകളിലെ ഗൗതമൻ തിരിച്ചറിയുന്നുണ്ട്. എന്നിട്ടും അയാൾ ആനന്ദം കണ്ടെത്തുന്നു.

മതിയഴിയെന്നത് അഴിമതിയെക്കുറിച്ചുള്ള ഒരാഖ്യാനമാണ്. ഒരു നാടോടിക്കഥയുടെ രചനാഭംഗി നിറഞ്ഞ കഥയാണിത്. പലതരം രചനാരീതികൾ പരീക്ഷിക്കുമ്പോൾ കുട്ടിത്തവും നാടോടിത്തവും നിറഞ്ഞ രചനകളും ഈ കഥാകാരന്റെ തൂലികയിൽനിന്നു പിറക്കുന്നു.

നരേന്ദ്രന്റെ വേദം എന്ന കഥ ഒരു പഴയ തറവാട്ടിലെ അമൂല്യമായ ഒരു നിധിശേഖരത്തെക്കുറിച്ചുള്ള രചനയാണ്. അമ്മയോടും തറവാടിനോടുമുള്ള സ്നേഹത്താൽ ദേശത്തുതന്നെ തളക്കപ്പെട്ട് ദാരിദ്ര്യത്തിൽ ജീവിക്കുകയാണ് നരേന്ദ്രൻ. പഴയ വീടുകളൊക്കെ തർക്കത്തിൽപ്പെടുകയാണല്ലോ. നരേന്ദ്രന്റെ തറവാടുമതെ. ആ തർക്കത്തിൽ നിന്നു തന്നെയാണ് ഈ തറവാട്ടിലെ നിധിശേഖരത്തിലേക്കുള്ള വാതിൽ തുറന്നത്. കോടികൾ മൂല്യമുള്ള ആ നിധിയാവട്ടെ അമൂല്യമായ താളിയോലകളും. ജ്ഞാനമെന്ന മഹാവേദത്തിന്റെ അടരുകൾ കണ്ടെത്തുകയാണ് ഈ കഥാകാരൻ.

വിദ്യാരംഭം ഒരു കോവിഡ് കാല കഥയാണ്. അരിയിൽ ആദ്യാക്ഷരമെഴുതിയ ഒരോ കുരുന്നും സ്കൂളുകളേയും ക്ലാസ്സുമുറികളേയുമാണ് സ്വപ്നം കാണുക. മഹാമാരിയുടെ കാലത്ത് ക്ലാസ്മുറികളും സ്കൂൾ പരിസരവമൊക്കെ അന്യവൽക്കരിക്കപ്പെട്ടുപോയ ഒരു തലമുറയേയും നമ്മൾ കണ്ടു. രസികത്വം നിറഞ്ഞ കഥയാണ് വിദ്യാരംഭം.

ഒരമ്പലത്തെ ചുറ്റി നിൽക്കുന്ന കാല്പനിക കഥയാണ് പറഞ്ഞെഴുതുന്ന വാക്കുകൾ. ഒരു ഗ്രാമത്തിലെ ക്ഷേത്രപരിസരത്തേയ്ക്ക് സിനി

മാകഥയെഴുതാൻ വരുന്ന കഥാകാരന്റെ ജീവിതത്തിലൂടെ ഒരു പ്രണയം വിരിയുന്നത് മനോഹരമായി ആവിഷ്ക്കരിക്കുന്നു. ഒരു പൂ വിടരുന്നതു പോലെയുള്ള കഥ.

ബി.എ.ജി. ബാഗ് ഈ സമാഹാരത്തിലെ മറ്റൊരു മികച്ച കഥയാണ്. ബാഗിൽ നിന്നു തുടങ്ങി ജീവിതത്തിന്റെ ഉള്ളറകളിലേക്കുള്ള യാത്രയായി ഈ കഥ മാറുന്നു. ബാഗ് എന്നത് യാത്രയുടെ പ്രതീകം കൂടിയാണല്ലോ. ഒരു നാണയത്തിന് രണ്ട വശമുണ്ട് എന്നാണ് ഇത്രയും നാൾ നമ്മൾ പഠിച്ചത്. എന്നാൽ രണ്ട് വശങ്ങളേയും നിർണ്ണയിക്കുന്ന ഇടയ്ക്കുള്ള വശം എന്നത് ഒരു ഗംഭീരനിരീക്ഷണമുണ്ട് ഈ കഥയിൽ. ഈ ഒരു നിരീക്ഷണത്തിന്റെ ഉൾഭാവങ്ങൾ തന്നെയാണ് ഈ കഥയുടെ നവീനതയും.

വഴിത്തർക്കത്തിന്റെ ശുഭപര്യവസാനമാണ് ആദരണം എന്ന കഥ. പരിഗണനകൾ ഇല്ലാതാവുമ്പോഴാണ് ആളുകൾ അടഞ്ഞ മനുഷ്യരായി മാറുന്നത്. പിന്നെ പിന്നെ അവർ ഉൾവലിയുന്നവരായി മാറും. സാമൂഹിക കൂട്ടുകൂടലുകൾ അവർക്ക് അന്യമാവും. മറ്റേതോ ഗ്രഹങ്ങളിൽ നിന്നു വന്നവരെപ്പോലെ അവർ സമൂഹത്തിൽ ജീവിക്കും. ഈ തിരിച്ചറിവിൽ നിന്നാണ് അനന്തേട്ടന്റെ ഇടപെടലുകൾ ആരംഭിക്കുന്നത്. തന്നെ പരിഗണിക്കുകയും സ്നേഹിക്കുകയും ചെയ്യുന്നതോടെ ടീച്ചർ ആകെ മാറുകയാണ്. വഴിത്തർക്കം അവസാനിക്കുകയാണ്. അടഞ്ഞ വഴി തുറക്കുകയുമാണ്.

നേർവഴിയുടെ കഥകളാണ് സുധീർ പയ്യനാടന്റേത്. മധ്യവർഗ്ഗ ജീവിതത്തിൽനിന്നാണ് പ്രമേയം കണ്ടെത്തുന്നത്. മധ്യവർഗ്ഗത്തിന്റെ ആകുലതകളും പ്രതീക്ഷകളും ഈ കഥയിൽ നിറയുന്നു. ആഖ്യാനത്തിലെ ലാളിത്യവും പ്രമേയപരിചരണത്തിലെ കയ്യടക്കവും തികഞ്ഞ സാമൂഹ്യബോധവും ഈ കഥകളെ ശ്രദ്ധേയമാക്കുന്നു. താൻ ജീവിക്കുന്ന കാലത്തിന്റെ തൊട്ടുണർത്തലുകളാണ് ഈ സമാഹാരത്തിലെ ഓരോ ആഖ്യാനവവും. മിഴിവുറ്റ കഥാപാത്രങ്ങളെ കൊണ്ടും സമ്പന്നമാണ് ഈ രചനകൾ.

ഉഭയപുരാണം

പ്രതാപം പുകഴ്പെറ്റ തറവാട് മുറ്റത്ത് ഇന്ന് നെല്ലിന്റെ മേലേരിയില്ല. വൈക്കോൽ കൂനകളില്ല. ആളനക്കങ്ങൾ തീരെ കുറവ്. അടിച്ചു തെളിക്കും വിളക്കുവെയ്ക്കാനും വെച്ചുവിളമ്പാനും ആകെയുള്ളത് ഒരാൾ. ചെറിയ കാരണവരുടെ ഭാര്യ മാത്രം. ഒച്ചയില്ല. അനക്കമില്ല. ആജ്ഞാപനങ്ങളില്ല. ഒച്ചാനിക്കാനാളില്ല. മൺമറഞ്ഞു പോയ സമൃദ്ധിയുടെ സ്മരണകളിൽ വെറുതെ ജീവിതം തീർക്കാനുമാളില്ല.

ചെറിയ കാരണവരും അദ്ദേഹത്തിന്റെ അമ്മയും ഭാര്യയും അരുമയായി ഒരാൺകുട്ടിയും. ആർഭാടങ്ങളുടെയും ആരവങ്ങളുടെയും പ്രതാപം പറഞ്ഞിരിക്കാൻ നേരമില്ല. മാറിയ കാലത്തെ ജീവിത പടികൾ ചവിട്ടി കയറുകയാണ് അവരും. ചെറിയ കാരണവരെന്ന് പേരുണ്ട്. പേരിന് മാത്രം. സ്ഥലത്തെ സ്വകാര്യ ബാങ്കിൽ അയാൾ ജോലി ചെയ്യുന്നു. ബിരുദമുണ്ടെങ്കിലും ഒരു ജോലിക്കുവേണ്ടിയുള്ള ശ്രമങ്ങൾക്ക് വിരാമമിട്ടു നിൽക്കുകയായിരുന്നു അയാളുടെ ഭാര്യ. ആകെ പിറന്നത് ഒരു കൊച്ചുമോൻ മാത്രം. ഏഴാംതരം മലയാളം മീഡിയത്തിൽ പഠിക്കുന്നു. പ്രതാപം കണ്ട് മഞ്ഞളിച്ച കണ്ണുകളിൽ നഷ്ടപ്രതാപത്തിന്റെ തിമിരം കയറിയ ഒരമ്മയുണ്ട് അയാൾക്ക്. ഏഴാം ക്ലാസ്സുകാരന്റെ മുത്തശ്ശി.

സ്വത്തുക്കളെല്ലാം ഭാഗം വെച്ചു പോയി. കൂടപിറപ്പുകൾക്കും അവരുടെ താവഴികൾക്കും. വലിയ കാരണവരുടെ കീഴിൽ പാടത്തും പറമ്പിലും പണിയെടുത്ത പത്ത് ഇരുപതോളം പേർക്ക് ദയാലുവായ കാരണവർ പത്ത് സെൻറ് വീതം നൽകി അടിയ പ്രഭു ബന്ധം പണ്ടേ അവസാനിപ്പിച്ചതാണ്. എല്ലാം തികഞ്ഞ സൗഹാർദപരം. അതു കൊണ്ട് ബഹുമാനങ്ങൾക്കും സ്നേഹപ്രകടനങ്ങൾക്കും ഒരു കുറവുമില്ല.

വേനലവധിക്കാലം കൊച്ചുമോൾ ചെറിയ കാരണവരുടെ വീട്ടിൽ വരും. തറവാട്ടിൽ അതിഥിയായി. ചെറിയ കാരണവരുടെ മോന് ഒരു കൂട്ടായി. ആ വേനലവധിക്കും ചെറിയ കാരണവരുടെ പെങ്ങളുടെ മകൾ തറവാട്ടിലെത്തി. 'മോനെക്കാളും മൂന്നു വയസ്സ് ഇളയതാ മോള്'. ചെറിയ കാരണവരുടെ ഭാര്യ മോളെ കെട്ടിപ്പിടിച്ച് നെറ്റിയിൽ ഉമ്മ വെച്ചു പറഞ്ഞു. 'കൊച്ചുങ്ങൾ രണ്ടും കളിച്ചങ്ങനെ വളരട്ടെ' മുത്തശ്ശി ആശംസ നേർന്നു.

ചെറിയ കാരണവർ ഭാര്യയോട് പറയും. ഇവിടെ കുഞ്ഞുങ്ങൾ മൂന്നെണ്ണാ. അമ്മയും മോനും മരുമകളും. മൂന്നു പേർക്കും ആവശ്യങ്ങളുണ്ട്. കുളി, ജപം, നേരത്ത് ഭക്ഷണം ഓടി കളിക്കാനും കുത്തിരുന്ന് കളിക്കാനും സമയം, മുത്തശ്ശിയിൽ നിന്ന് കഥ കേൾക്കാനുള്ള ഇമ്പം. ഇമ്പമുള്ള കഥകൾ പറയാനുള്ള മുത്തശ്ശിയുടെ മിടുക്ക്.

സന്ധ്യയ്ക്ക് നിലവിളക്കിൽ തിരികൊളുത്തി അക്ഷരസ്ഫുടത കുറഞ്ഞ കീർത്തനങ്ങൾ ചൊല്ലും മുത്തശ്ശി. അതിനിടയിൽ തന്നെ അവർ സംസാരിക്കും തനിച്ചും കൊച്ചു മക്കളോടും. പിന്നെ വീണ്ടും കീർത്തനങ്ങളിലേക്ക് പോകും.

സന്ധ്യയ്ക്കു മുമ്പെ കൊച്ചുങ്ങൾ രണ്ടു പേരും കുളിച്ച് തോർത്തി പ്രാർത്ഥിച്ച് നെറ്റിയിൽ കുറിയിട്ട് വരാന്തയിലേക്ക് വരുമ്പോൾ കനമുള്ള വാതിൽ പടി കടന്നൊരു മണിയൻ തവള. ചുവന്ന പുറവും വശങ്ങളിൽ തവിട്ടു നിറവുമുള്ള ഒതുങ്ങിയ ശരീരമുള്ള തവള. പഴയ തറവാടു വീട്ടിന്റെ പത്തായപുരയിലെല്ലാം ഇങ്ങിനെ മണിയൻ തവളയെ കാണാം. മണവാട്ടിതവളയെന്നും പറയും എത്ര തെളിച്ചാലും ചിന്താമഗ്നനെ പോല ഒരേ നിൽപ്പ്. പിന്നെ ഓർക്കാപ്പുറത്ത് ചാടി പോകുന്ന തവള. തറവാട് വീട്ടിലെ ചായ്പിലെ പഴയ സമൃദ്ധിയുടെ ചാക്കുകെട്ടുകൾക്കിടയിലെ ഈൗർപ്പം നുണഞ്ഞു കഴിയുന്ന തവളകൾ.

പടിയിൽ നിന്ന് ഇറങ്ങി നിന്നെങ്കിലും എത്ര തെളിച്ചിട്ടും പോകാതെ നിന്നു തവള. കൊച്ചുമോനും മോളും തവളയെ കണ്ടു. അവരുടെ മുഖത്ത് കൗതുകം നിറഞ്ഞു. വീതിയും നീളവുമേറിയ കോലായയുടെ ചുവന്ന സിമൻറ് തറയിൽ നിന്ന് തവളയെ ഓടിക്കണമെന്ന് അവർക്ക് തോന്നി. അവൻ ചെന്ന് നേർത്ത ഒരു വടി കൊണ്ടുവന്നു.അവളും പിന്നാലെ കൂടി. വടി കൊണ്ട് തവളയെ ഒന്ന് തൊട്ടു. സിമൻറ് തറ ചെറുതായൊന്ന് നനച്ച് മണിയൻ തവള മുന്നോട്ട് ചാടി. വീണ്ടും ആലോചനാമഗ്നനായി. കാലു നീട്ടിയിരുന്ന് നാമം ജപിക്കുന്ന മുത്തശ്ശിയുടെ പുൽപ്പായക്കരികെ മണിയൻ ഒരു ചാട്ടം വെച്ചു കൊടുത്തു. കുട്ടികൾ പിറകെ കൂടി. അവന്റെ കൈയ്യിൽ വടികണ്ടപ്പോൾ മുത്തശ്ശി ശാസിച്ചു.

'കുട്ട്യേ മണിയനെ ഓടിച്ചു വിടണ്ട അവൻ പിന്നേം വരും. അവനും ഒര് പത്ത് സെൻറ് കൊടുക്കായിരുന്നു, ഒത്തില്ല'

കുട്ടികൾക്ക് അതൊന്നും മനസ്സിലായില്ല. വടികൊണ്ട് തവളയെ വീണ്ടുമൊന്ന് തട്ടി. അതുകണ്ട മുത്തശ്ശി വീണ്ടും പറഞ്ഞു. 'മണിയനെ വടികൊണ്ടടിച്ചു കൊല്ലല്ലേ അവൻ പൊയ്കൊള്ളും.'

'പോയാൽ പിന്നേം വരില്ലേ' കട്ടികളുടെ ജിജ്ഞാസ.

'വന്നോട്ടെ. ചായ്പ്പൊക്കെ മണിയനുകൂടി ഉള്ളതാ. ഇവന് ഭാര്യയും കുട്ട്യോളും ഉണ്ട്.'

കുട്ടികൾ ചിരിച്ചു. വീണ്ടും മണിയനെ തട്ടി. തട്ടലിന് ശക്തി കൂടിയതാവണം മണിയൻ മലർന്നടിച്ചു വീണു പിന്നെ പിടഞ്ഞെണീറ്റു. ഇതു കണ്ട മുത്തശ്ശി പറഞ്ഞു. 'മണിയനെ വിട്ടേക്കൂ മക്കളെ, തവളയെ കൊന്നാ കൊല്ലുന്നാളുടെ അമ്മിഞ്ഞക്ക് കുരുവരും.'

കുട്ടികൾക്ക് അതൊരു പുതിയ അറിവായിരുന്നു.

'നേരോ മുത്തശ്ശി, ഒന്നിച്ചായിരുന്നു രണ്ടു പേരുടേയും ചോദ്യം.'

'പിന്നെന്താ, എത്ര പേർക്കങ്ങിനെ കുരുവന്നിരിക്ക്ണ്' മണിയൻമാരെ രക്ഷപ്പെടത്താൻ പണ്ടത്തെ കാരണവന്മാർ രക്ഷാകവചമൊരുക്കിയതാവാം. മുത്തശ്ശി അങ്ങിനെ പറഞ്ഞില്ല.

കുട്ടികൾ വീണ്ടും മണിയനെ വടികൊണ്ട് തൊട്ടു. മണിയൻ കുറേ കൂടി മുന്നോട്ട് ചാടി . ചാടുന്നതിനിടെ കാൽ തെറ്റിയാവണം വീണ്ടും മലർന്നടിച്ചു. അതേകിടപ്പിൽ കൈകാലുകളിളക്കി. കൊച്ചു മോള് വടി വാങ്ങി മണിയനെ തട്ടിയൊതുക്കി സാധാരണ നിലയിലാക്കി. മണിയൻ പിന്നെയും നിലം നനച്ചു. മണിയന്റെ ശരീരം ഉയർന്നു താണു. ക്ഷീണം പറ്റിയിട്ടുണ്ടെന്നു തോന്നുന്നു. നേരം വൈകുന്നു. റാണിയും പരിചാരകരും കൂടി ഈർക്കിൽ കമ്പിൽ കളിക്കുന്ന കളിയുടെ ഒരുക്കം കോലായിലെ വട്ടമേശയ്ക്കു താഴെ വെച്ചിട്ടാണ് അവർ രണ്ടു പേരും മണിയന്റെ പിറകെ ചെന്നത്.

മണിയനെ തെളിച്ചു ചാടിക്കാൻ ഇനി സമയമില്ല. കൊച്ചു മോള് വടി കൊണ്ട് മണിയനെ ശക്തിയായി തള്ളി. മലർന്നടിച്ച് മണിയൻ മുറ്റത്തു വീണു. വീണ്ടും മണിയനെ തട്ടിയിളക്കി. കൊച്ചുമോൻ വടിവാങ്ങി കുട്ടിയും കോലും കളിക്കുന്ന മട്ടിൽ മണിയനെ ശക്തിയായി തെറിപ്പിച്ചു.

മുറ്റത്തിന്റെ അതിർത്തി തിണ്ടിൽ തട്ടി മണിയൻ മുറ്റത്തു തന്നെ മലർന്നടിച്ചു വീണു. വടി കൊണ്ട് തോണ്ടിയെടുത്ത് മണിയനെ തിണ്ട് കടത്തി തോട്ടത്തിലെത്തിച്ചുവെങ്കിലും ചലനമറ്റിരുന്നു. കുട്ടികൾ രണ്ടു പേരും ഭയപ്പെട്ടു. കനിഞ്ഞിരുന്ന് രണ്ടു പേരും മണിയനെ യഥാവിധി ഇരുത്താൻ ശ്രമിച്ചു. മണിയൻ ഇരിപ്പുറയ്ക്കാതെ മലർന്നു വീണു. മലർന്നു കിടന്ന മണിയൻ കൈകാലുകൾ മെല്ലെ ഇളകി. പിന്നെ നിലച്ചു. പാവം മണിയൻ ചത്തിരുന്നു. മണിയൻ ചത്തതോടു കൂടി മുത്തശ്ശി പറഞ്ഞ വാക്കുകൾ അവർക്ക് ഓർമ്മ വന്നു. മണിയനെ കൊന്നാ... അമ്മിഞ്ഞയ്ക്ക് കുരുവരും. അങ്ങിനെ തവളകളെ കൊന്ന എത്രയാൾക്ക് അമ്മിഞ്ഞക്ക് കുരുവന്നിരിക്കുന്നു. രണ്ടു പേരും മുഖത്തോടു മുഖം നോ

ക്കി. വല്ലാത്തൊരു മുഖഭാവമായിരുന്നു രണ്ടുപേർക്കും. കൈയ്യിലെ വടി കളഞ്ഞ് രണ്ടു പേരും കോലായിലേക്ക് ഓടിക്കയറി. അന്ന് റാണിയും പരിചാരകരും കളിച്ചില്ല. കളിക്കാൻ മനസ്സു വന്നില്ല. മനസ്സിൽ മണിയനായിരുന്നു. മണിയന്റെ ചുവപ്പും തവിട്ടും കലർന്ന നിറമായിരുന്നു. മലർന്നടിച്ച മണിയന്റെ വെളുത്ത നിറമുള്ള കൈകാലുകളുടെ ചലനം മനസ്സിൽ വിങ്ങുന്നു. മുത്തശ്ശിയുടെ വാക്കുകൾ ഓർക്കുന്തോറും രണ്ടു പേരും കരച്ചലൊതുക്കി നിന്നു.

ഏറെ നേരം കിടന്നിട്ടും അവന് ഉറക്കം വന്നില്ല അവൻ തിരിഞ്ഞും മറിഞ്ഞും കിടന്നു. അവൾ ചുരണ്ടു കൂടി നല്ല ഉറക്കമാണ്. സ്വന്തം നെഞ്ചിൽ അവൻ കൈവെച്ചു നോക്കി. അമ്മിഞ്ഞയിൽ പതിയെ തടവി. ഇല്ല; അമ്മിഞ്ഞക്ക് കുരു വരില്ലായിരിക്കും. ചിലപ്പോ... കുറച്ചു ദിവസം കഴിഞ്ഞിട്ടായാലോ. എപ്പോഴോ അവൻ ഉറങ്ങിപ്പോയി. കാലത്ത് എഴുന്നേൽക്കമ്പോഴും അമ്മിഞ്ഞയിൽ അമർത്തി നോക്കി ഇല്ല; കുരുവൊന്നുമില്ല. കുരുവരുന്നുവെങ്കിൽ വേദനയുണ്ടാവും. വീണ്ടും കൈ കൊണ്ടു തടവി നോക്കി. ഒരു സംശയം, ചെറുതായി വേദന തോന്നുന്നുണ്ടോ.

ദിവസങ്ങൾ കഴിഞ്ഞു. ഓർമ്മ വരുമ്പോഴൊക്കെ അവൻ അമ്മിഞ്ഞ പരിശോധിച്ചു. കുളിക്കുമ്പോൾ, ഉറങ്ങാൻ കിടക്കുമ്പോൾ ഉണർന്നെണിക്കുമ്പേൾ ഇല്ല; എന്നിട്ടും സമാധാനിക്കാൻ പറ്റുന്നില്ല. വായിക്കാൻ ബാക്കിയുള്ള നോട്ടുപുസ്തകത്തിന്റെ താളുകളായിരുന്നു വേനലവധി. ദിവസത്തിന്റെ താളുകളിൽ തിമർത്ത് കളിയുടെ ഖണ്ഡികകൾ തീർന്നുകൊണ്ടിരുന്നു. അവധി അവസാനിക്കാറായപ്പോൾ കൊച്ചുമോൾ യാത്ര പറയാനൊരുങ്ങി. അവളെ കൂട്ടികൊണ്ടു പോകാൻ അവളുടെ അച്ഛനും അമ്മയും രണ്ട് ദിവസം മുമ്പേ വന്നിരുന്നു. അവളുടെ അച്ഛനും അമ്മയും അവനെ കെട്ടിപ്പിടിച്ച് നെറ്റിയിൽ ഉമ്മ വെച്ചു. അവളും. മുത്തശ്ശിയുടെ കാൽതൊട്ട് വന്ദിച്ച് അവരിറങ്ങി.

അന്ന് വിളക്കുവെച്ച് മുത്തശ്ശി കീർത്തനം ചൊല്ലുമ്പോൾ പടികടന്ന് ഒരു മണിയൻ തവള കോലായിലൂടെ ചാടി കടന്ന് മുറ്റത്തേക്ക് പോകുന്നത് അവൻ കണ്ടു. അറിയാതെ അവന്റെ കൈകൾ അമ്മിഞ്ഞയിൽ തപ്പി. ഇല്ല; കുരുവൊന്നും വന്നില്ല. വേദനയുമില്ല. മണിയനെ കണ്ടിട്ടില്ലെന്ന മട്ടിൽ അവൻ ഇരുന്നു. അച്ഛൻ കൊണ്ടു വന്ന പുതുമണം മാറാത്ത പുസ്തകത്തിലെ ചിത്രങ്ങൾ സാകൂതം മറിച്ചു നോക്കി അവൻ നേരം കളഞ്ഞു.

സ്കൂൾ തുറന്നു. പുതിയ സ്കൂളിന്റെ സാഹചര്യങ്ങളുമായി പൊരുത്തപ്പെടാൻ അവന് ദിവസങ്ങളെ വേണ്ടിവന്നുള്ളു.

പുതിയ കൂട്ടുകാർ. പുതിയ പുതിയ അറിവുകൾ. പരിചയമുള്ള ചില്ല റ മുഖങ്ങൾ. അവളുടെ കാര്യങ്ങളും വീട്ടിൽ നിന്ന് അവർ അറിഞ്ഞിരുന്നു. വിശേഷങ്ങളായി ഒന്നും പറയപ്പെട്ടില്ല.

കുട്ടി പരീക്ഷകളൊക്കെ കഴിഞ്ഞ് അമ്മ പരീക്ഷയായി. നല്ലപോലെ പഠിച്ചു തന്നെ അവൻ എഴുതി.

ഒരു അദ്ധ്യയന വർഷം കഴിഞ്ഞു പോയത് എത്ര പെട്ടെന്നാണ്. വീണ്ടും വേനലവധി വന്നു. അമ്മ അവനോട് പറഞ്ഞു.

മോള് വരുന്നുണ്ട്. മോളെ ഇവിടെ കൊണ്ടുവിടാൻ അച്ഛനും അമ്മയും വരുന്നു. അവന് സന്തോഷമായി.

പുതിയ സ്കൂളിൽ നിന്ന് പഠിച്ച എത്ര കളികളുണ്ട്. കഴിഞ്ഞ അവധിക്ക് എന്തല്ലാം കളിച്ചു. റാണിയും പരിചാരകരും പെട്ടെന്ന് അവൻ ഓർത്തു. റാണിയും പരിചാരകരും കളിക്കാനിരുന്ന ദിവസമല്ലേ മണിയൻ തവളയെ കണ്ടതും. മണിയൻ ചത്ത് മലർന്നതും. അവന്റെ മനസ്സൊന്നു പിടഞ്ഞു. അറിയാതെ അവന്റെ കൈ നെഞ്ചിലെത്തി തപ്പി നോക്കി ഇല്ല; മുത്തശ്ശി പറഞ്ഞ കുരുവൊന്നും വന്നില്ല. ഒരു കൊല്ലം കഴിഞ്ഞാലും കുരുവരുമോ. അവർ ആത്മഗതം നടത്തി. നാളെയല്ലേ അവർ വരുന്നത്; അന്ന് രാത്രി അവന് ഉറങ്ങാൻ കഴിഞ്ഞില്ല. കൈകൾ നെഞ്ചിൽ തന്നെ തിരഞ്ഞ് നടന്നു. ഇടയ്ക്ക് ഒരു വേദന വരുന്നതു പോലെ. അതെ വേദന തന്നെ. കുരുവരുന്നുണ്ട് . ഉറപ്പ്.

പിറ്റേന്ന് രാവിലെ കുളിയും ജപവുമൊക്കെ കഴിഞ്ഞ് അവർ വരുന്നതും കാത്ത് അവനിരുന്നു. അപ്പോഴും അവന്റെ കൈ അമ്മിഞ്ഞയിലായിരുന്നു. അവന്റെ മനസ്സ് വല്ലാതെ വിങ്ങി. അവൻ അകത്തു പോയ നേരമായിരുന്നു. നടയിൽ അവരുടെ കാർ വന്നത്. ഇറയകത്തെ വാതിലിൻ വിടവിലൂടെ അവൻ അതു കണ്ടു. ആദ്യം അവളുടെ അച്ഛനും, പിന്നെ അമ്മയും ഒടുവിൽ അവളും ഇറങ്ങി വരുന്നു. അപ്പോഴും അവന്റെ ഒരു കൈ അറിയാതെ അമ്മിഞ്ഞയിൽ വട്ടമിട്ടു നിന്നു. കാറിറങ്ങി നടന്നു വരുന്ന അവളെ വാതിലിൻ വിടവിലൂടെ അവൻ ശ്രദ്ധിച്ചു. അവളുടെ നെഞ്ചിലേക്ക് അവൻ നോക്കി. അവൾക്ക് രണ്ടു കുരു വന്നിരിക്കുന്നു. അവൻ വല്ലാത്ത അവസ്ഥയിലായി. മണിയനെ കൊന്നതുകൊണ്ട് എനിക്ക് വരേണ്ട കുരു കൂടി അവൾക്കാണ് വന്നത്. അവനാകെ പരിഭ്രമിച്ചു. പെട്ടെന്ന് അവൻ വാതിലിന്റെ മറവിൽ നിന്ന് മാറി അടുക്കളയിലൂടെ തൊടിയിലേക്കിറങ്ങി നടന്നു. പിൻവിളി കേൾക്കാതിരിക്കാൻ നടത്തം വേഗത്തിലായിരുന്നു.

കനലും ചാരവും

ഹരി ചോദിച്ചു. തന്റെ ഫോണിനെന്തെങ്കിലും തകരാറുണ്ടോ, വിളിച്ചിട്ട് കിട്ടുന്നേയില്ല.

അയാളൊരു വല്ലാത്ത ചിരി ചിരിച്ചു.

ഫോണിന് തകരാറേയുള്ളു. ഫോർ ജി സ്മാർട്ട് ഫോൺ വാങ്ങി പരിചയിച്ചു വരുമ്പോഴാണ് കോവിഡിന്റെ പ്രവേശനം. അതോടെ ദൈനംദിന ജീവിതത്തിന്റെ താളം തെറ്റി. ദിനചര്യകൾ മാറി മറിഞ്ഞു. ഓഫീസ് അടഞ്ഞു കിടന്നപ്പോഴും വീട്ടിൽ തന്നെ കഴിയേണ്ട അവസ്ഥ വന്നപ്പോഴും മൊബൈൽ ഫോൺ നേരം കൂടാൻ വല്ലാത്തൊരു അനുഗ്രഹമായിരുന്നു.

ആയിടയ്ക്കാണ് കുട്ടികൾക്കുള്ള ഓൺ ലൈൻ ക്ലാസുകളുടെ രംഗപ്രവേശനം. പുതിയ ഫോൺ പത്താം ക്ലാസുകാരൻ കൊണ്ടുപോയി. അവന്റെ ഓൺലൈൻ ക്ലാസുകൾ അതിലേക്കായിരുന്നു. ക്ലാസ് കഴിഞ്ഞാൽ അത് റിക്കാർഡ് ചെയ്തത് നോക്കിയിട്ടു വേണം പിന്നെ പഠിക്കാൻ. ഫോൺ തിരിച്ചു കിട്ടാതെ വന്നപ്പോഴാണ് പഴയ ഫോൺ തപ്പിയെടുത്ത് ഉപയോഗിക്കാവുന്ന വിധം പാകപ്പെടുത്തിയത്. ആ ഫോണിലേക്ക് വരുന്ന കോളുകളാണ് കിട്ടാതെ വരുന്നതെന്ന് സ്നേഹിതന്റെ പരാതി.

ഓൺലൈൻ ക്ലാസു കഴിഞ്ഞാലും ഫോൺ തിരിച്ചു തരാത്ത വിധം മകൻ പഠിക്കുകയാണെന്നായിരുന്നു മനസ്സിലാക്കിയത്. പക്ഷെ, ഗെയിം കളിച്ചിരിക്കുകയാണെന്ന് ഭാര്യ കൂടെ കൂടെ പറഞ്ഞപ്പോഴാണ് മൊബൈൽ ഉപയോഗത്തിന്റെ താളപ്പിഴകളെകുറിച്ച് ഓർത്തത്.

ഇതിനിടെ പത്രങ്ങളിൽ വന്ന വാർത്തകളും അതിനോട് ചേർത്തു വെച്ചു വായിച്ചു.

മൊബൈൽ ഫോൺ ഉപയോഗിച്ച് ഓൺലൈനിൽ പഠനം നടത്തുന്ന കുട്ടികളുടെ രക്ഷിതാക്കളിൽ പലരും ഈ അവസ്ഥ നേരിടുന്നുണ്ടെന്ന് അവരുടെ സംസാരങ്ങളിൽ നിന്ന് ബോദ്ധ്യപ്പെട്ടിരുന്നു. എന്നാലും അയാളുടെ വീട്ടിലെ കുട്ടികളും അങ്ങിനെയാകുമെന്ന് വിചാരിച്ചതേയില്ല. മകളുടെ പഠിപ്പെല്ലാം അവളുടെ അമ്മയുടെ മൊബൈലിലാണ്. ക്ലാസ് കഴിഞ്ഞാൽ അവൾ അത് വാങ്ങിവെക്കും. നോട്ടുകളെല്ലാം

പകർത്തിയെടുത്ത് കൂടെയിരുത്തി പഠിപ്പിക്കും. മകൻ അങ്ങിനെയല്ല. കോവിഡ് കാലത്ത് അവന്റെ സ്വഭാവത്തിൽ തന്നെ ഏറെ മാറ്റങ്ങൾ വന്നു തുടങ്ങിയത് അയാൾ ശ്രദ്ധിച്ചു.

കാലത്ത് വൈകിയേ എഴുന്നേൽക്കൂ. ക്ലാസ് അറ്റൻഡ് ചെയ്യുന്നതു തന്നെ കിടക്കയിൽ നിന്നാണ്. പ്രഭാത ഭക്ഷണം ഉച്ചയ്ക്ക് പന്ത്രണ്ടു മണിയോടെയാകും. ഉച്ചഭക്ഷണത്തിന് നാലുമണി കഴിഞ്ഞെന്നു വരും. രാത്രി ഭക്ഷണം സന്ധ്യ കഴിഞ്ഞാലുടൻ തന്നെ. പിന്നെ രാത്രി വൈകുവോളം പഠിക്കുകയാണെന്ന് തോന്നുമെങ്കിലും അല്പം പഠിപ്പും ബാക്കിയെല്ലാം മൊബൈലിൽ ഡൗൺലോഡ് ചെയ്ത് സൂക്ഷിച്ച ഗെയിമുകളും.

റൂമിലിരുന്ന് ഈ ഗെയിം തനിച്ചാണ് കളിക്കുന്നതെന്ന് തോന്നുമെങ്കിലും ക്ലാസിലെ ഒന്നോ രണ്ടോ കൂട്ടുകാരും അവനോടൊപ്പമുണ്ടെന്ന് അവന്റെ ഉറക്കെയുള്ള സംഭാഷണങ്ങളിൽ നിന്ന് വ്യക്തം. സ്ഥലം കൈയ്യേറാനും, മതിൽ ചാടികടക്കാനും, കത്തി കാണിച്ച് ഭീഷണിപ്പെടുത്താനും ബോംബെറിയാനും വെടിവെക്കാനുമുള്ള അവന്റെ നിർദ്ദേശങ്ങൾ കേൾക്കുന്നവർക്ക് ഭയാനകമാകും. ഒരു വലിയ അക്രമത്തിന് കോപ്പു കൂട്ടുന്ന നിർദ്ദേശങ്ങളാണ് നൽകികൊണ്ടിരിക്കുക. ഇടയ്ക്ക് സഹകളിക്കാരന് എന്തെങ്കിലും പാളിച്ച വന്നാൽ ശകാരിക്കുന്നതും കേൾക്കാം.

തനിക്ക് വിവരമില്ലേ ആംഡ് ആയി ആള് വരുമ്പോ നീ നോക്കി നിൽക്കുന്നോ, സെക്കന്റുകൊണ്ട് ബോംബെറിയേണ്ടേ. ഒന്നുകിൽ വാളെങ്കിലും വീശേണ്ടേ. നീ സഡൻ പ്രതികരിക്കാത്തതു കൊണ്ടല്ലേ നിന്റെ കഥ കഴിഞ്ഞുപോയത്. എന്തു പറഞ്ഞു തന്നിട്ടും മനസ്സിലാകുന്നില്ലേ നിനയ്ക്ക്. നീ ഇനി കളിക്കണ്ട, നിനക്ക് പറഞ്ഞതല്ലയിത്.

ശബ്ദം അവൻ ഇരിക്കുന്ന മുറിക്കും പുറത്തും കേൾക്കാം. ഇയർ ഫോണു കൊണ്ട് രണ്ട് ചെവിയും അടച്ചു വെക്കുമ്പോൾ ഉപയോഗിക്കുന്ന ശബ്ദം എത്ര ഉറക്കെയാണെന്ന് അവന് തിരിച്ചറിയാൻ സാധിക്കുന്നില്ല. അതു തന്നെയാണ് പരിസരം മറക്കുന്നതിന്റെ ആദ്യ തെളിവ്.

എത്ര ദിവസങ്ങളായി അവൻ ഇത് ആവർത്തിക്കുന്നു. ഇതിനിടെ, നമ്മൾ കൊള്ളയടിക്കേണ്ടത് ബാങ്കാണെന്നും സ്ട്രോംഗ് റൂം ഗ്യാസ് കട്ടർ വെച്ച് തുറക്കാം. അലാറം സംവിധാനം പുറത്തു വെച്ചു തന്നെ തകർക്കണം. കറൻസിയും സ്വർണ്ണവും വാരി ബാഗിൽ നിറച്ച് രക്ഷപ്പെടാനും, പുറത്തേക്കിറങ്ങും മുമ്പ് തറയിൽ ഓയിൽ ഒഴിക്കാനും നിർദ്ദേശങ്ങൾ പറക്കുന്നതു കേട്ടു. മറ്റേതലയ്ക്കൽ അവന്റെ സ്നേഹിതൻ ഏതോ ബാങ്ക് കൊള്ളയടിച്ച് സ്വർണ്ണവും പണവും കടത്തി കഴിഞ്ഞിട്ടു

ണ്ടാകും. ഈയിടെ കളിക്കാർ ഹിന്ദിവാലകളായി മാറിയതും നിർദ്ദേശങ്ങളിൽ നിന്നും വ്യക്തമായി. അതിന് അറുതി വരുത്താൻ ശകാരങ്ങൾ ദിനം പ്രതി നടന്നെങ്കിലും ഒരു പരിഹാരവും ഉണ്ടായില്ല. മാത്രമല്ല, പുതിയ പുതിയ ചില പ്രതിഷേധലക്ഷണങ്ങൾ അവനിൽ പ്രകടയായി തുടങ്ങി.

ആരോടും സംസാരിക്കാത്ത പ്രകൃതം. കുടുംബാംഗങ്ങളുടെ കുട്ടത്തിലൊന്നും ഇരിക്കില്ല. ഭക്ഷണം കഴിക്കാൻ ഒറ്റയ്ക്കിരിക്കണം. ഭക്ഷണം കഴിഞ്ഞയുടൻ മുകളിലെ മുറിയിൽ കയറി കൂടും. ഇതുവരെ ചാരിവെച്ചിരുന്ന വാതിൽ ഈയിടെയായി അടച്ച് കുറ്റിയിട്ടിയിരിക്കും. ക്ലാസുള്ളപ്പോൾ മാത്രം പുസ്തകങ്ങൾ തുറക്കും. എന്തെങ്കിലും ഹോം വർക്കുണ്ടെങ്കിൽ തന്നെ ഒന്നും ചെയ്യുന്നതായി കാണുന്നില്ല. ചിലപ്പോൾ അടച്ചുപൂട്ടിയ മുറിയിൽ വെച്ച് ചെയ്യുന്നുണ്ടായിരിക്കും.

സന്ധ്യയ്ക്ക് കിടന്നുറങ്ങി രാത്രി എട്ടുമണിയോടു കൂടി എഴുന്നേറ്റ് രാത്രി ഭക്ഷണം കഴിക്കും. പിന്നെ പുലരുവോളം ഗെയിമിലാണെന്ന് തിരിച്ചറിഞ്ഞ ദിവസങ്ങളാണ് മിക്കതും. ശകാരങ്ങൾ കൂടിയപ്പോൾ രണ്ടു നേരം ഭക്ഷണം ഉപേക്ഷിച്ചവൻ ഇരുന്നു. ഓൺലൈൻ ക്ലാസില്ലാത്ത ദിവസം ഫോൺ തിരിച്ചു വാങ്ങിയതിലുള്ള പ്രതിഷേധവും കൂടിയായിരുന്നു അത്. അവന്റെ ഗാന്ധിയൻ ഉപവാസത്തോട് അനുഭാവം തോന്നി അയാളും രണ്ടുനേരം ഭക്ഷണം കഴിക്കാതിരുന്നു. അവന്റെ അമ്മ അയാളെയും മകനെയും നിരന്തരം കുറ്റപ്പെടുത്തി തന്റെ പ്രതിഷേധവും അറിയിച്ചു.

ഉപവാസസമരം അവസാനിപ്പിക്കാൻ അയാൾ ഫോൺ തിരികെ നൽകി. അവൻ സമരം പിൻവലിച്ച് ഭക്ഷണം കഴിക്കാൻ ചെന്നു. അയാളും അതോടൊപ്പം കൂടി.

ഡൈനിംഗ് ടേബിളിൽ മുഖാമുഖം ഇരിക്കെ അയാൾ മനസ്സിൽ തൊട്ട് ചില കാര്യങ്ങൾ പറഞ്ഞു.

'ഞാൻ പറയുന്നതൊക്കെ നിന്റെ ഭാവിക്കു വേണ്ടിയാണ്. എല്ലാ ഗെയിമുകളും വാണിജ്യമാണ്. അത് പ്രൊഡക്ട് ചെയ്യുന്നവരുടെ മാർക്കറ്റിംഗും ലാഭവുമാണ് അവർക്ക് വലുത്. അതിൽ നിന്നെ പോലെയുള്ളവർ ഇരയായിതീർന്നതാണ്.'

അവൻ ഒച്ചയനക്കമില്ലാതെ ഭക്ഷണം കഴിച്ചു കൊണ്ടിരുന്നു. അയാൾ പിന്നെയും തുടങ്ങി.

'ബാങ്ക് കൊള്ളയടിക്കാനും കൊള്ളമുതൽ കടത്താനും തെളിവ് നശിപ്പിക്കാനുമാണ് നിന്റെ നിർദ്ദേശം.'

അവൻ മെല്ലെ തലയുയർത്തി അയാളെ നോക്കി. അവന്റെ സംഭാഷണം ആരും കേൾക്കുന്നില്ലെന്ന ഉറപ്പിലായിരുന്നു അവൻ.

'ഇതിൽ നിന്ന് മോചനമുണ്ടായില്ലെങ്കിൽ ലഹരിക്ക് അടിമപ്പെട്ട ആളെ പോലെയാകും. കഞ്ചാവ് വലിച്ച് ശീലിച്ചവൻ അത് കിട്ടാതെ വരുമ്പോൾ കാണിക്കുന്ന കോപ്രായങ്ങളും മദ്യപിക്കുന്നവന് അത് കിട്ടാതെ വരുമ്പോഴുണ്ടാകുന്ന അസ്വസ്ഥതകളും പോലെ, കഴിഞ്ഞ രണ്ടു നേരവും നീ ഭക്ഷണം ഉപേക്ഷിച്ചത് ആ ലഹരിക്ക് അടിമപ്പെട്ടതു കൊണ്ടാണ്.'

അവൻ എന്തോ പറയാൻ തുടങ്ങിയതായിരുന്നു. പക്ഷെ, അയാൾ ഇടപ്പെട്ടു.

അച്ഛൻ ഒരു ഉപാധി വെക്കാം. ഗെയിം തീരെ ഉപേക്ഷിക്കണമെന്ന് ഞാൻ പറയില്ല. അതിന് പരിധിയുണ്ടാവണം. പ്രത്യേകിച്ച് വകതിരിവ്. പഠിക്കേണ്ട സമയം പഠിക്കുക തന്നെ വേണം. മുമ്പ് സ്കൂളിൽ പോകുന്നതു പോലെ കാലത്ത് എഴുന്നേറ്റ് എല്ലാം ചെയ്യണം. എല്ലാവരുടെയും കൂടെ കൂടണം. സന്ധ്യക്കുള്ള ഉറക്കം ഒഴിവാക്കി സാധാരണ പോലെ ഉറങ്ങണം.'

അവൻ മുഖമുയർത്തി. അവന്റെ നേരിയ പ്രതിഷേധം അയാളെ വാക്കുകൾ കൊണ്ട് അറിയിച്ചു.

'ഞാൻ കള്ളുകുടിച്ചോ കഞ്ചാവ് വലിച്ചോ ഒന്നും ചെയ്തില്ലല്ലോ.'

'ഇല്ല, അതു സത്യം. നീ അതിനൊന്നും പോകില്ലെന്ന് എനിക്കറിയാം. അതു പോലുള്ള ഒരടിമത്വം ഇതിലുമുണ്ട്. അത് ഒഴിവാക്കണം അത് പറ്റുമോ നിനയ്ക്ക്.'

അവൻ മൗനമായിരുന്നു അവന്റെ മൗനത്തിൽ അമ്മ ഇടപെട്ടു.

'അച്ഛൻ ചോദിച്ചതു കേട്ടില്ലേ, അച്ഛന്റെ ഫോണല്ലേ നിന്റെ കൈയിലുള്ളത്.'

അവൻ അമ്മയെ നീരസത്തോടെ നോക്കി.

'ഇന്ന് സന്ധ്യയ്ക്ക് കിടന്നുറങ്ങരുത്. നീ പഠിക്കാനിരിക്കണം. ഒന്നു രണ്ടു മണിക്കൂറെങ്കിലും നീ പഠിക്കണം. അല്ലെങ്കിൽ നിന്റെ ഗെയിം ഫ്രന്റിന്റെ അച്ഛനെ എനിക്ക് ബന്ധപ്പെടേണ്ടി വരും.'

അവൻ ഭക്ഷണം മതിയാക്കി എഴുന്നേറ്റു അവന്റെ അനുജത്തി പുസ്തകത്തിൽ നിന്ന് മുഖമുയർത്തി മൂന്നു പേരെയും മാറി മാറി നോക്കി.

കൈ കഴുകി കൊണ്ടിരുന്ന അവനോട് അമ്മ പറഞ്ഞു.

'സന്ധ്യയ്ക്ക് നീ താഴെ വരണം. ഇവിടെ ഇരുന്ന് പഠിക്കണം.'

അവൻ ഒന്നുമുരിയാടാതെ മുകളിലക്ക് പോയി. അയാൾ താഴെയും മേലെയുമായി കയറിയിറങ്ങി കൊണ്ടിരുന്നു. അവൻ മുറിയുടെ വാതിൽ അടച്ച് കുറ്റിയിട്ടിട്ടില്ലെന്നും ഉറങ്ങാൻ കിടന്നിട്ടില്ലെന്നും അയാൾ കണ്ടു. കട്ടിലിലിരുന്ന് പുസ്തകം മറിച്ചു നോക്കുന്നതും അയാൾ ശ്രദ്ധിച്ചു.

നേരം സന്ധ്യയോടടുത്തു. ഓൺലൈനിലുണ്ടായിരുന്ന സൂര്യന്റെ നെറ്റ് വർക്ക് പതുക്കെ ശോഷിച്ചു കൊണ്ടിരുന്നു. ഇരുളിന്റെ ഗെയിം തയ്യാറെടുപ്പുകൾ തുടങ്ങി. കൂടു വിട്ടുറങ്ങിയവയെല്ലാം തിരികെ കൂട്ടിലെത്തി കൊണ്ടിരുന്നു. അന്നത്തെ പോക്കുവരവുകളും വരവുചിലവുകളും അവ കണക്കിലെടുക്കുകയാവാം.

അയാളുടെ ഭാര്യ സന്ധ്യാവിളക്കുവെച്ചു. മകൻ പടികളിറങ്ങിവന്നപ്പോൾ അവൻ ഉറങ്ങാത്തതിൽ അയാൾക്ക് ഏറെ സന്തോഷം തോന്നി. കൈയിലെ പുസ്തകവുമായി അവൻ മുമ്പ് സ്ഥിരമായി ഇരിക്കാറുള്ള കസേരയിൽ ഇരുന്നു. തൊട്ടടുത്ത ദൈവത്തിന്റെ ഫോട്ടോവിനു മുന്നിൽ നീളം കൂടിയ ബത്തി കത്തിച്ചു വെച്ച് അയാൾ പറഞ്ഞു.

'നീ അധിക നേരമൊന്നും പഠിക്കണ്ട. ആ ബത്തി കത്തി തീരും വരെ പഠിച്ചാ മതി.'

അവൻ എരിഞ്ഞു തുടങ്ങിയ ബത്തിയിലേക്ക് നോക്കി. പുകചുരുളുകൾ ചുരത്തിയ നേർത്ത സുഗന്ധം അവനിലേക്കുമെത്തി. കത്തിച്ചു വെച്ച ബത്തി തീരുന്നതിന് രണ്ടു മണിക്കൂറിലേറെ സമയമെടുക്കുമെന്ന ബത്തി കമ്പനിക്കാരുടെ പരസ്യം അയാൾ മനസ്സിൽ ഓർത്തു.

അവൻ വായന തുടങ്ങി. മനസ്സിലായിരുന്നു വായന. ഉറക്കെ വായിക്കുന്ന ശീലം മുമ്പേ അവനില്ലായിരുന്നു.

'ബത്തി കത്തി തീരും വരെ മാത്രേ ഞാൻ വായിക്കൂ.' ആരോടെന്നില്ലാതെ അവൻ പറഞ്ഞു

അതു കേട്ട് അവന്റെ അമ്മ വലുതായി വന്ന ചിരി ഒതുക്കി പിടിച്ചു. അയാൾ മനസ്സുകൊണ്ട് അവനെ തഴുകി.

അവൻ വായന തുടർന്നു. ഇടയക്ക് ബത്തിയിലേക്ക് കണ്ണോടിച്ചു. ബത്തി എരിയുന്നില്ലേ. അണഞ്ഞു പോയാൽ വായന നീണ്ടുപോകും. ബത്തിയിൽ ചെറുതായി ഒന്നു തട്ടി നരച്ച ചാരം താഴേക്ക് കളഞ്ഞു. ബത്തി കനൽ തെളിച്ച് പുകഞ്ഞു കൊണ്ടിരുന്നു. അവൻ ഇടയ്ക്കിടെ ബത്തിയിലേക്ക് നോക്കി.

കനല് കെട്ടുപോയോ, ഇല്ല, കത്തുന്നുണ്ട്. എരിഞ്ഞു തീരുന്ന ചാരം പിന്നെയും അവൻ തട്ടിമാറ്റി. വീണ്ടും വായന തുടർന്നു.

അയാൾ മുറിയിൽ നിന്നും പുറത്തു വന്ന് അലസമായി അവനെ

ശ്രദ്ധിച്ച് മുകളിലേക്ക് കയറിപ്പോയി. അവന്റെ മൊബൈൽ ഫോൺ തിരഞ്ഞു. ഫോൺ ചാർജ്ജ് ചെയ്യാൻ വെച്ചിരിക്കുകയാണ്. ചാർജ്ജ് ചെറിയ പോയിന്റ് ആയിട്ടുണ്ട്.

അപ്പോ, ചാർജ്ജില്ലാത്തതുകൊണ്ട് അവൻ പുസ്തകമെടുത്ത് താഴെക്കിറങ്ങിയതാണോ എന്ന നെഗറ്റീവ് ചിന്തയെ അയാൾ മുളയിലെ നുള്ളിക്കളഞ്ഞു. ഫോൺ ഓൺ ചെയ്യാനുള്ള പാസ്‌വേർഡ് അറിയാത്തതു കൊണ്ട് ഒരു പരിശോധനക്കും അയാൾ മിനക്കെട്ടില്ല. ഫോണിൽ കോളുകൾ വരുന്നത് ശ്രദ്ധിക്കാതിരിക്കാനാവണം ഫോൺ വൈബ്രേഷൻ മൂഡിലാണെന്ന് ആ സമയത്ത് വന്ന ഒരു കോൾ അയാളെ ബോദ്ധ്യപ്പെടുത്തി.

വീണ്ടും ഫോണിലേക്ക് കോൾ വന്നത് പ്രകാശം കൊണ്ടയാൾ തിരിച്ചറിഞ്ഞു. അയാൾ ഫോണിലേക്ക് നോക്കി. അവന്റെ സ്റ്റേഹിതന്മാരിൽ ആരെങ്കിലുമാവാം. റിംഗ് ശബ്ദം കേൾക്കാത്തതു കൊണ്ട് കോൾവന്നതും വൈബ്രേഷൻ നിലച്ചതും അവൻ അറിയാതെ പോയി.

അയാൾ പതുക്കെ താഴെക്കിറങ്ങി. മകൻ പുസ്തകത്തിൽ നിന്നും തലയുയർത്തി ബത്തിയിലെ ചാരം തട്ടിക്കളയുന്നത് അയാൾ കണ്ടു.

'മനസ്സിരുത്തി പഠിക്ക് ചാരം തനിയെ താഴെ വീഴും.' വാക്കുകൾ കൊണ്ട് തന്റെ സാന്നിദ്ധ്യം അയാൾ അറിയിച്ചു.

അവൻ വായന തുടർന്നു.

വായന കഴിഞ്ഞാൽ ആ പാഠഭാഗത്തു നിന്നും ചില ചോദ്യങ്ങൾ ചോദിച്ച് അവന്റെ വായനയുടെ കാതൽ അറിയണമെന്ന് അയാൾ മനസ്സിൽ തീരുമാനിച്ചു.

അവൻ പുസ്തകത്തിൽ നിന്ന് മുഖമുയർത്തി ബത്തിയിലേക്ക് നോക്കി ബത്തി എരിയുകയും പുക വമിക്കുകയും സുഗന്ധം പരക്കുകയും ചെയ്തു കൊണ്ടിരുന്നു.

അവന്റെ പുസ്തകത്തിലെ പേജുകൾ വായന കഴിഞ്ഞതിന്റെ അടിസ്ഥാനത്തിൽ മറിയുന്നില്ലെന്ന് അയാൾക്കു തോന്നി. ഒരു പക്ഷെ; അങ്ങിനെ തോന്നിയതാകാമെന്ന് അയാൾ സമാധാനിച്ചു.

വീണ്ടും അവൻ ബത്തിയിലേക്ക് നോക്കി. ബത്തി പഴയതു പോലെ അതിന്റെ കർമ്മം തുടർന്നു.

അവൻ പുസ്തകത്തിലേക്ക് നോക്കി. വീണ്ടും ബത്തിയിലേക്ക്, വീണ്ടും പുസ്തകത്തിലേക്ക്, ബത്തിയിലേക്ക്... ബത്തിയിൽ നിന്ന് ചാരം അടർന്ന് വീഴുമ്പോൾ കനലെരിച്ചിൽ കൂടിയതായി അവന് തോന്നി.

അവൻ പുസ്തകത്തിലേക്ക് കണ്ണോടിച്ചു. പേജുകൾ മറിയാത്ത വാ

യനയല്ലേയെന്ന് അയാൾ സന്ദേഹിച്ചു. അമ്മ അവന് കുടിക്കാനുള്ള വെള്ളം അവന്റെ അരികിൽ ഫ്ളക്സിൽ എടുത്തു വെച്ചു.

'നീ ഇനിയും ഒരു പേജ് വായിച്ചു തീർന്നില്ലേ' എന്ന അമ്മയുടെ ചോദ്യം അയാളുടെ സന്ദേഹം ശരിവെച്ചു.

അവൻ വീണ്ടും ബത്തിയിലേക്ക് നോക്കി. പിന്നെ പുസ്തകത്തിലേക്ക്. ബത്തിയിലേക്ക്, പുസ്തകത്തിലേക്ക് അവന്റെ നോട്ടം മാറി മാറി കൊണ്ടിരുന്നു. തന്റെ നീളം കുറഞ്ഞതായി ബത്തി അവനെ ബോദ്ധ്യപ്പെടുത്തി. ബത്തി കുത്തിയ പിച്ചള സ്റ്റാൻഡിൽ ചാരം അങ്ങിങ്ങായി തൂവി കിടന്നു.

അവൻ വീണ്ടും വായനയിലേക്ക് എത്തി.

ബത്തിയുടെ നീളം ക്രമേണ കുറഞ്ഞു വന്നു. ബത്തി ബാക്കി ഭാഗങ്ങൾ കൂടി അഗ്നിക്ക് നൽകാനായി നിന്നു . കനലിനു മുകളിൽ നരച്ച തലയുമായി ബത്തി ദൗത്യം തുടർന്നു കൊണ്ടേയിരുന്നു.

അവൻ പുസ്തകത്തിൽ നിന്ന് കണ്ണെടുത്ത് ബത്തിയെ നോക്കി. ക്ഷീണിച്ച വിധം ബത്തി കനൽ കാട്ടിയപ്പോൾ അവൻ വിരൽ കൊണ്ട് തട്ടി ചാരം വീഴ്ത്തി. കനൽ നല്ലപോലെ ഊതി തെളിച്ച് അവൻ പുസ്തകം കൈയ്യിലെടുത്തു. കനൽ എരിയുകയും ചാരം വീഴുകയും ബത്തി തീരുകയും ചെയ്തു കൊണ്ടിരുന്നു. അവൻ പുസ്തകം നോക്കുകയും അടച്ചു വെച്ച് ബത്തിയെ നോക്കുകയും ചാരം വീഴ്ത്തുകയും ചെയ്തു.

ഒരു വിധം ബത്തി തീരാറായപ്പോൾ അവന് ഉള്ളിൽ തെല്ലാശ്വാസം തോന്നി. ഫ്ളാക്സിൽ നിന്നും അവൻ വെള്ളമെടുത്തു കുടിച്ചു. വീണ്ടും അവന്റെ കണ്ണുകൾ പുസ്തകത്തിൽ ഇഴഞ്ഞു. വായന തുടരുന്നതിൽ അയാൾക്കും ഭാര്യക്കും സന്തോഷം തോന്നി. രണ്ടുപേരും പരസ്പരം നോക്കി ചിരിച്ചു.

ബത്തി തന്റെ അവസാനത്തെ കനലും കെടുത്തി ചാരമായി മാറി. ബത്തിയെ ഊന്നി നിർത്തിയ നേർത്ത തണ്ട് അനാഥമായി നിന്നു. അവൻ പുസ്തകം അടച്ചുവെക്കാൻ ഒരുങ്ങവെ അയാൾ ചെന്നു പറഞ്ഞു.

'വായന കഴിഞ്ഞല്ലേ വായിച്ച ഭാഗത്തു നിന്നും ഞാൻ ചില ചോദ്യങ്ങൾ ചോദിക്കാം.' വായിച്ച ഭാഗത്തു നിന്നുള്ള ആദ്യ ചോദ്യം അയാൾ ചോദിച്ചു .

'നമ്മുടെ ഉപരാഷ്ട്രപതിക്ക് രാജ്യസഭയിൽ എന്താണ് സ്ഥാനം.'

അവൻ ശങ്കിച്ചു നിന്നു. പിന്നെ പരാതിപ്പെടും പോലെ പറഞ്ഞു.

'അതൊന്നും നമ്മ്ടെ പാഠത്തിലില്ല. അതൊന്നും പഠിപ്പിച്ചിട്ടില്ല.'

അയാൾ തളർന്നു പോയി. അവൻ ഇത്രയും നേരം വായിച്ച പാഠഭാ

ഗത്തെ ആദ്യ ഖണ്ഡികയിൽ നിന്നായിരുന്നു ചോദ്യം.

പുസ്തകം തുറന്നു വായിച്ചെങ്കിലും ബത്തിയും കനാലെരിയുന്നതിലായിരുന്നു അവന്റെ ശ്രദ്ധ. വായന, ബത്തിയുടെ കനലുതിർത്ത ചാരം പോലെ മനസ്സിന്റെ പുറത്തേക്കാണ് കൊഴിഞ്ഞു പോയത്. അവസാനത്തെ കനലും ചാരമായി കൊഴിഞ്ഞ ബത്തിയുടെ തണ്ടുപോലെ അയാളുടെ മനസ്സും അനാഥമായി നിന്നു.

അനിർവചനീയ പർവ്വം

ഉല്ലാസന്റെ ഉത്സാഹമാണ് ഈ സ്ഥാപനത്തിന്റെ ഉത്സവം. ഹോം ഡെലിവറിയിൽ സജീവ സാന്നിദ്ധ്യം പ്രകടമാക്കി കൊണ്ടിരിക്കുന്ന ഉല്ലാസൻ എന്ന ജീവനക്കാരനെ കുറിച്ച് ഉടമ ഹസ്സൻകോയ പരസ്യമായി പറഞ്ഞതാണ് ഈ അഭിപ്രായം.

ഉല്ലാസനും അത് നേരിൽ കേട്ടതാണ്. ഉല്ലാസന് ഒരു നയമുണ്ട്. ചെയ്യുന്ന ജോലിയോട് കൂറു കാണിക്കണം. എവിടെയോ വായിച്ചതു പോലെ ആർക്കും അടുക്കാനൊക്കില്ലെങ്കിലും അവധി ഒന്നു പോലും എടുക്കാതെ സജീവ സേവനം തുടരുന്ന ഒരാളുണ്ട് ഈ പ്രപഞ്ചത്തിൽ. സൂര്യനാണത്. അദ്ദേഹം ഒരിക്കലും അവധിയെടുക്കാത്ത ജോലിക്കാരനാണ്. ഉല്ലാസനും ഏറെക്കുറെ അങ്ങിനെ തന്നെ. കൈയ്യാളായി കൂടുന്ന മൂസ്സക്കുട്ടി അങ്ങിനെയല്ല. അവൻ ചന്ദ്രനെ പോലെയാണ്. ഡ്യൂട്ടിയിൽ നിന്ന് മുങ്ങിയാൽ ഒരേ മുങ്ങലാണ് പിന്നെ ഒരു നാൾ തിരിച്ചു വരും. മാനത്തെ അമ്പിളിയെ പോലെ. അതും ഹസ്സൻകോയ പറഞ്ഞു വെച്ച അഭിപ്രായമാണ്. എന്തായാലും രണ്ടു പേരെയും വേണ്ടവിധം പരിഗണിക്കുന്ന ആളാണ് ഹസ്സൻ കോയ.

അതു കൊണ്ടു തന്നെയാണ് ഹോം ഡെലിവറിക്ക് ഓർഡർ ലഭിച്ചിട്ടുള്ള സാധനങ്ങൾ വിതരണം ചെയ്യാൻ സാധിക്കാതെ വന്നപ്പോഴാണ് ഉത്സാഹിയായ ഉല്ലാസനെ പട്ടണത്തിലേക്ക് വിടാൻ ഇടയാക്കിയത്.

പട്ടണത്തിൽ ചെന്ന് മൊത്തവ്യാപാരസ്ഥാപനത്തിൽ നിന്ന് ആവശ്യമായ സാധനങ്ങൾക്ക് ഓർഡർ നൽകി കയറ്റിവിടാനുള്ള ഡ്യൂട്ടിക്കാണ് ഉല്ലാസനെ നിയോഗിച്ചത്.

ആ ദൗത്യം ഏറ്റെടുത്തു കൊണ്ടാണ് ഉല്ലാസൻ കമ്പനി വക ബൈക്കെടുത്ത് പട്ടണത്തിലേക്ക് പുറപ്പെട്ടത്. കമ്പനി വക ബൈക്ക് അധികവും ഉപയോഗിക്കാറുള്ളത് മൂസ്സക്കുട്ടിയാണ്. കമ്പനി ബൈക്ക് ഉപയോഗിക്കുമ്പോൾ ആവശ്യത്തിനുള്ള പെട്രോൾ അടിക്കണം. എണ്ണ ഉറപ്പു വരുത്തിയേ ബൈക്ക് ഓടിക്കാവൂ. മുസ്സക്കുട്ടി അത്തരം കാര്യങ്ങൾ വേണ്ടത്ര ശ്രദ്ധിക്കാത്തതിന്റെ പ്രശ്നമാണ് ഉല്ലാസൻ വഴിക്കു വെച്ച് അനുഭവിച്ചത്.

ഉല്ലാസന്റെ ബൈക്ക് പൊടുന്നനവെ നിന്നു. പ്രശ്നമെന്തെന്ന് തിരി

ച്ചറിയുന്നതിനുമുമ്പ് ബൈക്ക് സ്റ്റാർട്ടാക്കാൻ ശ്രമിച്ചു. സ്റ്റാർട്ടായില്ല. വീണ്ടും വീണ്ടും ശ്രമിച്ചു. യാതൊരു പരിഹാരവുമായില്ല. അങ്ങിനെയാണ് ബൈക്ക് സ്റ്റാർട്ടാകാൻ പോലുമുള്ള പെട്രോൾ ഇല്ലായിരുന്നു വെന്ന് ഉല്ലാസൻ മനസ്സിലാക്കിയത്. ഇന്നലെ രാത്രി ഹോം ഡെലിവറിക്കു വേണ്ടി മൂസ്സക്കുട്ടി ഉപയോഗിച്ചു കൊണ്ടുവന്ന ബൈക്കാണത്. ഒട്ടും ശ്രദ്ധിക്കാതെയാണ് എടുത്തു പുറപ്പെട്ടു പോയത്. അടുത്തൊന്നും പെട്രോൾ പമ്പുമില്ല.

ഹോം ഡെലിവറിക്ക്, പ്രത്യേകിച്ച് നോമ്പുതുറ വിഭവങ്ങൾക്ക് ഓർഡർ വാങ്ങി സർവ്വീസ് നടത്താതിരുന്നാൽ സ്ഥാപനത്തിന്റെ പേരു പോകും. പിന്നെ കസ്റ്റമർ കോൾ ഒന്നുമില്ലാതെ വരും. ഹോം ഡെലിവറി സെക്ഷൻ അടക്കപ്പെടും. അതോടെ ഈ താൽക്കാലിക ജോലിയും പോകും. എങ്ങിനെയെങ്കിലും കഠിനദ്ധ്വാനം ചെയ്ത് ഒരു സെക്കനൻഡ് ബൈക്ക് റൊക്കം പണം കൊടുത്ത് വാങ്ങാനുള്ള മോഹം മനസ്സിൽ മുള പൊട്ടിയിട്ട് മാസങ്ങളേറെയായി. അതിന്റെ പെടാപാടിന്റെ ഭാഗമായി തന്നെയാണ് പട്ടണത്തിലേക്കുള്ള ഈ തിരക്കിട്ട യാത്ര.

എണ്ണ വറ്റിയ ബൈക്ക് റോഡരികിലെ തണലിലേക്ക് മാറ്റിയിട്ട് ഉല്ലാസൻ എന്തു ചെയ്യണമെന്നറിയാതെ നിന്നു. കോവിഡ് പ്രോട്ടോക്കാൾ കർശനമാക്കിയതിനാൽ പൊതുവാഹനങ്ങളും നന്നെ കുറവ്. കൈ നീട്ടിയ ടു വീലറുകളൊന്നും നിർത്തിയില്ല. കൊറോണയെ പേടിച്ചാവണം.

ഇനി എന്തു ചെയ്യും. ഡെലിവറി ഐറ്റത്തിന് ഷോപ്പ് കാത്തുനിൽക്കും. കസ്റ്റമർ വിളി തുടങ്ങിയാൽ പിന്നെ രക്ഷയുണ്ടാകില്ല. അങ്ങിനെ വരുമ്പോൾ മൊബൈലിൽ തുരുതുരെ വിളി വരും. ആകെ പ്രശ്നം തന്നെ. ടൗൺ പിടിക്കാൻ മാർഗ്ഗങ്ങൾ അടഞ്ഞു വരുമ്പോഴതാ അങ്ങ് ദൂരെ നിന്ന് ഒരു കെ.എസ്.ആർ.ടി.സി ബസ്സിന്റെ തലമുട്ട്. ഡിപ്പോയിലേക്ക് പോകുന്നതോ സർവ്വീസ് നടത്തുന്നതോ.

എന്തായാലും കൈ നീട്ടി നോക്കി. കൈ മാത്രമല്ല, തലയിലെ തൊപ്പി ഊരി രണ്ടും കല്പിച്ച് വീശി. സ്റ്റോപ്പില്ലാത്ത സ്ഥലമല്ലേ.

യാത്രക്കാരുമായി പട്ടണത്തിലേക്കു പോകുന്ന കെ.എസ്.ആർ.ടി.സി ബസ്സു തന്നെ. ബസ്സ് പതുക്കെ നിർത്തി. ഉല്ലാസൻ ചാടി കയറി. കണ്ടക്ടർ ബെല്ലടിച്ചു. ബസ്സ് നീങ്ങി. മുൻഭാഗത്ത് ഡോറിന് തൊട്ടുള്ള സീറ്റിൽ ഒരൊഴിവ്. ചുറ്റും കണ്ണോടിച്ച് ഉല്ലാസൻ ആ സീറ്റിൽ ഇരുന്നു. മറ്റു സീറ്റുകളിലെല്ലാം യാത്രക്കാർ ഇരിപ്പുണ്ട്. സീറ്റിൽ ഇരുന്നപ്പോഴാണ് ഉല്ലാസൻ ബൈക്കിന്റെ ഹാൻഡിൽ തൂക്കിയിട്ട ഹെൽമറ്റിനെ കുറിച്ചോർത്തത്. ഹെൽമെറ്റ് ആരെങ്കിലും കൊണ്ടു പോകുന്നുണ്ടെങ്കിൽ പോട്ടെ. ഏറെ

പഴകിയതല്ലേ.

കണ്ടക്ടർ അടുത്തുവന്നു. ഇറങ്ങാനുള്ള സ്റ്റോപ്പു പറഞ്ഞു. ടിക്കറ്റിന് പണം നൽകി. കണ്ടക്ടർ നൽകിയ ടിക്കറ്റ് പോക്കറ്റിൽ തിരുകി. അടുത്ത സ്റ്റോപ്പിൽ ബസ്സ് നിർത്തി. ഒന്നുരണ്ടു പേർ കയറി. ഒരിക്കലും കിളിയില്ലാത്ത ബസ്സിൽ കണ്ടക്ടർ കിളിയായി സീറ്റിൽ ഇരുന്നു. റോഡിൽ ആളുകളും വാഹനങ്ങളും തീരെ കുറവ്. ഡ്രൈവറുടെ ചലനങ്ങളിൽ ഓട്ടാനുള്ള താല്പര്യക്കുറവ് സ്പഷ്ടം. ഗിയർചെയ്ഞ്ച് പിടിച്ചുപറിച്ചിടുന്നതുപോലെ തോന്നി. ഉല്ലാസന്റെ മനസ്സിലിരിപ്പ് അറിഞ്ഞാവണം സീറ്റിലെ യാത്രക്കാരൻ സ്വയം പറഞ്ഞു.

'സർക്കാര് വണ്ടിയല്ലേ ആർക്കാ ചേതം.'

ചില്ലറ ടുവീലറുകൾ അങ്ങോട്ടുമിങ്ങോട്ടും പോകുന്നു. കൊറോണ ആളുകളെ വല്ലാതെ ഭയപ്പെടുത്തി എന്നത് നേര്. ധരിച്ച ഡബിൾ മാസ്ക് ഉല്ലാസൻ നേരെയാക്കി. തൊട്ടടുത്ത ആൾ ഒരു മാസ്കേ ധരിച്ചിട്ടുള്ളു. അത് N95ആണ്.

എഫ്.എം റേഡിയോ വെറുതെ പാടി കൊണ്ടിരിക്കുന്ന ഒരു ഷെൽട്ടറിൽ നിന്ന് കൊച്ചു കുഞ്ഞിനെ ചുമലിലിട്ട മഞ്ഞ സാരിയുടുത്ത ഒരു യുവതി കയറി. കുഞ്ഞിനെ ചുമലിലെടുത്ത സ്ത്രീയെ കണ്ടപ്പോൾ ഒരു മര്യാദ എന്ന നിലയിൽ ഉല്ലാസൻ സീററ് വീട്ടെഴുനേറ്റ് പറഞ്ഞു.

'നിങ്ങളിവിടെയിരുന്നോ കുട്ടിയെ എടുത്ത് നിക്കണ്ട.'

'വേണ്ട മോനെ, ഞാൻ നിന്നോളാം.'

'നിങ്ങളിങ്ങനെ നിന്നാ നമ്മളെങ്ങിനെയിരിക്കും. നിങ്ങളിരുന്നോളൂ.' ഉല്ലാസൻ ചിരിയോടെ പറഞ്ഞു.

'നിർബ്ബന്ധണെങ്കി, മോനീ കൊച്ചിനെ മടിയിലിരുത്ത്യാ മതി. ഞാൻ നിന്നോളാം.'

ഉല്ലാസൻ സീറ്റിലിരുന്നു. ഓടികൊണ്ടിരിക്കുന്ന ബസ്സിൽ ബാലൻസ് കീപ്പ് ചെയ്ത് സ്ത്രീ കുഞ്ഞിനെ ഉല്ലാസന്റ മടിയിൽ ഇരുത്തി. കുഞ്ഞ് കണ്ണു തുറന്ന് ചുറ്റുപാടും നോക്കി. ചുറ്റിവരിഞ്ഞ ഉല്ലാസന്റെ ഇടതു കൈയിൽ സ്വയം രക്ഷക്കെന്നവണ്ണം മുറുകെ പിടിച്ചു. ഉല്ലാസൻ കുഞ്ഞിനെ നോക്കി. ഒരു സുന്ദരൻ കുഞ്ഞ്. ആൺകുട്ടിയാണെന്ന് കണ്ടാലറിയാം. കുഞ്ഞ് തല ഉയർത്തി ഉല്ലാസന്റെ മുഖത്തേക്കു നോക്കി. ഉല്ലാസൻ കൊഞ്ചലോടെ ചിരിച്ചു. കുഞ്ഞ് ചിരിച്ചതേയില്ല.

ഏതോ സ്റ്റോപ്പിൽ നിർത്തിയ ബസ്സിൽ നിന്നും ആളിറങ്ങി. സീറ്റൊന്നൊഴിഞ്ഞു. മഞ്ഞ സാരി ചുറ്റിയ, കുഞ്ഞിനെ ഏൽപ്പിച്ച സ്ത്രീ പതുക്കെ പിറകോട്ട് നീങ്ങി ഒഴിഞ്ഞ സീറ്റിൽ ഇരുന്നു. ഉല്ലാസൻ തിരിഞ്ഞു നോക്കി. കുഞ്ഞ് അവിടെയിരുന്നോട്ടെയെന്ന് സ്ത്രീ കൈ ആംഗ്യം കാണി

ച്ചു ചിരിച്ചു. കണ്ടക്ടർ പിറകിൽ നിന്ന് എഴുന്നേറ്റ് മുന്നോട്ടുവന്നു. മഞ്ഞ സാരി ഉടുത്ത സ്ത്രീക്ക് ടിക്കറ്റ് കൊടുത്തു പണം വാങ്ങി മുന്നിലെ ഡോറിനരികിൽ ചാരി നിൽക്കവെ, ഡ്രൈവർ വിളിച്ചു.

'രാജേന്ദ്രാ.'

കണ്ടക്ടർ രാജേന്ദ്രൻ ഡ്രൈവറുടെ അടുത്തേക്ക് നീങ്ങി. ഡ്രൈവർ എന്തോ പതുക്കെ പറഞ്ഞു. ശരിയെന്ന മട്ടിൽ തലയാട്ടി കണ്ടക്ടർ മടങ്ങി. ബസ്സ് സാവകാശം സ്റ്റോപ്പ് ചെയ്തു. റോഡരികിലെ ഹോട്ടലിൽ നിന്ന് രണ്ട് ഭക്ഷണ പൊതികൾ ഒരാൾ കണ്ടക്ടർക്ക് കൈമാറി. കണ്ടക്ടർ രാജേന്ദ്രൻ ഭക്ഷണ പൊതികൾ ഭദ്രമായി വെച്ചു. ബസ്സ് വേഗത കൂട്ടി. ബസ്സ് ഓടുന്നതിനനുസരിച്ച് ഉറങ്ങിപോയ നാലഞ്ചു പേരുടെ തലയും ശരീരവും ഹമ്പ് കയറിയിറങ്ങുന്ന ബസ്സിന്റെ താളത്തിനനുസരിച്ച് ചലിച്ചു. ഉല്ലാസന്റെ മടിയിലിരുന്ന കുഞ്ഞ് ഉറങ്ങി പോയതായി കുഞ്ഞിന്റെ കഴുത്ത് അറിയിച്ചു. ഉല്ലാസൻ കുഞ്ഞിനെ ചേർത്തു പിടിച്ചു.

'മുത്തപ്പൻ കാവ് സ്റ്റോപ്പിൽ ആരെങ്കിലും ഇറങ്ങാനുണ്ടോ' കണ്ടക്ടർ രാജേന്ദ്രൻ വിളിച്ചു ചോദിച്ചു. ഒന്നു രണ്ടു പേർ പരസ്പരം നോക്കി. സ്റ്റോപ്പെത്തി. ബസ്സ് നിർത്തി. ഇറങ്ങണമെന്ന് ആരും പറഞ്ഞില്ലെങ്കിലും ഒന്നു രണ്ടു പേർ ഇറങ്ങി.

റോഡിലൊന്നും ആൾക്കൂട്ടങ്ങളില്ല. റോഡിൽ ആളുകൾ ഇല്ലാതിരുന്നിട്ടും ബസ്സിന്റെ വേഗത കണ്ടമാനമൊന്നും ഡ്രൈവർ കൂട്ടിയില്ല. നിരാശനെ പോലെ കണ്ടക്ടർ രാജേന്ദ്രൻ തന്റെ സീറ്റിൽ അമർന്നിരുന്നു. കലക്ഷന്റെ കാര്യം ഓർത്തായിരിക്കണമത്. ബസ്സ് പല സ്റ്റോപ്പുകളും കടന്നു പോയി. ചിലയിടത്ത് ആളുകൾ ഇറങ്ങി. ഒന്നു രണ്ടു പേർ മാത്രം കയറി. ഉല്ലാസന് ഇറങ്ങേണ്ട സ്റ്റോപ്പ് എത്താറാകുന്നു. കുഞ്ഞിനെ മഞ്ഞ സാരിയുടുത്ത സ്ത്രീയെ തിരിച്ചേൽപ്പിക്കണം. അടുത്ത സ്റ്റോപ്പിലിറങ്ങണം. ഉല്ലാസൻ കണ്ടക്ടറെ സ്റ്റോപ്പിന്റെ കാര്യം ഓർമ്മപ്പെടുത്തി. ബസ്സ് സ്റ്റോപ്പിൽ എത്തി. കുഞ്ഞിനെയും എടുത്ത് ഉല്ലാസൻ പിറകോട്ടു നോക്കി.

മഞ്ഞ സാരിയുടുത്ത സ്ത്രീ സീറ്റിലില്ല.

ഉല്ലാസൻ ഞെട്ടി. ഉല്ലാസന്റെ നോട്ടം എല്ലാ സീറ്റുകളിലും ചെന്നു. ഒരിടത്തും മഞ്ഞ സാരിയുടുത്ത സ്ത്രീയില്ല. ഉല്ലാസൻ വെപ്രാളപ്പെട്ടു.

'വേഗം ഇറങ്ങടോ' കണ്ടക്ടർ രാജേന്ദ്രൻ ഒച്ച വെച്ചു.

'മഞ്ഞ സാരിയുടുത്ത ഒരു സ്ത്രീ ഈ സീറ്റിലുണ്ടായിരുന്നല്ലോ.' ഉല്ലാസൻ ആരോടെന്നില്ലാതെ ഉറക്കെ ചോദിച്ചു.

'അവര് രണ്ട് മൂന്ന് സ്റ്റോപ്പ് മുമ്പ് ഇറങ്ങി പോയല്ലോ.' കണ്ടക്ടർ രാജേന്ദ്രൻ പറഞ്ഞു.

'സാറെ അവരെ കുഞ്ഞായിത് '

'എന്ത്'

'അവര് ബസ്സിൽ കയറിയപ്പോ മുൻസീറ്റിലിരുന്ന എന്റെ മടിയിൽ ഇരുത്തിയതാ.'

'താനെന്തൊക്കയാ പറയ്ന്നേ.'

'ശരിയാ സാർ. ഒന്നുകിൽ അവർ മറന്നു. അല്ലെങ്കിൽ.'

'അല്ലെങ്കിൽ കുഞ്ഞിനെ നിനയ്ക്ക് തന്നിട്ട് പോയി അല്ലേ.' കണ്ടക്ടർ അമർഷം കടിച്ചമർത്തി.

ബസ്സ് യാത്രക്കാരിൽ ഒന്നു രണ്ടു പേർ ഒച്ചവെച്ചു പറഞ്ഞു.

'അഭ്യാസമെടുക്കല്ല മൊട്ടേ.'

ബഹളത്തിനിടയിൽ ഉല്ലാസന്റെ തൊപ്പി എങ്ങോ അഴിഞ്ഞു വീണതായി അവന് ബോദ്ധ്യപ്പെട്ടു.

'ആ ഇറങ്ങി പോയ സ്ത്രീടെ കുഞ്ഞാ ഇത്. ഞാൻ കള്ളം പറയ്ന്നതല്ല. ഞാൻ ടൗണിൽ ഹോം ഡെലിവറി സാധനം ഓർഡറ് കൊടുക്കാൻ പോന്നതാ, എന്റെ കുഞ്ഞല്ലിത്.'

ഉല്ലാസൻ കരയുന്ന മുഖത്തോടെ കുഞ്ഞിനെ കണ്ടക്ടരുടെ നേരെ നീട്ടി.

'എനിക്കെന്തിനാ എന്നെ എന്തിനാ ഏൽപിക്ക്ന്നേ.' കണ്ടക്ടർ ശരിക്കും ചൂടായി.

യാത്രക്കാരിൽ മുഖം തരാത്ത ഒരുത്തൻ വിളിച്ചു പറഞ്ഞു.

'വണ്ടീന്ന് കിട്ടണ ഏത് മൊതലും കണ്ടക്ടറെയല്ലേ ഏൽപ്പിക്കേണ്ടത്:

കണ്ടക്ടർ രാജേന്ദ്രൻ ശബ്ദം കേട്ട ഭാഗത്തേക്ക് നോക്കി. ആരും ശബ്ദിക്കാത്തതുകൊണ്ട് മറുത്തൊന്നു പറയേണ്ടി വന്നില്ല.

ഡ്രൈവർ ഹോൺ നീട്ടിയടിച്ചു.

'പോവ്വല്ല... പോവല്ല...'

ഡ്രൈവർ ക്ഷമകെട്ട് പിറകോട്ട് നോക്കി.. ഉല്ലാസൻ കുഞ്ഞിനെ ഒഴിഞ്ഞ സീറ്റിൽ കിടത്താൻ നോക്കി, സീറ്റിന്റെ പാതിയിലിരുന്ന ആൾ തടഞ്ഞു. കണ്ടക്ടർ പൊട്ടിത്തെറിച്ചു.

'താനെന്തെടോ ചെയ്യീന്നേ കുഞ്ഞിനെ അവിടെ കളഞ്ഞ് രക്ഷപ്പെടാനോ.'

'രക്ഷപ്പെടാനല്ല... സർ' ഉല്ലാസന്റെ വെപ്രാളം ഇരട്ടിയായി. ' ഞാനെന്താ ചെയ്യേണ്ടേ... ബസ്സ് പോലീസ് സ്റ്റേഷനിലേക്ക് എടുക്കണം ആ മഞ്ഞ സാരി പെണ്ണിനെ പിടിക്കണം'

'എങ്ങിനെ പിടിക്കാൻ. അവൾ അവളെ പാട്ടിന് പോയിക്കാണും.'

കണ്ടക്ടർ ചെറിയൊരു അനുഭാവം കാണിച്ചു.

'പിന്നെ ഞാനീ കുഞ്ഞിനെ എന്ത് ചെയ്യും.'

'കുട്ടിയെ സ്റ്റേഷനിൽ ഏൽപ്പിക്കാം.'

ബസ്സ് പേലീസ് സ്റ്റേഷനിലേക്ക് വിടാൻ കണ്ടക്ടർ പറഞ്ഞു. ചില യാത്രക്കാർ ഒച്ചയുണ്ടാക്കി.

'എന്നാൽ നിങ്ങളാരെങ്കിലും ഏറ്റെടുക്ക് കണ്ടക്ടർ അവരോടും ചൂടായി. അതോടെ ഒച്ചയടങ്ങി. ബസ്സ് സ്റ്റേഷനിലേക്ക് തിരിച്ചു.

'താനാ സീറ്റിലിരിയെടോ' കണ്ടക്ടർ പറഞ്ഞത് ഉല്ലാസൻ അറിയാതെ അനുസരിച്ചു പോയി.

ഉറക്കം ഞെട്ടിയ കുഞ്ഞ് ഉല്ലാസന്റെ കൈവിരൽ തന്റെ വായ്ക്കകത്താക്കാൻ ശ്രമിച്ചുകൊണ്ടിരുന്നു. വായിലെ നീരനക്കം ഉല്ലാസന്റെ കൈപ്പത്തിയെ നനച്ചു. കൊച്ചുനിക്കറിലൂടെ കുഞ്ഞ് ഉല്ലാസന്റെ പഴയ ജീൻസിലേക്ക് പുണ്യാഹമൊഴിച്ചു. ഉല്ലാസൻ ഞെരിപിരി കൊണ്ടു. കുഞ്ഞിനെ മടിയിൽ നിന്ന് പൊക്കി പിടിച്ചു.

'താനെന്തെടോ ചെയ്യാൻ പോന്നേ.'

കണ്ടക്ടർ ക്രൂരമായി നോക്കി.

'ഓ മൂത്രമൊഴിച്ചോ.' അയാൾ കുഞ്ഞിനെക്കാളും ആശ്വാസം കൊണ്ടു. ബസ്സ് പോലീസ് സ്റ്റേഷനിൽ എത്തി. കണ്ടക്ടർ ഇറങ്ങി. കുഞ്ഞിനെയുമെടുത്ത് ഉല്ലാസനും കൂടെ അഞ്ചെട്ട് യാത്രക്കാരും. കണ്ടക്ടർ കാര്യങ്ങൾ എസ്.ഐയോട് പറഞ്ഞു. കൂടെ ഒന്നു രണ്ടു പോലീസുകാർ കണ്ടക്ടറുടെ വിശദീകരണം കേട്ടു നിന്നു.

എസ്.ഐ ഉല്ലാസനെ അടിമുടി നോക്കി. കഴിഞ്ഞ ദിവസം ക്ലീൻ ചെയ്ത മൊട്ടത്തലയുമായി ഉല്ലാസൻ നടുങ്ങലോടെ എസ്.ഐയെയും നോക്കി.

'എത്ര കാലമായെടാ താനിത് തൊടങ്ങീട്ട്'

'ഏത് സാറെ.'

'കുഞ്ഞുങ്ങളെ തട്ടിയെടുക്കല്.'

'ഇല്ല സാറെ ഞാനല്ല, ബസ്സിൽ കയറിയ സ്ത്രീ എന്നെ ഏൽപ്പിച്ചതാ, മടിയിൽ ഇരുത്തിയതാ.'

'അങ്ങിനെയെങ്കിൽ ബസ്സിറങ്ങുമ്പോ അവളെടുത്തോണ്ട് പോകൂലേ'

'അതെനിക്കറിഞ്ഞൂടാ സാർ, സ്റ്റോപ്പിലെത്തി ഇറങ്ങാൻ നേരം ബസ്സിൽ ആ സ്ത്രീ ഇല്ലായിരുന്നു.'

' നീയും ആ പെണ്ണും ഒത്തിട്ടുള്ള കളിയാ ഇത്. നിങ്ങളിങ്ങിനെ എത്ര പിള്ളേരെ തട്ടിട്ടുണ്ട്.'

'ഇതിനെ കാണുമ്പോ നിന്റെ മുഖത്തോട് ഒര് ചേർച്ചയുണ്ടല്ലോ. പരിചയമില്ലാത്ത ആളാ നീയെങ്കിൽ കുഞ്ഞ് കരയില്ലേ.'

'അങ്ങിനെയൊന്നും പറയല്ല സാർ.'

'ഈ കുഞ്ഞിനോട് എന്ത് ചോദിക്കാൻ എന്ത് പറയാൻ.'

ഒരു പോലീസുകാരൻ സ്റ്റേഷനിലെ നിസ്സഹായാവസ്ഥ വെളിപ്പെടുത്തി. ശേഷം ഉല്ലാസന്റെയും കണ്ടക്ടർ രാജേന്ദ്രന്റെയും കാര്യങ്ങൾ വിശദീകരിച്ച് രേഖപ്പെടുത്തി. എസ്.ഐ കണ്ടക്ടർ രാജേന്ദ്രനോട് ചോദിച്ചു.

'മൊട്ട ബസ്സിൽ കയറുമ്പോ കൈയ്യിൽ കുഞ്ഞുണ്ടായിരുന്നോ.'

'ഇല്ല സാർ ഈയാള് തനിച്ചാ കയറിയത്.' ബസ്സിൽ കയറിയ സ്ഥലത്തിന്റെ പേരും പറഞ്ഞു. ഉല്ലാസൻ തലയാട്ടി അത് ശരിവെച്ചു. കുഞ്ഞ് ഉല്ലാസന്റെ ചുമലിൽ കണ്ണടച്ചു കിടന്നു. ഉറക്കം തുടങ്ങി.

'ആ പെണ്ണ് ഇറങ്ങിപ്പോയ സ്റ്റോപ്പേതാ.'

'ഏഴിലം ജംഗ്ഷൻ.' കണ്ടക്ടർ സ്റ്റോപ്പിന്റെ പേര് പറഞ്ഞു.

'ബസ്സിറങ്ങി എങ്ങോട്ടാ പോയതെന്ന് കണ്ടോ'

'ബസ്സിറങ്ങി പിറകോട്ടാ നടന്നത്.'

'അപ്പോ ജംഗ്ഷനിൽ നിന്ന് ഏതെങ്കിലും ഭാഗത്തേക്ക് പോയിട്ടുണ്ടാകും.'

'ജംഗ്ഷനിൽ ആളുണ്ടായിരുന്നോ.'

'ആള് കുറവാ, ഒന്ന് രണ്ട് ഓട്ടോ ഉണ്ടായിരുന്നു.'

'നമ്മുക്കൊന്ന് തെരയാ' എസ്.ഐ ജീപ്പിൽ കയറി. കണ്ടക്ടറും കുഞ്ഞിനെയെടുത്ത് ഉല്ലാസൻ പിറകിലും പിന്നെ മൂന്ന് നാല് പോലീസുകാരും. ജീപ്പ് സ്റ്റാർട്ട് ചെയ്തു.

എസ്.ഐ ഉല്ലാസനോടായി പറഞ്ഞു.

'നീയും അവളും ഒന്നിച്ചു കഴിഞ്ഞതായിരിക്കും. നിന്നെ മടുത്തപ്പോ നീ കൊടുത്ത സാധനം തിരികെ ഏല്പിച്ച് അവള് കടന്ന് കളഞ്ഞതായിരിക്കും അല്ലേ.'

'അല്ല സാർ ഒരിക്കലും അങ്ങിനെയല്ല. ഞാൻ അങ്ങിനെയുള്ള ആളല്ല. ഞാൻ എൻറമ്മേടെ ഒരേ ഒര്മോനാ.'

'ഇതും ഒന്നല്ലേ, ഏതായാലും ഇതിനെ നീ വളർത്തിക്കോ.'

കരഞ്ഞില്ലെങ്കിലും കരയുംപോലൊരു ശബ്ദം ഉല്ലാസൻ അറിയാതെ പുറത്തു വന്നു. കണ്ടക്ടർ രാജേന്ദ്രൻ റോഡിന്റെ ഇരുവശവും സസൂക്ഷ്മം ശ്രദ്ധിച്ചു.

കുഞ്ഞിന്റെ ചെറിയ കൂർക്കം വലി ഉയർന്നുയർന്നു വന്നു. കണ്ടക്ടർ രാജേന്ദ്രൻ കുഞ്ഞിന്റെ തലമെല്ലെയൊന്ന് ഇളക്കി കൂർക്കം വലി ഒഴി

വാക്കി. ഉല്ലാസന്റെ മുഖത്തെ വിയർപ്പ് കുഞ്ഞിന്റെ ചെവിയ്ക്കരികിലൂടെ കഴുത്തിലേക്കിറങ്ങി. കുഞ്ഞിന്റെ കുപ്പായവും ഉല്ലാസന്റെ ഷർട്ടും നനഞ്ഞു കുതിർന്നു.

ജീപ്പ് വേഗത കുറച്ച് നീങ്ങികൊണ്ടിരുന്നു.ഏഴിലം ജംഗ്ഷനിൽ എത്തി. ജീപ്പ് നിർത്തി. പോലീസുകാരൻ ജീപ്പിൽ നിന്നിറങ്ങി. ഓട്ടോയിൽ സൊറ പറഞ്ഞിരിക്കുന്ന ഡ്രൈവർമാരെ വിളിച്ചു. ജീപ്പിൽ ഇരിക്കുന്ന എസ്.ഐ മുമ്പാകെ ഡ്രൈവർമാർ വന്നു.

ഇടതു റോഡിൽ നിന്നും ഏഴിലം ജംഗ്ഷനിൽ എത്തിയ മൂന്നു പേർ സഞ്ചരിച്ച ബൈക്ക് പെട്ടെന്ന് ബ്രെയ്ക്ക് ചെയ്തു തിരിച്ചു. പിറകിൽ ഇരുന്ന രണ്ടു പേർ റോഡിലേക്ക് വീണു. പോലീസ് ജീപ്പ് കണ്ടതിനാലാവണം ബൈക്കിനെക്കാൾ വേഗത്തിൽ അവർ ഓടി രക്ഷപ്പെട്ടു. ചീറി വന്ന ഒരു മാരുതി കാർ പെട്ടെന്ന് റിവേഴ്സ് എടുത്ത് വന്ന വഴി പോയി. മാസ്ക്ക് ധരിക്കാത്ത ഒരുവൻ മുണ്ടിന്റെ തല പൊക്കി മുക്ക് മറച്ച് നാണിച്ച മട്ടിൽ അടച്ചിട്ട കടകൾക്കിടയിലൂടെ രക്ഷപ്പെട്ടു. ഡബിൾമാസ്ക് ധരിച്ച് റോഡരികിലൂടെ നടന്നു പോയ മദ്ധ്യ വയസ്ക്കൻ ഷർട്ടിന്റെ പോക്കറ്റിൽ നിന്ന് സാനിറ്റൈസർ കുപ്പിയെടുത്ത് കൈയ്യിലൊഴിച്ച് കൈകൾ തിരുമി പോലീസിന് പ്രോട്ടോക്കാൾ പാലനം ഉറപ്പു വരുത്തി കൊടുത്തു.

ഓട്ടോ ഡ്രൈവർമാരോട് എസ്.ഐ ചോദിച്ചു.

'മഞ്ഞ സാരി ഉടുത്ത ഒരു സ്ത്രീ ഈ വഴി വന്നിരുന്നോ, ഒര് അര മണിക്കൂർ മുമ്പ്.'

ഡ്രൈവർമാർ പരസ്പരം നോക്കി. കഷണ്ടി കയറിയ ചെറുപ്പക്കാരനായ ഡ്രൈവർ പറഞ്ഞു.

'ഉവ്വ് സാർ ഇടത്തേ റോഡിലേക്കാണ് തെറ്റിയത്.'

'താൻ ശ്രദ്ധിക്കാനെന്തേ കാരണം.'

'ഓട്ടോ പിടിക്കാനാണോ എന്ന് തോന്ന്യതാ.'

'എന്നിട്ട് ഓട്ടോ പിടിച്ചില്ലേ.'

'അവളിപ്പോ അത്രയേ പോയിക്കാണൂ.'

എസ്.ഐയും കണ്ടക്ടറും പോലീസുകാരും ജീപ്പിൽ കയറി. ഉല്ലാസൻ കുഞ്ഞിനെ ചുമലിലിട്ട് ജീപ്പിലിരുന്നു. നടന്ന കാര്യങ്ങൾ ഉല്ലാസനെ കരച്ചിലിന്റെ വക്കിൽ എത്തിച്ചിരുന്നു. എസ്.ഐ ചോദിച്ചു.

'എടാ തനിയ്ക്കെത്ര വയസ്സായി.'

'ഇരുപത്തിയഞ്ച്.'

'ഇത് എത്രാമത്തെ കുട്ട്യാ.'

'അയ്യോ സാർ ഞാൻ.'

'താനിതുവരെ എത്ര കുട്ട്യളെ കടത്തി. ഈ ചെറിയ കുട്ടിയെ കൊണ്ട് നിനയ്ക്കെന്താ ആവശ്യം.'

'എനിയ്ക്കൊരാവശ്യോം ഇല്ല സാർ എനിക്കൊന്നുമറിയില്ല.'

'അപ്പോ നീ മറ്റാർക്കോ വേണ്ടി കടത്തുന്നു.'

'അല്ല സാർ അല്ല; ഞാൻ നിരപരാധിയാണ്.'

'ഏത് പെരുങ്കള്ളനും ആദ്യം അങ്ങിനെയെ പറയൂ നിനക്കൊന്ന് തന്നാലുണ്ടല്ലോ ചെറ്റേ.' എസ്.ഐ ആക്രോശിച്ചു. ഉല്ലാസന്റെ നേരെ കൈ വീശി. കുഞ്ഞിന്റെ രക്ഷിക്കാൻ ഉല്ലാസൻ പിറകോട്ടാഞ്ഞു. കൈ ഉല്ലാസന്റെ മുഖത്തും ഷോൾഡറിലും തട്ടി. നല്ലപോലെ വേദനിച്ചു. പിന്നെ അവിടെ തരിക്കുന്നതായി തോന്നി. ഉറക്കം ഞെട്ടി കുഞ്ഞ് കരഞ്ഞു.

ജീപ്പ് ഓടിച്ചു കൊണ്ടിരുന്ന പോലീസ് ഡ്രൈവർ പറഞ്ഞു.

'അതാ സാർ ദൂരെ ഒര് മഞ്ഞ സാരി ഇടത്തോട്ടുള്ള വഴി തിരിയുന്നു.'

കണ്ടക്ടരും ഉല്ലാസനും തല കുനിച്ച് ദൂരേക്ക് നോക്കി. ജീപ്പിന്റെ വേഗത കൂട്ടി.

ഡ്രൈവർ പറഞ്ഞ ഇടതു വഴിയിലേക്ക് ജീപ്പ് തിരിച്ചു.

'ഞാനിന്ന് ആരെ കണികണ്ടാ വന്നതീശ്വരാ.' കണ്ടക്ടർ രാജേന്ദ്രൻ ഉദ്ദേശിച്ചത് മനസ്സിലാണെങ്കിലും അറിയാതെ പുറത്ത് പറഞ്ഞു പോയി.

'താൻ ഈശ്വരനെയൊന്നും വിളിക്കണ്ടാ തന്നെ കൂടി ഇതില് പെടുത്തി തരാം.'

എസ്.ഐ കണ്ടക്ടർക്ക് മറുപടി കൊടുത്തു.

'അയ്യോ സാർ ഞാൻ...'

'ഒര് കണ്ടക്ടറാകുമ്പോ കയറ്ന്ന യാത്രക്കാരെ ശ്രദ്ധിക്കണം അവന്റെ കൈയ്യിലെന്തെന്ന് നോക്കണം. ഇതൊര് മനുഷ്യ ജീവന്റെ പ്രശ്നാ.'

'അതു കൊണ്ടാണല്ലോ സാർ, ഞാൻ സ്റ്റേഷനിലേക്ക് വന്നത്.'

'സ്റ്റേഷനിലേക്ക് വന്നത്.' എസ്.ഐ പല്ലുറുമ്മി കൊണ്ട് തുടർന്നു.

'ഇതൊര് പെണ്ണാണെങ്കിൽ താൻ സ്റ്റേഷനിലേക്ക് വര്യോ.'

'ഇത് മടിയിലിരുത്തി ഇറങ്ങി പോയതുകൊണ്ടല്ലേ.'

'അതാ ശരി, പെണ്ണാണെങ്കിൽ നീ കൈകാര്യം ചെയ്യും പിന്നെ ഈ ചരക്കും ഉണ്ടല്ലോ.'

ഉല്ലാസന് വീണ്ടും ഒരു കരച്ചിലിന്റെ ഒച്ച വന്നു.

'തന്റെ മൊട്ട കണ്ടാലറിയാ.... നീ ഏതോ ഗ്യാങ്ങിന്റെ ആളാ; സത്യം പറഞ്ഞില്ലെങ്കിൽ നിന്റെ കഥ ഞാൻ തീർക്കും'

ഉല്ലാസന്റെ കരച്ചിൽ യഥാരൂപത്തിൽ പുറത്തേക്കു വന്നു. കണ്ടക്ടർ രാജേന്ദ്രന് സങ്കടം തോന്നി.

'കുഞ്ഞിനെ താൻ വാങ്ങടോ.' എസ് ഐ ശബ്ദമുയർത്തി.

കണ്ടക്ടർ രാജേന്ദ്രൻ കുഞ്ഞിനെ വാങ്ങി. ചുമലിൽ കിടത്തി. ഉല്ലാസൻ കാലുകൾ നീട്ടി ഷർട്ടു കൊണ്ട് മുഖം തുടച്ച് സീറ്റിൽ ചാരി ഇരുന്നു.

പെട്ടെന്ന് തിരിഞ്ഞ എസ്.ഐ ഉല്ലാസന്റെ കോളർ കുട്ടി പിടിച്ച് ആക്രോശിച്ചു.

'നിന്റെ കുട്ടികളെ കടത്തി കൈയ്യും കാലും ഛേദിച്ച് ഭിക്ഷക്കാരാക്കുന്ന ടീമുണ്ടല്ലോ കൊന്ന് കുഴിച്ചുമൂടും ഞാൻ.'

ഉല്ലാസന്റെ തൊണ്ടയിൽ ശ്വാസം തടഞ്ഞു. കുപ്പായത്തിന്റെ ബട്ടണുകൾ തളർന്ന് ജീപ്പിനകത്ത് വീണു. ഉല്ലാസൻറ മൊട്ടയിൽ കിഴുക്കികൊണ്ട് എസ്.ഐ തുടർന്നു.

'ഇതിനെ നീ തന്നെ ഏറ്റെടുത്തോണം. എന്റെ പരിധിയിൽ ഒര് പ്രശ്നോം ഞാൻ വെച്ചു പൊറുപ്പിക്കില്ല.'

ഉല്ലാസൻ ശരിയായ രീതിയിൽ കരഞ്ഞു. കണ്ണുനീരൊപ്പി, മൂക്ക് ചീറ്റി. പെട്ടെന്ന് എസ്.ഐ അലറി.

'ജീപ്പിലിരുന്ന് മൂക്ക് ചീറ്റുന്നോ നിന്റെ മാസ്ക്കെവിടെ.'

സംഭവങ്ങൾക്കിടയിൽ മാസ്ക് അഴിഞ്ഞു പോയതൊന്നും ഉല്ലാസൻ അറിഞ്ഞില്ല.

'ഇതിനും നിന്റെ പേരിൽ കേസുണ്ടാകും നീ ഫൈനടക്കേണ്ടി വരും.'

ജീപ്പിലെ പോലീസുകാരൻ ഉല്ലാസന് ഒരു ക്ലിനിക്കൽ മാസ്ക് കൈമാറി. ഉല്ലാസൻ മാസ്ക് അണിഞ്ഞപ്പോൾ തന്നെ അത് നനയാൻ തുടങ്ങി.

മഞ്ഞ സാരിയുടുത്ത് റോഡരികലൂടെ നടന്നു പൊയ്ക്കാണ്ടിരുന്ന സ്ത്രീയുടെ അരികെ പോലീസ് ജീപ്പ് നിർത്തി. അവൾ തിരിഞ്ഞു നോക്കാതെ മുന്നോട്ടു നടന്നു.

ജീപ്പിൽ നിന്നും ഇറങ്ങിയ പോലീസുകാരൻ അവളുടെ അടുത്ത് ചെന്ന് കാര്യം പറഞ്ഞു. അവൾ എസ്.ഐ യുടെ അടുത്തേക്ക് വന്നു.

'നീ ഇപ്പോ ഏഴിലം ജംഗ്ഷനിൽ സ്റ്റേറ്റ് ബസ്സ് ഇറങ്ങിയതല്ലേ.'

'അയ്യോ സാർ.... ഞാൻ....'

'ബസ്സിൽ നിന്ന് ഒരഞ്ചു പവന്റെ സ്വർണ്ണ ചെയിൻ കിട്ടീട്ടുണ്ട്. അത് നിന്റേതാണോ എന്നറിയാനാ.'

അവളുടെ കൈ കഴുത്തിൽ തപ്പി നടന്നു.

'ചോദിച്ചതിന് പറയെടീ.'

'അല്ല സാർ എന്റെയല്ല.' വെപ്രാള രോഗം അവളിലും പടർന്നു.

'ബസ്സിൽ കയറി നീ ആരെയെങ്കിലും എന്തെങ്കിലും ഏൽപ്പിച്ചി

രുന്നോ.'

'ഇല്ല സാർ ഇല്ല എന്റെ കൈയ്യിൽ ഈ സഞ്ചിയേ ഉണ്ടായിരുന്നുള്ളു.'

'മുൻ സീറ്റിലിരുന്ന ഒരു ചെറുപ്പക്കാരന്റെ കൈയ്യിൽ നീ ഒരു കുഞ്ഞിനെ കൊടുത്തില്ലേ.'

എസ്.ഐ ജീപ്പിൽ നിന്നും ഉല്ലാസനെ വലിച്ചിറക്കി അവളുടെ മുന്നിലേക്ക് തള്ളി.

'ഇല്ല സാർ ഇല്ല; ഞാനൊന്നും കൊടുത്തില്ല.

ഉല്ലാസന്റെ എല്ലാ ഉശിരും ഉരുകിപ്പോയി.

'ഇവളുതന്നെയാ സാർ എന്റെ മടിയിൽ കുഞ്ഞിനെ ഇരുത്തിയത്. '

'അയ്യോ സാർ ഏത് കുഞ്ഞ് ഞാൻ കല്യാണം പോലും കഴിച്ചിട്ടില്ല.'

'കുഞ്ഞുണ്ടാകാൻ കല്യാണം കഴിക്കണോടീ' എസ്.ഐയോട് അവൾ പിന്നെ ഒന്നും പറഞ്ഞില്ല.

'സത്യം പറയെടി ആ കുഞ്ഞ് ആരുടേതാ.'

കണ്ടക്ടർ രാജേന്ദ്രൻ കുഞ്ഞിന്റെ രക്ഷിതാവെന്ന നിലയിൽ മുന്നോട്ടു നീങ്ങി നിന്നു.

'ഓ... ഈ കുഞ്ഞോ ഓ സാറേ കണ്ടക്ടരുടെ യൂനിഫോം കണ്ടപ്പഴാ ഓർത്തത്. ഞാൻ ബസ്സിൽ കയറിയപ്പോ ഈയാൾ മുൻ സീറ്റിലുണ്ടായിരുന്നു. സീറ്റിൽ നിന്ന് എഴുന്നേറ്റ് എന്നോട് ഇരുന്നോളാൻ പറഞ്ഞു ഇരുന്നാല് ഈ കുഞ്ഞിനെ മടിയിൽ വെക്കാമോന്ന് എന്നോട് ചോദിച്ചു.'

എസ്.ഐ ഉല്ലാസനെ അടിമുടി നോക്കി. കോളറിന്റെ പിറകിൽ കുത്തിപിടിച്ച് വലിച്ചു. ഉല്ലാസൻ മുട്ടുകുത്തി വീണു. മുട്ടുകാലിലേറ്റ മുറിവിൽ നിന്ന് രക്തം ജീൻസിനുള്ളിൽ പ്രതിഷേധിച്ചിറങ്ങി. ഉല്ലാസൻ അറിയാതെ നിലത്തിരുന്നു പോയി.

'ബാക്കി കൂടി പറയെടീ'

'പിറകിൽ സീറ്റുണ്ടായിരുന്നതു കൊണ്ട് ഞാൻ അങ്ങോട്ടു പോയി അവിടെ ഇരുന്നു. ഈ കണ്ടക്ടർ സാറ് ടിക്കറ്റ് തരുമ്പോ എന്റെ കൈയ്യിൽ ഈ സഞ്ചിയേ ഉണ്ടായിരുന്നുള്ളു. എന്റെ കൈയിൽ കുഞ്ഞുണ്ടായിരുന്നോ സാറെ'

'ഇല്ലായിരുന്നു എന്ന സത്യം തുറന്നു പറയാൻ കണ്ടക്ടർ രാജേന്ദ്രൻ തുനിഞ്ഞില്ല. മറവിയഭിനയത്തിന്റെ ചാരമിടുന്നതാണ് നല്ലതെന്ന് കണ്ടക്ടർക്ക് തോന്നി.

'കള്ളം പറഞ്ഞാൽ ഞാൻ നിന്നെ കൊണ്ട് പറയിപ്പിക്കും സൂക്ഷിച്ചോ.'

പോലീസുകാരനെ വിളിച്ച് അവളോട് തന്റെ ഫോണിലേക്ക് വിളി

ക്കാനും പേരും വിലാസവും വിവരങ്ങളും രേഖപ്പെടുത്താനും എസ്.ഐ നിർദ്ദേശിച്ചു.

തറയിൽ തളർന്ന് ഇരുന്ന ഉല്ലാസന്റെ തലക്ക് പിറകിൽ കൈയ്യിലെ സ്റ്റിക്ക് കൊണ്ട് എസ്.ഐ ശക്തിയായി ഇടിച്ചു. ഉല്ലാസൻ കമിഴ്ന്നടിച്ചു വീണു. അലർച്ചയോടെയായിരുന്നു വീഴ്ച. വീഴുന്നതിനിടെ ഉല്ലാസൻ ഉറക്കെ കരഞ്ഞു കൊണ്ടു പറഞ്ഞു.

'ഞാൻ നിരപരാധിയാണ് സാർ, സ്വന്തമായൊരു സെക്കനൻഡ് ബൈക്കു വാങ്ങാൻ പണമുണ്ടാക്കാൻ ഒരു ഡെലിവറി ബോയിയായി ജോലി ചെയ്യുകയാണ് ഞാൻ. എന്നെ കൊല്ലരുത് സാർ.'

'സെക്കനൻഡ് ബൈക്കിന് പണമുണ്ടാക്കാൻ നീ എന്തും ചെയ്യും അല്ലേടാ.' എസ്ഐ ഉല്ലാസന്റെ ദേഹത്ത് ആഞ്ഞു ചവിട്ടി. സ്വബോധം നഷ്ടപ്പെടുന്നതായി ഉല്ലാസന് തോന്നി. ക്രമേണ ഉല്ലാസൻ ബോധരഹിതനായി. കാഴ്ച കാണാനാവാതെ കണ്ടക്ടർ രാജേന്ദ്രൻ പുറം തിരിഞ്ഞു നിന്നു. കണ്ണു തുറന്ന കുഞ്ഞ് ചെറുതായൊന്നുകരഞ്ഞു. പോലീസുകാരൻ ജീപ്പിലെ വാട്ടർ ബോട്ടിലുമായി ഓടിയെത്തി. അടപ്പ് തുറന്ന് ഉല്ലാസന്റെ മുഖത്ത് തളിച്ചു. ഉല്ലാസൻ കണ്ണു തുറന്നില്ല.

വീണ്ടും തളിച്ചു ഒരനക്കവുമുണ്ടായില്ല.

എസ്.ഐ വാട്ടർബോട്ടിൽ വാങ്ങി വെള്ളം മുഖത്തൊഴിച്ചു. ഉല്ലാസൻ മെല്ലെ അനങ്ങി. വീണ്ടും വീണ്ടും വെള്ളമൊഴിച്ചു. ഉല്ലാസൻ കണ്ണു തുറന്ന് ചാടി എഴുന്നേറ്റു. ഒച്ചയെടുത്ത് ചോദിച്ചെങ്കിലും ശബ്ദം നേർത്ത തോതിലേ പുറത്തുവന്നുള്ളു.

'കുട്ടിയെവിടെ: കുട്ടിയെവിടെ.'

'കുട്ടി ഗെയിറ്റിലുണ്ട് നീ എന്തേ ഇന്ന് വൈകി പോയത്' ഉല്ലാസന്റെ അമ്മ ചോദിച്ചു. മൂസ്സക്കുട്ടി വന്നിട്ടെത്ര നേരമായി.'

ഉല്ലാസൻ ചുറ്റുപാടും നോക്കി. ഇത് എന്റെ മുറി, എന്റെ കട്ടിൽ, മുന്നിൽ എന്റെ അമ്മ. കുഞ്ഞെവിടെ, മഞ്ഞ സാരി എവിടെ, എസ്.ഐയും കണ്ടക്ടർ രാജേന്ദ്രനും പോലീസുകാരുമെവിടെ. സ്വപ്നമായിരുന്നോ ഇത്.

അതെ. ഈ അനിർവചനീയ പർവ്വം ഒരു സ്വപ്നമായിരുന്നു. ഈ മാറുന്ന കാലഘട്ടത്തിൽ ഹോം ഡെലിവറി ഓർഡർ ചെയ്യുന്നവർക്കും ഡെലിവറി നടത്തുന്ന ജീവനക്കാർക്കും ഈ സ്വപ്നം ഒരു വോയ്സ് ക്ലിപ്പായി അയച്ചു തന്ന എന്റെ സഹോദരനും അതിന്റെ ഉടമയായ അജ്ഞാത സുഹൃത്തിനും ഈ കഥ ആദരപൂർവ്വം സമർപ്പിക്കുന്നു.

ശബ്ദവും വെളിച്ചവും

അസിസ്റ്റന്റ് അജിയോട് തലേന്ന് വിളിച്ചു പറഞ്ഞതു കൊണ്ട് അവൻ കാലത്തു തന്നെ എത്തിയിരുന്നു. പൂട്ടിയിട്ട കടയുടെ വരാന്തയിൽ കൈയിലെ ടവ്വൽ വിരിച്ച് അവൻ കാത്തിരുന്നു. ഓണർ ചന്ദ്രേട്ടൻ എത്തണം. എത്ര കാലമായി പണി ആവശ്യത്തിനായി കട തുറന്നിട്ട്. ലൈറ്റ് ആന്റ് സൗണ്ട്, കല്യാണ പന്തൽ തുടങ്ങിയ ആവശ്യങ്ങൾക്കുള്ള വാടക സാധനങ്ങൾ വിതരണം ചെയ്യുന്ന ചന്ദ്രാസ്റ്റോർ. നാട്ടിലെ എണ്ണപ്പെട്ട ഒരു സ്ഥാപനമാണത്. ചന്ദ്രാസ്റ്റോറിലെ ഏതെങ്കിലും ഒരു സാമഗ്രിയില്ലാതെ മൈനാടത്തും തൊട്ടടുത്ത മുത്തത്തിയിലും ഒരു വിശേഷവും നടക്കുകയില്ല.

കല്ല്യാണം മരണം തുടങ്ങി, രാഷ്ട്രീയ പാർട്ടിക്കാരുടെയും ക്ലബ്ബുകളുടെയും പരിപാടികൾക്കും, മതപരമായ ചടങ്ങുകൾക്കും ഉത്സവങ്ങൾക്കും പന്തലും ലൈറ്റ് & സൗണ്ടും മറ്റ് സൗകര്യങ്ങളും ചന്ദ്രാസ്റ്റോറിന്റെ വകയായിരിക്കും. വാടകസാധന വിതരണത്തിന്റെ നാട്ടിലെ കുത്തകക്കാരനാണ് ചന്ദ്രൻ. മനുഷ്യ പറ്റുള്ള മനുഷ്യൻ. അറുത്തു മുറിക്കുന്ന ചാർജ്ജുകളൊന്നും ചന്ദ്രന്റെ പ്രോഗ്രാമിലില്ല. മാത്രമല്ല മരണം നടന്ന വീടുകളിലെ പന്തലും കസേരകളും ചന്ദ്രന്റെ വക സൗജന്യമായിരിക്കും. അത് ഉള്ളവനായാലും ഇല്ലാത്തവനായാലും ആ കാര്യത്തിൽ മാവേലിയാണ് ചന്ദ്രൻ.

എന്നും സ്കൂട്ടറിൽ സഞ്ചരിക്കുന്ന ചന്ദ്രൻ കടയിലേക്ക് കാൽ നടയായിട്ടാണ് എത്തിയത്.

'വണ്ടിയെവിടെ ചന്ദ്രേട്ടാ' അജി കണ്ടയുടനെ ചോദിച്ചു.

'അത് കഴിഞ്ഞാഴ്ച കൊടുത്തെടാ'

അജി ഒന്നും പറഞ്ഞില്ല. അത്യാവശ്യം അവനും ആ വണ്ടി ഉപയോഗിക്കാറുണ്ട്. കട തുറക്കാൻ താക്കോല് കൈമാറുന്നതിനിടെ ആരോടെന്നില്ലാതെ ചന്ദ്രൻ പറഞ്ഞു.

'രക്ഷയില്ലയില്ലട അജി തോറ്റുപോയി.'

അജി പൂട്ടു തുറന്നു. ഷട്ടറിന്റെ പിടിയിൽ മാറ്റി കൊളുത്തി. ഷട്ടർ തുറന്നു. മൂടി കെട്ടിയ വകയിലുള്ള പഴക്കത്തിന്റെ വാട മാസ്ക്കുണ്ടായിട്ടും മൂക്കിലേക്ക് ഇടിച്ചു കയറുന്നു. അജി മാസ്ക് നേരെയിട്ടു. ചിലന്തി

വല കൈകൊണ്ട് മാടിയൊതുക്കി ചന്ദ്രൻ ഷോപ്പിനകത്തേക്കു കയറി. രണ്ടു ദിവസം തുറന്നോളാൻ സർക്കാർ പറഞ്ഞതല്ലേ. ലൈറ്റ് ആന്റ് സൗണ്ട് സ്ഥാപനവും സാമഗ്രികൾ വാടകക്ക് കൊടുക്കുന്ന സ്ഥാപനവും രണ്ടു ദിവസം തുറന്നാൽ ലക്ഷങ്ങളുടെ കോളല്ലേ. ഇതൊക്കെ തീരുമാനങ്ങളായി എഴുതി വെയ്ക്കുന്നവർ ഈ ലോകത്തല്ലേ ജീവിക്കുന്നത്. ലൈറ്റ് ആന്റ് സൗണ്ടുകാരും പന്തലുകാരും രണ്ടു ദിവസം തുറന്നു വെക്കുന്നതുകൊണ്ട് ആർക്കുണ്ട് പ്രയോജനം.

കല്ല്യാണങ്ങൾ മുടങ്ങി. നടക്കുന്നവ തന്നെ വീട്ടു വരാന്തയിൽ ഒതുങ്ങുന്നു. ആകെ ഇരുപത് പേരല്ലേ. എന്തിനാണ് പന്തൽ. രാഷ്ട്രീയ പാർട്ടിക്കാരാണെങ്കിൽ ഓൺലൈൻ മീറ്റിംഗല്ലേ. പൊതു പരിപാടികളിൽ അഞ്ചോ പത്തോ ആളുകൾ മാത്രം. അവിടെയും എന്തിന് പന്തൽ. ഇരുന്നു കൊണ്ടുള്ള സമരം ഒഴിവാക്കി എല്ലാവരും നിൽപ്പ് സമരമല്ലേ. എന്തിന് കസേരകൾ. പ്രസംഗമുണ്ടെങ്കിലല്ലേ മൈക്ക് വേണ്ടൂ. പുറത്തിറങ്ങിയാൽ ആറുമണിയോടെ വീടണയുന്ന ചില്ലറ ആളുകൾക്ക് എന്തിന് ലൈറ്റ്.

ചന്ദ്രന്റെ മനോവിഷമം വല്ലാതെ വിങ്ങുന്നു. പരമ്പരാഗതമായി നടത്തി വന്ന സ്ഥാപനം അച്ഛന്റെ കൈയിൽ നിന്ന് അദ്ദേഹത്തിന്റെ കാലശേഷം മാറി കിട്ടിയതാണ്. പിന്നെ ബാങ്ക് ലോണെടുത്തും കൈയ്യിലുള്ള പണമിറക്കിയും സാധന സാമഗ്രികൾ സംഘടിപ്പിച്ചും, പ്രത്യേകിച്ച് മൈക്കും ബോക്സും സി.എഫ്.എല്ലും എൽ.ഇ.ഡി.യും ആംപ്ലിയും ബാറ്ററിയും ടാർപോളിനും പൊളിത്തീൻഷീറ്റും ആവശ്യത്തിന് തകരഷീറ്റും മുളകളും മരക്കാലുകളും ചെമ്പ്, ഇൻഡാലിയം, അലുമിനിയം സ്റ്റീൽ പാത്രങ്ങളും എന്നു വേണ്ട. എല്ലാ ഇനങ്ങളും വാടകക്ക് കൊടുക്കാൻ ശേഖരിച്ചുവെച്ച ചന്ദ്രാസ്റ്റോർ. കൂടാതെ മൂലയിൽ ഒതുങ്ങിയ കോളാമ്പിയും വാലൻ കോളാമ്പിയും. സംഘടനാ സമ്മേളനങ്ങളിൽ അവ കാഴ്ചവസ്തുക്കളായി മാറിയിട്ട് കാലമെത്രയായി.

കടയൊക്കെ വൃത്തിയാക്കണം. എല്ലാ ഉപകരണങ്ങളും പരിശോധിക്കണം. മിക്കവയും ഉപയോഗ ശൂന്യമായിട്ടുണ്ടാകുമെന്ന് ഉറപ്പ്. ചൂലുകൊണ്ട് പൊടിപടലങ്ങളും ചിലന്തിവലകളും തട്ടിയൊതുക്കി അജി ചന്ദ്രന്റെ നിർദ്ദേശങ്ങൾക്കായി കാത്തു നിന്നു.

'യെടാ അജി ആംപ്ലിയും ബോക്സും മൈക്കുമെല്ലാം ചെക്ക് ചെയ്യണം. വാൾ ഫാനും സീലിങ്ങും പെഡലും ചെക്ക് ചെയ്യണം. നീ രണ്ട് ടേബിളെടുത്ത് വരാന്തയിലിട്. വൈറ്റ് സൈഡ് കർട്ടൻ വിരിച്ചോ. മുഷിഞ്ഞത് വേണ്ട നിറയെ ബാലൻ മൂട്ട കാണും.'

അജി രണ്ട് ടേബിളെടുത്ത് വരാന്തയിൽ ചേർത്തിട്ടു. മൂന്നു നാല്

ചെയറുമിട്ടു. മടക്കി വെച്ച സൈഡ് കർട്ടൻ നിവർത്തി മേശമേൽ വിരിച്ചു.പോക്കറ്റിലെ കൊച്ചു മൊബൈലും കഴിക്കാനുള്ള ഗുളികയുടെ കവറും അരയിൽ തിരുകിയ പേഴ്സും ചന്ദ്രൻ ടേബിളിൽ വെച്ചു.

അജി സൗണ്ട് ബോക്സുകൾ ഒരോന്നോയി വരാന്തയിൽ ഇറക്കി. മൈക്കുകൾ മേശമേൽ നിരത്തിയിട്ടു. മെയിൻ സ്വിച്ച് ബോർഡിൽ നിന്നും കണക്ഷനെടുത്ത് ആംപ്ലിയിൽ കൊടുത്തു മൈക്കിലേക്കും ബോക്സിലേക്കും കണക്ട് ചെയ്തു. മൈക്കിൽ വിരലു കൊണ്ട് തട്ടി നോക്കി. ശബ്ദമില്ല. ഹലോ ഹലോ എന്ന് പറഞ്ഞിട്ടും മൈക്കെടുത്തില്ല. അജി മൈക്കുകൾ മാറ്റി മാറ്റി കണക്ട് ചെയ്തു. ഒന്നും ഒച്ചവെച്ചില്ല. എല്ലാറ്റിന്റെയും കണക്ഷൻ പരിശോധിച്ചു. വയറിന്റെ നിലവാരം നോക്കി. ടെസ്റ്ററെടുത്ത് സപ്ലൈ നോക്കി. ആംപ്ലിക്ക് തകരാറുണ്ട്. അതെടുത്ത് മാറ്റി. മറ്റൊന്ന് ഫിറ്റ് ചെയ്തു. കണക്ഷൻ പരിശോധിച്ചു. എന്നിട്ടും മൈക്ക് ശബ്ദമെടുത്തില്ല. മൈക്ക് മാറ്റാൻ ചന്ദ്രൻ നിർദ്ദേശിച്ചു. അജി മൂന്നു നാല് മൈക്കെടുത്ത് മുന്നോട്ടു നീക്കി. അതിൽ ഒരെണ്ണം ഒച്ച വെച്ചു.

'ഹലോ ഹലോ മൈക്ക് ടെസ്റ്റ് മൈക്ക് ടെസ്റ്റ്, അജി വീണ്ടും വീണ്ടും പറഞ്ഞു പലപ്പോഴും ശബ്ദം മുറിഞ്ഞു തീർന്നു. എല്ലാ ഉപകരണങ്ങളും ചന്ദ്രൻ മറ്റൊരു ബോക്സിൽ കണക്ട് ചെയ്തു. ആംപ്ളി മാറ്റി മറ്റൊന്നു വെച്ചു. ബോക്സ് വേറൊന്നു വെച്ചു. ടെസ്റ്റുകൾ മുറയ്ക്കു നടന്നു. ചന്ദ്രൻ ദേഹാസ്വാസ്ഥ്യത്തിനുള്ള ഗുളിക എടുത്ത് മാറ്റിവച്ചു.

അജി ബോക്സുകൾ ഓരോന്നായി വരാന്തയിൽ ഇറക്കി വെച്ചു. ആംപ്ളിയെടുത്ത് മെയിൻ സ്വിച്ച് ഓണാക്കി കണക്ഷൻ കൊടുത്തു. മൈക്ക് എടുത്ത് ആംപ്ളിയിൽ കൊടുത്ത് ബോക്സിലേക്ക് കണക്ട് ചെയ്തു. മൈക്ക് വിരലുകൊണ്ട് തട്ടി നോക്കി. ഒച്ചയില്ല. ഹലോ ഹലോ എന്നു പറഞ്ഞെങ്കിലും മൈക്ക് എടുത്തില്ല. എല്ലാറ്റിന്റെയും കണക്ഷൻ പരിശോധിച്ച് മൈക്ക് മാറ്റാൻ ചന്ദ്രൻ പറഞ്ഞു. അജി മൈക്ക് മാറ്റി: ഹലോ ഹലോ മൈക്ക് ടെസ്റ്റ്, മൈക്ക് ടെസ്റ്റ് വീണ്ടും വീണ്ടും അതു തന്നെ പറഞ്ഞു. ഒന്നിനും രക്ഷയില്ല. അജി മൈക്ക് ടെസ്റ്റ് ആവർത്തിച്ചു കൊണ്ടേയിരുന്നു. എല്ലാ ഉപകരണങ്ങളും ചന്ദ്രൻ മറ്റൊരു ബോക്സിന് കണക്ട് ചെയ്തു. ആംപ്ളി മാറ്റി മറ്റൊന്നു വെച്ചു... ബോക്സും മാറ്റി. എല്ലാ ഉപകരണങ്ങളും പരിശോധിക്കാൻ അജി മനസ്സിലുറച്ചു.

മറ്റൊരു മൈക്ക് ഫിറ്റ് ചെയ്ത് അജി ശബ്ദമുണ്ടാക്കി. ബോക്സ് അതേറ്റു പറഞ്ഞു. ശബ്ദത്തിന് വല്ലാത്ത ചിലപ്പായിരുന്നു. കണക്ഷനുകൾ പരിശോധിച്ച് വീണ്ടും ഹലോ ഹലോയെന്നു പറഞ്ഞു. ശബ്ദത്തിന് നല്ല വ്യക്തത വന്നു.

ഹലോ ഹലോ മൈക്ക് ടെസ്റ്റ്, മൈക്ക് ടെസ്റ്റ് അജി മൈക്ക് ഓപ്പറേ

റ്ററുടെ ഈണത്തിൽ ചൊല്ലി. വളരെ നാളുകൾക്ക് ശേഷം ചന്ദ്രാസ്റ്റോറിൽ നിന്നുള്ള ഹലോ വിളികൾ നാടിനെ സ്പർശിച്ചു.

പലരും വീടുകളിൽ നിന്നും ചന്ദ്രാസ്റ്റോറിന്റെ സാന്നിദ്ധ്യം കേട്ടറിഞ്ഞു.

മൈക്ക് ടെസ്റ്റ് നടന്നു കൊണ്ടിരിക്കെ ചന്ദ്രൻ അജിയോട് പറഞ്ഞു.

'അജി, നീ ചെന്ന് കവലേല് കട തുറന്നിട്ടുണ്ടാകും. ഒരു കുപ്പി വെള്ളം വാങ്ങി വാ.'

പെട്ടെന്ന് ഓർക്കാതെ അജി വണ്ടിയുടെ ചാവിക്ക് ചോദിച്ചു പോയി.

ചന്ദ്രൻ പറഞ്ഞു.

'വണ്ടി ഞാൻ കൊടുത്തു മുപ്പതിനായിരം കിട്ടി. ഇക്കാലം നിനക്കൊന്നും തന്നില്ലല്ലോ ഇന്നാ.'

മടിക്കുത്തിൽ നിന്ന് പണമെടുത്ത് എണ്ണി പതിനായിരം രൂപ അജിക്ക് കൊടുത്തു.

'ചന്ദ്രേട്ടാ എനിക്കിപ്പോ....'

എനിക്കറിയാം നീ ഇപ്പോ ഹോം ഡെലിവറിക്ക് പോകുന്നുണ്ടല്ലേ ; എന്നാലും ഞാൻ തരേണ്ടത് തരണ്ടേടാ.'

അജി മടിച്ചു മടിച്ചത് വാങ്ങി.

ചന്ദ്രൻ തുടർന്നു. 'ഉസ്മാൻ ഗൾഫിൽ പോകുമ്പോ അഞ്ച് കൊല്ലം മുമ്പ് എന്നെ ഏൽപ്പിച്ചതാ നിന്നെ.'

അജി ചിരിച്ചു.

'പത്തായിരം ഇന്നലെ ഞാൻ ഭാര്യടെ കൈയ്യീകൊടുത്തു. മക്കളും അവളുടെ വീട്ടിൽ പോയിട്ട് മാസങ്ങളായില്ലേ. ഞാനെന്തെങ്കിലുമൊക്കെ ചെയ്യേണ്ടേ. ഇനി ഇതിനകത്തെ സാധനങ്ങൾ വിൽക്കാന്ന് വെച്ചാ, ആവശ്യക്കാര് വേണ്ടേ, ഇത് വാങ്ങിയാ, ഉപയോഗപ്പെടേണ്ടേ, ഒര് പതിനായിരം എന്റെ ഉക്കത്തുണ്ട്. ആവശ്യം വരും. നീ ഏതായാലും വെള്ളം വാങ്ങി വാ. ഗുളിക കഴിക്കാനുണ്ട്.'

'ചന്ദ്രേട്ടനെന്താ അസുഖം.'

'മൊത്തത്തില് അസുഖം തന്ന്യാ... കാക്കാമണിക്കൂറു കൂടുമ്പോ ഓരോന്ന് കഴിക്കണം. പത്തിരുപതെണ്ണമുണ്ട്... എന്ത് ചെയ്യാനാ, വരുമാനം നിലച്ചപ്പോ രോഗിയായിപ്പോയി.'

അജി കുപ്പിവെള്ളം വാങ്ങി പെട്ടെന്നു വന്നു.

ബോക്സുകൾ മാറ്റിയും മൈക്കുകൾ മാറ്റിയും പരിശോധന തുടർന്നു കൊണ്ടിരുന്നു. ഇതൊക്കെ നീ നോക്ക് എന്നു പറഞ്ഞ് ചന്ദ്രൻ പന്തൽ സാധനങ്ങൾ പരിശോധിക്കാൻ കടയുടെ അകത്തേക്ക് കയറി.

മൈക്കിലൂടെ അജി ടെസ്റ്റുകൾ നടത്തികൊണ്ടിരുന്നു. മൈക്ക് സെറ്റ് വാടകക്കെടുത്ത് പണം തരാനുള്ള പെരുച്ചാഴി സുന്ദരൻ റോഡിലൂടെ

പോകുന്നതു കണ്ട് അജി ചന്ദ്രൻ കേൾക്കേ പറഞ്ഞു.

'അതാ പെരുച്ചാഴി സുന്ദരൻ പോണു. അയ്യായിരം തരാനില്ലേ.'

ഓണായ മൈക്കു വഴി ബോക്സ് ഈ വിവരം സുന്ദരനെ അറിയിച്ചു. കോപം വന്ന സുന്ദരൻ കടയിലേക്ക് പാഞ്ഞു കയറി.

'എന്താടാ ആളും തരോം നോക്കാതെ പെരുമാറിയാലുണ്ടല്ലോ.'

അജി ചെറുതായൊന്ന് നടുങ്ങി. ചന്ദ്രൻ വരാന്തയിലേക്ക് ഇറങ്ങി വന്നു.

'മൈക്കിലൂടെ ഇവനെന്നെ അപമാനിച്ചു.'

'വിളിച്ചതല്ല സുന്ദരാ അങ്ങിനെ പറ്റി പോയതാ. കഴിഞ്ഞ ഇലക്ഷന് മൈക്ക് കെട്ടിയ വക തരാനുള്ളത് എന്നെ ഓർമ്മപ്പെടുത്ത്യതാ.'

'അതിന് മൈക്ക് കെട്ടി പറയണോ, പണം കൈയ്യില് വന്നാ തരും.'

സുന്ദരൻ പണം കൊടുക്കാനുള്ള വിവരം ബോക്സിന്റെ ശബ്ദമെത്തുന്ന പരിധി വരെയുള്ള നാട്ടുകാരറിഞ്ഞു.

പലരും വീട്ടിനകത്തുനിന്നും പുറത്തിറങ്ങി റോഡിലേക്ക് വന്നു.

അജിയോടായി ചന്ദ്രന് പറയണമെന്ന് തോന്നി. പെരുച്ചാഴി തോറ്റ സ്ഥാനാർത്ഥിയല്ലേ, ജയിച്ചവനും സെറ്റിന്റെ പണം തന്നില്ലല്ലോ. എന്നിട്ടല്ലേ തോറ്റവൻ. അത് ചന്ദ്രൻ മനസ്സിൽ പറഞ്ഞു.

ചന്ദ്രന്റെ കട തുറന്നതു കൊണ്ടും ഉച്ചഭാഷിണിയുടെ ശബ്ദം കേട്ടും പലരും കടക്ക് സമീപമെത്തി.

സുന്ദരൻ അജിയെ അടിക്കാൻ കൈയ്യോങ്ങിയപ്പോൾ അജിയുടെ അയ്യോ തല്ലുന്നേ എന്ന വിലാപവും മൈക്ക് ബോക്സിന് നൽകി നാട്ടുകാർക്ക് കൈമാറി. അകത്ത് ഗുളിക കഴിക്കാൻ കയറിയ ചന്ദ്രൻ പുറത്തേക്കുവന്നു. പന്തികേടു തോന്നിയ സുന്ദരൻ പെട്ടെന്ന് നടന്നു നീങ്ങി. അജിയുടെ മൈക്ക് ടെസ്റ്റ് തുടർന്നുകൊണ്ടേയിരുന്നു. കടയിലെത്തിയ സലാം ഹാജി ഒരു സ്വകാര്യമെന്ന മട്ടിൽ ചന്ദ്രനോട് ചില്ലറ കാര്യം പറഞ്ഞു.

'കുഞ്ഞാപ്പയുടെ ബീവി കോവിഡ് കാരണം പത്ത് മിനുട്ടു മുമ്പ് ആശുപത്രിയിൽ വെച്ച് മയ്യത്തായി. മയ്യത്ത് വീട്ടിലെത്തൂല അതൊന്ന് മൈക്കിൽ പറഞ്ഞാലോ.'

അത് നല്ല കാര്യമാണെന്ന് ചന്ദ്രന് തോന്നി. സംഭവമറിഞ്ഞ അജി മൈക്കിലൂടെ അത് നാട്ടുകാർക്ക് നൽകി.

മാസ്കിട്ട നാട്ടുകാർ അങ്ങിങ്ങ് റോഡിലിറങ്ങി. റോഡിലിറങ്ങിയ നാട്ടുകാരെ കണ്ട് അജി മൈക്കിലൂടെ പറഞ്ഞു.

'എല്ലാവരും മാസ്ക്കിടണം. സാമൂഹിക അകലം പാലിക്കണം. അനാവശ്യമായി ആരും പുറത്തിറങ്ങരുത്.' കുപ്പി വെള്ളത്തിന് കടയിൽ പോയി തിരികെ വരുമ്പോൾ വാങ്ങിയ സാനിറ്റൈസർ ബോട്ടിൽ ഉയർ

ത്തി, 'ഇത് കൈയ്യിൽ പുരട്ടി കൊറോണ വൈറസിനെ നമ്മുക്ക് ഓടിക്കാം.' മാസ്ക്കിനുള്ളിൽ നാട്ടുകാരിൽ പലരും ചിരിച്ചു. ചന്ദ്രന്റെ അസിസ്റ്റന്റ് പറഞ്ഞത് കാര്യമല്ലേയെന്ന് പലർക്കും തോന്നി. ആശാരി പണി ചെയ്യുന്ന അച്ച്യുതനെ കൂട്ടത്തിൽ കണ്ടപ്പോൾ മൈക്കിലൂടെ അജി പറഞ്ഞു.

'അച്ചുവേട്ടാ ബോക്സിന്റെ ഫ്രെയിം വർക്ക് ഏറെ ചെയ്യാനുണ്ട്. ഒന്നു വന്നു നോക്കണം.'

അച്ച്യുതനാശാരി ഷോപ്പിനകത്തേക്ക് കയറി. വർക്കിന്റെ കണക്കെടുപ്പ് തുടങ്ങി. യുവ നേതാവ് ഹാഷിം പതുക്കെ വന്ന് മൈക്കെടുത്ത് എല്ലാവരും കേൾക്കാനായി പറഞ്ഞു.

'നൂർ മഹലിലെ അന്ത്രുമാന്റെ ശ്രദ്ധയ്ക്ക് ക്വാറന്റൈനിൽ കഴിയുന്ന ആളുകൾക്കും രോഗം ബാധിച്ച ആൾക്കുമുള്ള സംഘടനയുടെ ഭക്ഷണക്കിറ്റ് ഗെയിറ്റിന് പുറത്ത് വെച്ചിട്ടുണ്ട്. പെട്ടെന്നെടുക്കണം.'

ഹാഷിം ഭക്ഷണക്കിറ്റുമായി നൂർമഹലിലേക്ക് ചെന്നു. സ്ഥലത്തെ ഹാസ്യ താരം മൈനാടൻ മധു റോഡരികിൽ എത്തി. അജിയുടെ സ്നേഹിതനാണ് അയാൾ.

'മൈനാടത്തെയും മുത്തത്തിയിലെയും ജനപ്രിയ ഹാസ്യ കലാകാരൻ മൈനാടം മധു ഇവിടെ എത്തിയിട്ടുണ്ട്. ഒരു പരിപാടി അവതരിപ്പിക്കാൻ ഈ കോവിഡ് കാലത്ത് കൊതിയുണ്ടെന്നറിയാം. പരിപാടി അവതരിപ്പിക്കുവാൻ മധു മൈനാടത്തെ ആദരപൂർവ്വം ക്ഷണിക്കുന്നു.'

ആളുകൾ കുറേക്കൂടി ഉഷാറായി. സാമൂഹിക അകലം പൊളിഞ്ഞു തുടങ്ങി. മധു മൈനാടം മൈക്കെടുത്ത് നാട്ടുകാരോടായി പറഞ്ഞു.

'മൈക്കിൽ പറഞ്ഞിട്ട് കാലം മറന്നു. എന്നാലും ഈ അവസരം തന്ന ഇലക്ട്രീഷ്യൻ അജിയോട് നന്ദി പറയുന്നു. പറയാനുള്ളത് വേറൊന്നുമല്ല. എനിക്ക് ലോട്ടറി അടിച്ചു.'

നാട്ടുകാർ ഞെട്ടി.

പത്തും ഇരുപതുമല്ല എഴുപത്തിയഞ്ചു ലക്ഷം രൂപ. കഴിഞ്ഞാഴ്ചയാണ് ടിക്കറ്റെടുത്തത്. ഇന്ന് തിങ്കളാഴ്ച. ഇനി തമാശ പരിപാടിക്കൊന്നും എന്നെ കിട്ടില്ല. ബിസിനസ്സ് തുടങ്ങണം.

നാട്ടുകാർ പരസ്പരം നോക്കി. ഓരോരുത്തരുടെയും മുഖഭാവം പുറത്തറിയാതിരിക്കാൻ മാസ്ക് ആത്മാർത്ഥമായി ശ്രമിച്ചു കൊണ്ടിരുന്നു മധു മൈനാടം തുടർന്നു. ശനിയാഴ്ച ടിക്കെറ്റെടുത്തു. ഞാൻ ഉറങ്ങിയെഴുനേറ്റപ്പോൾ ഞായറാഴ്ച കാലത്ത് പതിനൊന്ന് മണി. അപ്പോഴാണ് സംഭവമറിഞ്ഞത്. അത് തനി സ്വപ്നമായിരുന്നു.

ജനം ചിരിച്ചു. 'ഓനൊര് സാധനം തന്നെ. പഹയൻ.' അപ്പറഞ്ഞത്

മൈക്ക് ബോക്സിന് നൽകി നാട്ടുകാരെ അറിയിച്ചു.

ചന്ദ്രൻ സ്റ്റോറിനകത്തു നിന്ന് നാലാമത്തെ ഗുളിക കഴിച്ചു. റിപ്പയർ ചെയ്യേണ്ട ബോക്സുകളുടെ എണ്ണം സംബന്ധിച്ച് അച്ച്യുതൻ ആശാരി കണക്കെടുപ്പ് നടത്തി പുറത്തിറങ്ങി.

ചന്ദ്രൻ അജിയോട് പറഞ്ഞു.

'ടെയിലർ പവിത്രനെ വിളിക്കണം. കർട്ടൻ മിക്കതും എലി കരണ്ടു.'

അജി മൈക്കിലൂടെ പറഞ്ഞു. 'ടെയിലർ പവിത്രേട്ടൻ ഇതുവരെ വരണം, കർട്ടൻസെല്ലാം എലി തിന്നു. രക്ഷപ്പെടുത്താവുന്നവയെ രക്ഷപ്പെടുത്തണം.'

ഡബ്ബിൾ മാസ്ക് നേരെയാക്കി പവിത്രൻ ചന്ദ്രാസ്റ്റോറിലേക്ക് കയറി. ചന്ദ്രനുമായി സംസാരിച്ച് കർട്ടന്റെ സ്ഥിതി മനസ്സിലാക്കി. ചന്ദ്രൻ അഞ്ചാമത്തെ ഗുളിക കഴിച്ചു. അതു കണ്ടപ്പോൾ പവിത്രൻ ഗുളികയുടെ കാര്യം ചോദിച്ചു.

'ദേഹം മുഴുവനും വേദനയാ, ഡോക്ടരെ കാണിച്ചു. കുഴപ്പമൊന്നു കാണാനില്ലെന്നാ ഡോക്ടറ് പറഞ്ഞത്. പ്രശ്നം മനസ്സിനാ അതല്ലേ കാലം.'

'വെഷമിക്കണ്ട ചന്ദ്രാ ഇതൊക്കെ മാറും.'

'എവിടെ മാറാനാ പവി, എത്രയാ നഷ്ടം. ബാങ്ക് ലോണെടുത്ത് വാങ്ങിയതാ. അതും വീട്ടിന്റെ ലോണും എല്ലാം ജപ്തിയിലാ. പിന്നെ മോൾക്ക് അന്വേഷണം വന്നു. തൽക്കാലം തരപ്പെടില്ലെന്ന് പറഞ്ഞ് ഒഴിവാക്കി. കണ്ണൂർകാർക്ക് സ്ത്രീധനമില്ലങ്കിലും രണ്ട് പവനിട്ട് നടക്കാൻ മോൾക്കു ആശയുണ്ടാകില്ലേ.'

പവിത്രൻ ചന്ദ്രന്റെ പുറത്തു തട്ടി. നീ മരുന്ന് മറക്കണ്ട, ചന്ദ്രൻ ആറാമത്തെ ഗുളിക കഴിച്ചു.

അജിയുടെ പുതിയ ഹോം ഡെലിവറിയുടെ കാര്യം ആരോ അന്വേഷിച്ചപ്പോൾ അവന്റെ മറുപടി ബോക്സ് നാട്ടുകാരെ കേൾപ്പിച്ചു.

'ചന്ദ്രേട്ടൻ സ്റ്റോറ് തുറന്നാൽ എന്റെ ഹോം ഡെലിവറി സ്റ്റോപ്പാക്കും.

'പന്തല്കാരും ലൈറ്റ് ആന്റ് സൗണ്ടുകാരും രണ്ടുദിവസം തുറന്നതു കൊണ്ടെന്താ നിങ്ങളെയൊക്കെ കാണാനായി അത്ര തന്നെ.'

ഇലക്ട്രിക് ഉപകരണങ്ങൾ പരമാവധി പരിശോധിച്ച് റിപ്പയർ ചെയ്യേണ്ടവ മാറ്റി വെച്ചു. ഉപയോഗിക്കാൻ പറ്റുന്നവ പൊതിഞ്ഞു കെട്ടി അജിയും ചന്ദ്രനും മുറിക്കകത്ത് ഒതുക്കി വെച്ചു.

'ചന്ദ്രേട്ടാ ഗുളിക' അജി ഓർമ്മിപ്പിച്ചു. ചന്ദ്രൻ നേരം തെറ്റിയ ഗുളിക കൂടി ഒന്നിച്ചു കഴിച്ചു.

റോഡിലൂടെ നടന്നു പോകുകയായിരുന്ന സുബൈദയോട് അജി

മൈക്കിലൂടെ ചോദിച്ചു.

'സുബൈദ താത്താ വിശേഷം വല്ലതു മുണ്ടോ, സുബൈദ ചിരി മാസ്കിൽ മറച്ച് നാലു വിരൽ ഉയർത്തി കാണിച്ചു. ആറു മാസം മുമ്പ് കോവിഡിന്റെ രൂക്ഷ കാലത്ത് ആരെയും ക്ഷണിക്കാതെ കഴിച്ച കല്യാണമാണ്. സാമൂഹിക അകലം പാലിച്ചില്ല എന്നത് വാസ്തവം.

ചന്ദ്രൻ സാധനങ്ങളുടെ ലിസ്റ്റ് തയ്യാറാക്കി. പാചക മൊഴിഞ്ഞ ചൂടറിയാത്ത പാത്രങ്ങൾ പൊടി തട്ടിയെടുത്തു. നിറം മങ്ങിയ പാത്രങ്ങൾ മനം മടുത്തു പോയെന്ന് പറഞ്ഞറിയിച്ചു. കൈ കഴുകാനുള്ള ടേപ്പും വാഷ് ബേസിനും ഒരു തുള്ളി വെള്ളത്തിനായി ദാഹിച്ചു. മടക്കികൂട്ടിയ ടാർപോളിൻ ഷീറ്റുകൾ ഒന്നു നിവർന്നു കിടക്കാൻ മോഹിച്ചു. ടെസ്റ്റ് നടത്തിയ പല ബൾബുകളിലെയും കുരുടൻമാരെ മാറ്റി നിർത്തി.. കണ്ണു തുറന്നവയെ തുടച്ചു വെച്ചു. അക്രോശങ്ങൾക്കു മുന്നിലും പിടിച്ചു നിന്ന മൈക്ക് സ്റ്റാൻഡ് പിടി അയഞ്ഞു കിടന്നു. കണ്ണു ചിമ്മിക്കളിച്ച മിനിയിച്ചർക്കുട്ടികൾ കൂട്ടത്തോടെ ചത്തൊടുങ്ങി. നഷ്ടം ചില്ലറയല്ലെന്ന് ചന്ദ്രന് ബോദ്ധ്യപ്പെട്ടു.

മനസ്സ് മടുത്തു. വിയർത്തു കുളിച്ച ചന്ദ്രൻ ഷർട്ടഴിച്ച് ഷോപ്പിലെ ആങ്കറിൽ തൂക്കിയിട്ടു. സൈഡ്കർട്ടനെടുത്ത് മുഖവും കഴുത്തും കൈകാലുകളും തുടച്ചു. മനസ്സിന്റെ വിങ്ങലുകൾ ഒതുക്കാനാവാം ചന്ദ്രൻ രണ്ടു ഗുളികകൾ കൂടി കഴിച്ചു.

ഒരു വിധം സാധനങ്ങളൊക്കെ ഒതുക്കി വെക്കുന്നതിനിടെ അജി തനിയെ പറഞ്ഞു. 'മഗരീബിനു മുമ്പെങ്കിലും പണി തീർക്കണം.'

കണക്ഷൻ വയറുകളും ലൈൻ വയറുകളും അജി തുണിയിട്ടു തുടച്ച് ഒതുക്കി കെട്ടുകളാക്കി വെച്ചു. ട്യൂബ് ലൈറ്റുകളെല്ലാം കരികയറി കിടക്കുന്നു. എല്ലാം പോയിരിക്കാനാണ് സാദ്ധ്യത. അതൊക്ക പോയതായി കണക്കാക്കാൻ ചന്ദ്രൻ പറഞ്ഞു. പുറത്തിട്ട മേശമേലും തറയിലും നിരത്തിവെച്ച ബോക്സുകളെല്ലാം തുടച്ച് മാറ്റിവെച്ചു. വർക്ക് ചെയ്യുന്ന ഒരു ബോക്സ് മാത്രം ലൈവായി വെച്ചു.

ഗുഡ്സ് വെഹിക്കിളിൽ മത്സ്യ വിൽപ്പന നടത്തുന്ന ജബ്ബാർ തുരുതുരെ ഹോൺ മുഴക്കി. വണ്ടി നിർത്തി. അങ്ങിങ്ങ് നിന്നിരുന്ന നാട്ടുകാർ വണ്ടിക്കരികിലേക്ക് നീങ്ങി. ജബ്ബാർ മത്സ്യത്തിന്റെ നിലയും വിലയും പറഞ്ഞു.

അജി മത്സ്യങ്ങളുടെ പേരും വിലയും മൈക്കിലൂടെ ഏറ്റു പറഞ്ഞു. റോഡിലേക്ക് ചില സ്ത്രി ജനങ്ങളെത്തി. ജബ്ബാറിന്റെ കച്ചവടം ഒന്ന് ഉഷാറായി. അജി അനൗൺസ്മെൻറ് തുടർന്നു കൊണ്ടിരുന്നു. പരസ്യ ചാർജ്ജ് തരാൻ മറന്നു പോകണ്ടെന്ന് അജി മൈക്കിലൂടെ പറഞ്ഞു. ജ

ബ്ബാർ മനസ്സറിഞ്ഞു ചിരിച്ചു. അജിയുടെ പ്രകടനം ചന്ദ്രനും രസിച്ചു.

അജിയുടെ അനൗൺസ്മെൻറ് പിന്നെയും തുടർന്നു.

മുകുന്ദേട്ടാ വേളൂരി വാങ്ങിക്കോ, അമ്മ്യേടത്തി അമ്പുവേട്ടന് ചെമ്മീന് വാങ്ങിക്കൊട്. പിഷരടി മൂപ്പൻ മീന് കഴിക്കില്ലെങ്കിലും വീട്ടിലേക്ക് വാങ്ങിച്ചോ. അനൗൺസ്മെന്റ് നാട്ടുകാർക്കും പ്രിയപ്പെട്ടു.

'അതിനിടയിൽ അമ്മുവേടത്തി വിളിച്ചു ചോദിച്ചു. 'ചന്ദ്രനും നീയും വ്രതമല്ലല്ലോ. മീന് വാങ്ങരുതോ.'

'അതിന് നമ്മടെ കൈയ്യില് പണം വേണ്ടേ അമ്മുവേടത്തി.'

അതു ശരിയെന്ന് അമ്മുവേടത്തി മനസ്സിൽ പറഞ്ഞു.

ഫ്രൂട്ട്സിനങ്ങൾ കച്ചവടംചെയ്യുന്ന ഗണേശന്റെ സീറ്റില്ലാത്ത ഓട്ടോറിക്ഷ ചന്ദ്രാസ്റ്റോറിന്റെ മുന്നിൽ എത്തി. അജി ഗണേശനേയും വിട്ടില്ല. 'തണ്ണിമത്തൻ, ആപ്പിൾ, നാരങ്ങ, പല്ലൻ ചോളം പൈനാപ്പിൾ ഏതും കുറഞ്ഞ വിലയ്ക്ക്' അജിയുടെ മൈക്ക് വിശേഷങ്ങൾ വിളമ്പി. ഗണേശൻ ഉള്ളു തുറന്ന് ചിരിച്ചു.

'ആവശ്യക്കാർ ഉടൻ എത്തുക. ഗണേശന്റെ സേവനം കാൽ മണിക്കൂർ മാത്രം.' ഗണേശൻ സാധനങ്ങളുടെ വില കൂടി പറഞ്ഞു കൊടുത്തു. അജി ആ വിവരവും നാട്ടുകാർക്ക് കൈമാറി.

ശാരീരികമായും മാനസീകവുമായി ക്ഷീണമനുഭവപ്പെട്ട ചന്ദ്രന് അജിയുടെ തമാശകളൊന്നും കേൾക്കാൻ തോന്നിയില്ല. ആകെ കൊണ്ടുവന്ന ഇരുപത് ഗുളികകളും ചന്ദ്രൻ കഴിച്ചു കഴിഞ്ഞിരുന്നു. ഷോപ്പ് വരാന്തയിൽ നിരത്തിയിട്ട മേശമേൽ ചന്ദ്രൻ ഇരുന്നു. പിന്നെ പതുക്കെ കിടന്നു.

ചന്ദ്രേട്ടൻ വിശ്രമത്തിലാണെന്ന് അജി മൈക്കിലൂടെ പറഞ്ഞു. നാട്ടുകാർ അതുകേട്ടു നിന്നു. ചന്ദ്രൻ വിശ്രമിക്കട്ടെയെന്ന് പലരും പറഞ്ഞു. അത്രയേറെ നഷ്ടമല്ലേ ഈ കോവിഡ് കാലത്ത് വന്നു ചേർന്നത്. പിടിച്ചു നിൽക്കാനാവേണ്ടേ.

ലൈറ്റ് ആന്റ് സൗണ്ടുകാരും പന്തലുകാരും രണ്ടു ദിവസം തുറന്നിട്ടെന്തു കാര്യം. കടം കയറിമുടിഞ്ഞ കെട്ടകാലം. ഒന്നു നിവർന്നു നിൽക്കാൻ ഇനികാലമെത്ര കഴിയണം. എല്ലാം വിറ്റ് തുലച്ചാലും കടം വീട്ടാനാകുമോ. എലി കരണ്ട കർട്ടനും ഫ്യൂസായ ബൾബും ട്യൂബും അടിച്ചു പോയ ആംപ്ളിയും ചാർജിറങ്ങിയ ബാറ്ററിയും ഇനി തിരികെ വരുമോ. സ്റ്റാർട്ടാകാത്ത ജനറേറ്ററിനും ഇനി എത്ര മുടക്കണം.

ചന്ദ്രൻ വിയർത്ത് കുളിച്ചു. വിരിച്ച കർട്ടനിൽ വിയർപ്പ് തുടക്കാൻ ശ്രമിച്ചു. ബാക്കിയായ മൈക്കും ബോക്സുകളും കൂടി ചെക്ക് ചെയ്ത ശേഷം മൺമറഞ്ഞുപോയ മിനീയിച്ചറുകൾ എന്തുചെയ്യണമെന്ന് അ

ജി മൈക്കിലൂടെ ചന്ദ്രനോട് ചോദിച്ചു. ചന്ദ്രൻ അതുകേട്ടില്ല. ജബ്ബാറിന്റെ മീൻ വണ്ടിയും ഗണേശന്റെ ഫ്രൂട്ട്സ് വണ്ടിയും പരമാവധി സ്റ്റോക്കൊഴിവാക്കി കടന്നുപോയി. ഫിലിപ്പിന്റെ കപ്പ, നേന്ത്രപ്പഴ വണ്ടി സ്ഥലത്ത് എത്തിയ വിവരം അജി സന്തോഷപൂർവ്വം നാട്ടുകാരെ അറിയിച്ചു. നാട്ടുകാർ ഫിലിപ്പുമായി മനസ്സറിഞ്ഞ് സഹകരിച്ചു.

ആവർത്തിച്ചു പറഞ്ഞിട്ടും ചന്ദ്രന്റെ മറുപടി ലഭിക്കാതിരുന്നപ്പോൾ അജി ചന്ദ്രന്റെ മേശയ്ക്കരികിലെത്തി. തൊട്ടു വിളിച്ചിട്ടും ചന്ദ്രൻ അറിഞ്ഞില്ല. വീണ്ടും വീണ്ടും വിളിച്ചു നോക്കി. ചന്ദ്രൻ അറിഞ്ഞില്ല. വിയർത്ത് കുളിച്ചു കിടക്കുന്ന ചന്ദ്രന് എന്തോ പറ്റിയിട്ടുണ്ടെന്ന് അജിക്ക് തോന്നി. കാലത്തു വന്നപ്പോൾ തന്നെ അസുഖകാര്യം പറഞ്ഞതും ഗുളിക കഴിക്കാൻ ഓർമ്മപ്പെടുത്തിക്കൊണ്ടിരുന്നതുമാണ്.

അജി മൈക്കിലൂടെ ആരോടെന്നില്ലാതെ പറഞ്ഞു. 'ചന്ദ്രേട്ടന് എന്തോ പറ്റിയിട്ടുണ്ട്. ആരെങ്കിലും വന്നൊന്നു നോക്കണം. രണ്ടു മൂന്നു നാട്ടുകാർ ഓടിയെത്തി ചന്ദ്രനെ നോക്കി. അവർ പരസ്പരം സംസാരിച്ചത് മൈക്കില്ലാത്തതു കൊണ്ട് അജി കേട്ടില്ല. പോസ്റ്റോഫീസിലെ ശ്രീകാന്തൻ മാസ്റ്ററും ചന്ദ്രനെ ചെന്നു നോക്കി. ചന്ദ്രേട്ടന്റെ അവസ്ഥ കണ്ട് അജി മൈക്കിലൂടെ പറഞ്ഞു. 'ഭാസ്ക്കരൻ ഡോക്ടറെ ആരെങ്കിലും കൂട്ടികൊണ്ടു വരണം.'

ശ്രീകാന്ത് മാസ്റ്റർ സ്കൂട്ടർ സ്റ്റാർട്ടാക്കി ഡോക്ടറുടെ അടുത്തേക്ക് പറന്നു. സ്കൂട്ടറിന്റെ പിറകിൽ ഇരുന്നെത്തിയ ഡോക്ടർ ചന്ദ്രനെ പരിശോധിച്ചു. ആളുകളുടെ മുഖത്തേക്ക് മാറി മാറി നോക്കി. ഇതുകണ്ട അജി ചന്ദ്രേട്ടന് വരുമ്പഴേ സുഖമില്ലായിരുന്നുവെന്നും കാലത്തേ ഗുളിക കഴിക്കുകയായിരുന്നുവെന്നും വിവരിച്ചു. കാലിയായ ഗുളികയുടെ കവറെടുത്ത് ഡോക്ടർക്ക് കൊടുത്തു. ഡോക്ടർ കവർ പരിശോധിച്ചു. ചന്ദ്രന്റ നാഡിമിടിപ്പ് നോക്കിയശേഷം പതുക്കെ പറഞ്ഞു.

'ഈ ഗുളിക ജീവിക്കാനുള്ളതല്ല. ചന്ദ്രൻ ആത്മഹത്യ ചെയ്തതാണ്.' അജി ഞെട്ടിത്തെറിച്ചു. മൈനാടത്തിന്റെ ശബ്ദവും വെളിച്ചവും നിലച്ചു. 'ചന്ദ്രേട്ടൻ മരിച്ചു പോയി.' അറിയാതെ കരച്ചലോടെയുള്ള അജിയുടെ വാക്കുകൾ മൈക്ക് ബോക്സിനു നൽകി നാട്ടുകാരിലേക്ക് പകർന്നു.

പറഞ്ഞെഴുതുന്ന വാക്കുകൾ

പകൽ പൂവിന്റ ഇതളുകൾ വിരിയുന്നതേയുള്ളു. നേർത്ത മഞ്ഞിന്റെ കുളിരിലകൾ ഇനിയും കൊഴിഞ്ഞു വീണില്ല. നടവരമ്പ് പിന്നിട്ട് പടികൾ കയറുമ്പോൾ എതിരെ വരുന്നു കുഞ്ഞുണ്ണ്യാർ. പാടത്തും പറമ്പിലും പണിയെടുത്ത് ഒരുജീവായുസ്സ് തീരാൻ കാത്തിരിക്കുന്ന ദയയുള്ള മനുഷ്യൻ. നോർത്ത് മുണ്ട് തലയിൽ കെട്ടി ഇറക്കം കണങ്കാലിൽ നിർത്തിയ ലുങ്കി ഉടുത്ത് ഭവ്യതയോടെ മുന്നിൽ നിൽക്കുന്ന കുഞ്ഞുണ്ണ്യാർ.

'കുഞ്ഞുണ്യാരെന്ത്യേ ഇത്ര കാലത്തേ ...'

'കാലത്തേ വരംണല്ലോ എങ്കിലല്ലേ കൃഷ്ണയെ കാണാനൊക്കൂ. അമ്പലത്തീനിറങ്ങ്യാ നൃത്തോം പഠിപ്പായി സമയം ങ്ങനെപോവ്വല്ലേ.'

'കുഞ്ഞുണ്ണ്യാരെ കാണാൻ അച്ഛൻ പറഞ്ഞു വിട്ടതാ. മുകുന്ദപ്പനോട് ഞാൻ കാണാം പറഞ്ഞെന്നേ ഉള്ളൂ.'

'കൃഷ്ണ പറഞ്ഞൂന്നാ മുകുന്ദപ്പൻ പറഞ്ഞത്.'

'അത് വേറൊന്നുല്യേ കുഞ്ഞുണ്ണ്യാരെ.' കുഞ്ഞുണ്ണ്യാര് അഞ്ച് വർഷം മുമ്പ് എന്റെ കൈ പിടിച്ച് നടീച്ച തൈയ്യുണ്ടല്ലോ. അത് കുലച്ചു. ഭാരം താങ്ങാൻ വയ്യാതെ തൈതെങ്ങിനൊര് ഉലച്ചല്. കുലകൊഴിഞ്ഞു പോവൂന്ന് അച്ഛനൊര് എനക്കേട്' അതൊന്ന് പൊത്ത് കെട്ടി രക്ഷപ്പെട്ത്തണത്രെ.'

'ഉവ്വോ കുഞ്ഞുണ്ണ്യാര് ചെയ്യാലോ. ഉയരത്തി കേറണ വെഷമേ ഉള്ളൂ.'

'കൃഷ്ണ അമ്പലത്തിലേക്ക് ചെല്ല്യാ, കുഞ്ഞുണ്യാര് വീട്ടീ നടക്കാം.'

കുഞ്ഞുണ്ണ്യാരെ കിട്ടാൻ പല ആളുകളുടെയും അടുത്ത് പറഞ്ഞു വിട്ടതാ. ആറേഴു ദിവസായി ഏതായാലും വിവരം അറിഞ്ഞ് കുഞ്ഞുണ്ണ്യാര് എത്തിയല്ലോ അതുമതി.

കുഞ്ഞുണ്ണ്യാര് വീട്ടിലേക്ക് നടന്നു. മഞ്ഞുനനവിന്റെ നൈർമല്യമേന്തി കൃഷ്ണ അമ്പലക്കുളത്തിന്റെ പടികളിറങ്ങി. കാല്കഴുകണം. ദേഹശുദ്ധി വരുത്തിന്ന് നിരീയ്ക്കണം. വരുമ്പോ കുളിച്ചാലും അമ്പലക്കുളത്തിലെ വെള്ളത്തിലൊന്ന് തൊടണം.

അമ്പലക്കുളത്തിന്റെ പടികളിറങ്ങി നിന്നപ്പോൾ സ്വർണ്ണമൽസ്യങ്ങൾ

കാൽ വിരലുകളിൽ മുത്തി ലോഹ്യം പറഞ്ഞു. കാല്കഴുകി കൃഷ്ണ അമ്പലത്തിലേക്ക് നടന്നു.

മഞ്ഞുവീഴ്ച കൊണ്ടാവും ആളുകളൊക്കെ കുറവാ. പ്രഭാത പൂജയ്ക്കായി നട തുറന്നിട്ടുണ്ട്. ഭഗവതിയുടെ ശ്രീകോവിലിനു മുന്നിൽ കറുത്ത കൽവിളക്ക് കാവൽക്കാരനായി നിൽക്കുന്നു.

കോവിലിനു ചുറ്റും നിരത്തിയിട്ട തൂക്കുവിളക്കുകളിൽ തിരി തെളിയുന്നു. തിരുമേനി പൂജാകർമ്മത്തിലാണ്. പൂവട്ടി ശ്രീകോവിലിനു മുന്നിൽ വെച്ച് കൃഷ്ണ കണ്ണടച്ച് കൈകൂപ്പി പ്രാർത്ഥിച്ചുനിന്നു.

തിരുമേനി ഇറങ്ങിവന്ന് പൂക്കളെടുത്ത് വട്ടിതിരികെ വെച്ചു. തിരിച്ച് ശ്രീകോവിലിലേക്ക് കയറാനൊരുങ്ങവെ അമ്പലനടയിലൊരു അപരിചിതൻ.

തിരുമേനി അടിമുടിയൊന്നു നോക്കി. കുലീനതയുള്ള ഒരാൾ. അയഞ്ഞ മുഴുക്കൈ വെള്ളജുബ്ബയും കസവുമുണ്ടും ചീകിയൊതുക്കാത്ത തലമുടിയും താടിയും. ആരും ശ്രദ്ധിക്കുന്ന വേഷം. അയാൾ ചിരിയോടെ തിരുമേനിയുടെ അടുത്തുവന്നു.

പുഷ്പാഞ്ജലിയുടെയും പായസനിവേദ്യത്തിന്റെയും ശീട്ട് നൽകി.

തിരുമേനി ചോദിച്ചു.

'ഈ നാട്ടിലല്ലെന്ന് തോന്ന്ണ്.'

'അതെ, ഞാനി നാട്ടുകാരനല്ല.'

'അതിഥി മന്ദിരത്തില് ആറ് മാസത്തേക്ക്യാരോമുറിയെടുത്തൂന്ന് വിവരംണ്ട്. അയാളാണാവ്വോ.'

'അതെ. അതേ ആള്തന്നെ.'

'എന്താണാവോ ഇവിടെ ആറ് മാസത്തേയ്ക്ക്.'

'ചുമ്മാതല്ല പണിയുണ്ട്.'

'യെന്താ ഏർപ്പാട്.'

'ഞാനൊരു സിനിമാക്കാരനാ.'

'സിനിമാക്കാരനോ ഭഗവതീ..., സിനിമയിലെന്താ. '

'സിനിമയുടെ കഥയെഴുതും.'

'അതിപ്പോ ഇവിടെ.'

'ഈ ക്ഷേത്രവും ചുറ്റുപാടും ഉപയോഗപ്പെടുത്തി ആറ് മാസം കൊണ്ട് ഒരു സിനിമ പിടിക്കണം. അതിന്റെ മുന്നോടിയായി ഈ പ്രദേശമൊക്കെ കാണാനും പിന്നെ അതിന്റെ കഥയെഴുതാനും വന്നതാ.'

'ഉവ്വോ, നല്ല കാര്യം ഈ ഭഗവതീം നാട്ടാരോക്കെ സിനിമേ വരുമല്ലോ അല്ലേ.'

'വരാം അങ്ങിനെയും ചില ഉദ്ദേശങ്ങളുണ്ട്.'

'ഭേഷായി.'

ഇതും പറഞ്ഞ് തിരുമേനി ശ്രീകോവിലിലേക്ക് കയറി. അയാൾ തൊഴു കൈയ്യോടെ ശ്രീകോവിലിനു മുന്നിൽ കണ്ണടച്ചു പ്രാർത്ഥിച്ചു. തിരുമേനിയുടെ കൈയിൽനിന്ന് പ്രസാദം വാങ്ങി ദക്ഷിണ നൽകി മടങ്ങാൻ നേരത്ത് തിരുമേനി പറഞ്ഞു. 'ഒന്നവിടനിൽക്ക്യാ.'

അയാൾ നിന്നു.

ഈ അമ്പലോം പരിസരോം സിനിമ പിടിക്കണ കാര്യത്തില് കമ്മിറ്റികാർക്ക് വല്ല വിവരോംണ്ടോ.

'പതിയെ അവരെയൊക്കെ കണ്ട് സമ്മതം വാങ്ങും.'

'അങ്ങിനെ ആയ്ക്കോട്ടെ,' പിന്നെ കഥയെഴുത്ത് തൊഴിലാ അല്ലേ.'

'എന്നും കരുതാം. ഒര് സിറ്റ്വേഷൻ കിട്ട്യാ അതിനെ ചുറ്റിപറ്റി ഒരുകഥ മനസ്സിൽ കൊടുക്കും. അത് സീനുകളാക്കി എഴുതി തീർക്കും. സംവിധായകൻ പറയുന്ന മുറയ്ക്ക് നടീനടന്മാരൊക്കെ ചേർന്ന് അഭിനയിക്കും. അത് ഷൂട്ട് ചെയ്യും അതൊര് സിനിമയാകും.'

'ഭഗവതീ ഈ കേക്കണതൊക്കെ ബഹുവിശേഷല്ലോ.'

അയാൾ ചിരിച്ചു. കൂടെ തിരുമേനിയും.

പ്രാർത്ഥന കഴിഞ്ഞ കൃഷ്ണ ആരതി തൊഴുത് പ്രസാദത്തിനായി തീരുമേനിയുടെ അടുത്തുവന്നു തീരുമേനി പ്രസാദംനൽകി.

എന്നിട്ട് പറഞ്ഞു.

'കൃഷ്ണയ്ക്ക് ഒര് വിശേഷം കേൾക്കണോ.'

'എന്താ തീരുമേനി വിശേഷം.'

'ഭഗവതീം അമ്പലോം ഒക്കെ സിനിമേല് വരാൻ പോവ്വാ.'

'തിരുമേനി ഇന്നലെ ഉറങ്ങീല അല്ല്യേ.'

'സ്വപ്നല്ല. കുട്ടീ.'

'ആ നിൽക്കണ ആളാ. സിനിമ പിടിക്ക്യാൻ വന്നിരിക്ക്യാ. അതിഥി മന്ദിരത്തിൽ ആറ് മാസത്തേക്കാ താമസം. സിനിമാക്കഥ എഴുത്താ.'

'ഉവ്വോ' കൃഷ്ണ അയാളെ അടിമുടി നോക്കി. ഒരു കഥാകാരന്റെ ചിത്രം അവൾ മനസ്സിലെടുത്തു.

അയാൾ കൃഷ്ണയെ നോക്കി ചിരിച്ചു. ചന്ദനം നെറ്റിയിൽ തൊട്ട് ഒരു പൂവിതൾ വലതു ചെവിയിൽ തിരുകി പ്രസാദം കൈയ്യിൽ ഒതുക്കി പിടിച്ചു നിന്നു അയാൾ.

'ഈയാളിന്റെ പേര് ചോദിച്ചില്ല അല്ല്യേ.'

'എന്റെ പേര് ആനന്ദപുരം ആനന്ദ്.'

'കേട്ടിരിക്ക്ണ് പേര്,അറിയാമെന്ന മട്ടിൽ തലയാട്ടി കൃഷ്ണയോടായി പറഞ്ഞു.

'കൃഷ്ണയ്ക്ക് അറിയാവ്വോ...'

'ഞാൻ കേട്ടിട്ടുണ്ട്. ദേശാടന പക്ഷി തിരിച്ചു പോകുമ്പോ...'

'അത് എന്റെ കഥയാണ്.'

'ആ കഥയിലെ സാവിത്രിയെ എന്തിനാ ഇങ്ങിനെ വേദനിപ്പിച്ചേ.'

അയാൾ ചിരിച്ചു. പിന്നെ പറഞ്ഞു. 'സാവിത്രിക്കുട്ടി വേദനിപ്പിച്ചപ്പഴല്ലേ കുട്ടീടെ മനസ്സിൽ ഒരിടം കിട്ടിയത്. ആസ്വാദകരുടെ മനസ്സിലേക്ക് കഥാപാത്രങ്ങൾ ആവാഹിക്കപ്പെടാൻ ഇങ്ങിനെയൊക്കെ വേണ്ടിവരും.'

കൃഷ്ണ ചിരിച്ചു.

'ഇതും അതുപോലെ ഒരെണ്ണമാണോ.'

'അങ്ങിനെയൊന്നമില്ല' എഴുതി വരുന്ന രീതിയ്ക്കനുസരിച്ച് മാറ്റങ്ങൾ വരാം.'

'കഥയെകുറിച്ച് ഒര് ഐഡ്യയുമില്ലേ.'

എഴുതാൻ തുടങ്ങുമ്പോൾ അതൊക്കെ തനിയെ വരും ഈ കഥകളൊക്കെ അങ്ങിനെ സംഭവിച്ചു പോകുന്നതാണ്. മനസ്സിൽ പറഞ്ഞെഴുതുന്ന വാക്കുകളല്ലേ.'

കൃഷ്ണ അയാളുടെ വാക്കുകൾ ഉൾക്കൊണ്ടു നിന്നു.

തിരുമേനി പറഞ്ഞു.

'കൃഷ്ണേടേ അപ്പനാ കമ്മിറ്റീടെ പ്രസിഡണ്ട് കുട്ട്യേ പറഞ്ഞേല്പിച്ചോളൂ സമ്മതം വാങ്ങണോല്ലോ ഒര് ശുപാർശയായ്ക്കോട്ടെ.'

അയാൾ കൃഷ്ണയോടായി പറഞ്ഞു.

'അങ്ങിനെ ചെയ്യാലോ കൃഷ്ണ സഹായിക്കണം അച്ഛനെ കാണാൻ ഞങ്ങൾ വരാം'.

'ആയ്ക്കോട്ടെ സഹായിക്കാം ഷൂട്ടൊക്കെ കാണാലോ.'

'പിന്നെന്താ ഈ നാട്ടിലെ പലരും എന്റെ കഥയിലെ പാത്രങ്ങളാകും.'

'എന്നാ പിന്നേ കൃഷ്ണയേയും കൂട്ടാലോ അതില്.'

കൃഷ്ണചിരിച്ചു.തിരുമേനി പറഞ്ഞു.

'കൃഷ്ണയ്ക്ക് ദേവീടെ മുഖാ. നോം എന്നും പറയും തോള് വിയർക്കാത്ത കാൽമടമ്പ് കീറാത്ത കുട്ട്യാ ഈ കൃഷ്ണേന്ദു.' കൃഷ്ണചിരിച്ചു. അയാളും ചിരിച്ചു. തിരുമേനിയോട് യാത്ര ചോദിച്ച് പൂവട്ടിയെടുത്ത് കൃഷ്ണ തിരിച്ചു.

തിരുമേനി വിളിച്ചു ചോദിച്ചു.

' കൃഷ്ണ പഠിക്ക്യാനെപ്പഴാ തിരിക്ക്യാ.'

'കുറച്ചു ദിവസം കഴിയും.'

'പുറത്ത് പഠിക്ക്യണ കുട്ട്യാ അവധിയ്ക്ക് വന്നതാ. ഇപ്പോ കാലം... മാറി, വേനലിന് മഴ വരും, മഴയ്ക്ക് മഞ്ഞുവരും ഭഗവതീ നാടിന്റെയൊര് പോക്ക്യേ.'

കൃഷ്ണ രണ്ടു പേരോടും യാത്ര ചോദിച്ചിറങ്ങി. അമ്പലമുറ്റത്തു കൂടെ ഇടത്തോട്ടുള്ള തിരിവിൽ നിന്ന് വെറുതെ ഒന്ന് തിരിഞ്ഞു നോക്കി. അയാൾ അവളെ തന്നെ നോക്കിനിൽക്കുന്നു.

'അയാളിങ്ങോട്ടു തന്ന്യാനോക്ക്യത്.'

അവളുടെ മനസ്സ് പറഞ്ഞു. അവൾ ഒരുവട്ടം കൂടി തിരിഞ്ഞു നോക്കി. അപ്പോഴും അയാൾ നോക്കുന്നുണ്ടായിരുന്നു. വഴിയിലിറങ്ങുന്ന പടിയിൽവെച്ച് അവൾ വീണ്ടും നോക്കി. അപ്പോഴും ചിരിയോടെ അയാൾ നോക്കുന്നുണ്ടായിരുന്നു. അറിയാതെ അവളുടെ മനസ്സിന്റെ ലോലിതയിൽ നനുത്ത നിശ്വാസത്തിന്റെ മഞ്ഞുകണങ്ങൾ ചെയ്തു.

അവൾ തനിയെ ചിരിച്ചു. തിരുമേനി ശ്രീകോവിലിലേക്ക് കയറി.

സമയം ഏറെ വൈകിയെന്നു തോന്നുന്നു. ചാരിയ ജനൽ കതകുകൾ അയാൾ തുറന്നിട്ടു. നീലനിഴലുകളാടുന്ന നിലാവിൽ കിന്നരി നക്ഷത്രങ്ങൾ കണ്ണുചിമ്മി തുറന്നു.

ആദ്യ ദിനത്തിലെ സീനുകൾ അയാൾ എഴുതിതീർത്തു.

ഗൗതമപുരാണം

ആരും എന്നെ ചേട്ടനെന്ന് വിളിക്കരുത്. എല്ലാവരും എന്നെ പേരുമാത്രമേ വിളിക്കാവു. വലിവടത്തെ തറവാട്ടുകാരൻ, ദേശസ്നേഹി, പരോപകാരി, ദാനശീലൻ, കായികപ്രേമി, രസികൻ എന്നീ നിലകളിലെല്ലാം പ്രസിദ്ധിപെറ്റ ഗൗതമൻ. പ്രായം കുറഞ്ഞവർക്കും പ്രായം ചെന്നവർക്കും ഗൗതമൻ പ്രിയപ്പെട്ടവനായത് അതുകൊണ്ടു തന്നെയാണ്.

ചെറിയ കുട്ടികൾ പോലും ഗൗതമാ എന്നു വിളിക്കുമ്പോൾ ചിരിയുണരും മുഖത്തോടെ വിളി കേട്ട് അവരുടെ ആവശ്യങ്ങൾ അറിയുന്നവനാണ് ഗൗതമൻ. ഗൗതമന്റെ തന്തപ്പടിയും അങ്ങിനെയായിരുന്നുവത്രെ. പ്രതാപിയായ തന്തയുടെ പ്രസിദ്ധനായ മകൻ.

വലിവടത്തിന് ആ പേരു വന്നതുതന്നെ ഗൗതമന്റെ പാരമ്പര്യം കാരണമാണെന്ന് നാട്ടുകാരും മറ്റു വേണ്ടപ്പെട്ടവരുമൊക്കെ പറയുമായിരുന്നു. പഴഞ്ചൊലുകൾ ഓരോ പ്രദേശത്തിന്റെയും ചരിത്രപരമായ പിന്നാമ്പുറങ്ങളിൽ ചെലുത്തുന്ന സ്വാധീനം ഗൗതമന്റെ നാട്ടിനുമുണ്ടായിരുന്നു.

തന്ത കൗതുകത്തോടെ നട്ടു നനച്ചു വളർത്തിയ വടംവലി എന്ന കായിക വിനോദത്തെ നെഞ്ചിലേറ്റി തന്നെയാണ് ഗൗതമന്റെ വരവും. ആദ്യ കാലത്ത് ഉരുവിലും മറ്റും അറബി നാട്ടിലെത്തി കരക്കുകയറിയവരിൽ പ്രമുഖനാണ് ഗൗതമൻ. സ്വത്തും പണവും ധാരാളം സമ്പാദിച്ചു. വിദേശത്തായിരുന്ന കാലത്ത് നാട്ടിൽ തന്ത പെട്ടെന്ന് മരണപ്പെട്ടു പോയത് ഗൗതമന് കനത്ത നഷ്ടമായിരുന്നു. സംസ്കാര ചടങ്ങിനൊന്നും നാട്ടിലെത്താൻ ഗൗതമനായില്ല. അന്നത്തെ കാലം പെട്ടെന്നുള്ള യാത്ര ഒരു വെല്ലുവിളി തന്നെയായിരുന്നു. തന്തയുടെ മരണത്തോടെ വലിവടത്ത് അന്യംനിന്നു പോയത് ആ പ്രദേശത്തിന്റെ ദേശീയോത്സവമായിരുന്ന വടംവലി മത്സരങ്ങളായിരുന്നു.

വിദേശവാസം വെടിഞ്ഞ് ഗൗതമൻ നാട്ടിലെത്തിയതിന്റെ പിറ്റേ വർഷമാണ് വടംവലി മത്സരങ്ങൾക്ക് കോപ്പുകൂട്ടിയത്. തന്തയുടെ സ്മരണക്കായി അദ്ദേഹം തുടങ്ങി വെച്ചതും വർഷങ്ങളോളം തുടർന്നതുമായ വടംവലി മത്സരങ്ങൾ ഗൗതമൻ സഗൗരവം സംഘടിപ്പിച്ചെടുത്തു.

നാട്ടിൽ നിന്നു തന്നെ നാലഞ്ച് വടംവലി ടീമുകളുണ്ടായി. തൊട്ടടുത്ത പ്രദേശങ്ങളിൽ നിന്നും ടീമുകളെത്തി. വലിവടം ട്രോഫിക്കും

പ്രൈസ് മണിക്കും വേണ്ടിയുള്ള ആവേശകരമായ മത്സരങ്ങൾ സംഘടിപ്പിച്ചെടുത്തു. മത്സരങ്ങളിൽ പങ്കെടുക്കാനും ജയിച്ചു കയറാനുമുള്ള ഒരു ടീമിനെയും ചെല്ലും ചെലവും കൊടുത്ത് ഗൗതമൻ വാർത്തെടുത്തു. അതാണ് ഗൗതമൻ ബ്രദേഴ്സ്. അവസാനമായി നടത്തിയ മത്സരങ്ങളിലെ ഫൈനലുകളിലെല്ലാം ഒരു വശത്ത് സുബ്രഹ്മണ്യം നയിക്കുന്ന ഗൗതമൻ ബ്രദേഴ്സ് ആയിരുന്നു. പന്ത്രണ്ട് അംഗങ്ങളുള്ള ടീം. ആവശ്യത്തിന് ഇറക്കേണ്ടവരെ അതാത് ദിവസം തെരഞ്ഞെടുത്ത് ഇറക്കും. ആ പന്ത്രണ്ടിൽ ഒരാൾ ഗൗതമനായിരുന്നു. മത്സരത്തിനിടെ തോളെല്ല് ക്രമം തെറ്റുന്ന ഒരവസ്ഥ വന്നപ്പോൾ വടംവലി ഗോദയിൽ നിന്ന് ഗൗതമൻ മാറി നിന്നു. ടീമിന്റെ ഭാഗമായി ആവേശം ചോരാതെ നോൺ പ്ലെയറായി കളികളത്തിൽ തുടർന്നു.

അവസാനത്തെ നാല് ടൂർണമെന്റുകളിലും ഫൈനലിൽ എത്തിയ ഗൗതമൻ ബ്രദേഴ്സ് എതിരിട്ടത് വലിവടം പോലീസ് സ്റ്റേഷനിൽ രൂപം കൊണ്ട പോലീസ് ടീമുമായിട്ടായിരുന്നു. വലിവടത്തെ കായിക ചരിത്രം ഗൗതമനെ ചുറ്റിപറ്റി നിൽക്കവെയാണ് കോവിഡിന്റെ പ്രവേശനം. കോവിഡിനോട് വടംവലിക്കാൻ വലിവടത്തെ നാട്ടുകാർക്ക് കഴിയാതെ പോയി, പ്രത്യേകിച്ച് പ്രോട്ടോക്കാൾ പ്രകാരം ടീം ഇറക്കാൻ കഴിയാത്ത പോലീസുകാർക്ക് മത്സരങ്ങളെ പ്രോത്സാഹിപ്പിക്കാനും കഴിഞ്ഞില്ല.

രണ്ടാം തരംഗത്തിന്റെ ലോക് ഡൗൺ നീട്ടി നീട്ടി തുടരുന്ന കാലത്തു തന്നെ ഗൗതമന് നന്നെ ഉത്സാഹക്കുറവുണ്ടായിരുന്നു. ആരെ കണ്ടാലും അച്ഛൻ എന്നതിനു പകരം തന്തയാരാ, എന്താ പേര് എന്ന് ചോദിക്കുന്ന ഗൗതമൻ വാക്കുകളിൽ തന്നെ അച്ഛന്റെ സ്ഥാനത്ത് തന്തയെ കുടിയിരുത്തി. അച്ഛന് പിറക്കാത്തവൻ എന്ന് പറയേണ്ടി വരുന്നതിനേക്കാൾ നന്ന് തന്തക്ക് പിറക്കാത്തവൻ എന്നല്ലേ ഉത്തമമെന്ന് സന്ദർഭവശാൽ ഗൗതമൻ പലരോടും പറയുമായിരുന്നു.

വലി വടം പോലീസ് സ്റ്റേഷനിലേക്ക് ഗൗതമൻ കയറി വരുന്നത് സീറ്റിൽ ഇരുന്നു തന്നെ എസ്.ഐ സെബാസ്റ്റ്യൻ കണ്ടു. ഗൗതമൻ വടംവലി മത്സരങ്ങൾ സംഘടിപ്പിക്കാനുള്ള പുറപ്പാടാണോ. കോവിഡ് കാലത്ത് എങ്ങിനെയത് നടക്കും... എന്തു പറഞ്ഞ് അനുമതി കൊടുക്കും. ആവശ്യം അതാണെങ്കിൽ പറ്റില്ലെന്ന് പറഞ്ഞ് ഗൗതമനെ തിരിച്ചയക്കാൻ പറ്റുമോ. പോലീസ് ടീമിന്റെ ഭക്ഷണവും പരിശീലനവും ഗൗതമന്റെ വകയല്ലേ. വടം പോലും ഗൗതമൻ വരുത്തി തന്നതല്ലേ.

‘എന്താ ഗൗതമാ’ എസ്.ഐ എഴുന്നേറ്റു.

‘വിശേഷമൊന്നുമില്ല സാറേ, വടംവലിക്കൊന്നുമല്ല.’

'ആശ്വാസമായി. ഞാൻ കരുതി രണ്ട് കൊല്ലായിട്ടില്ലേ മുടക്കം. തുടങ്ങാനുള്ള പരിപാടിയാണോയെന്ന്.'

'എന്തിനാ വെറുതെ രോഗം പടർത്താനിടയാക്കണോ.' എന്ന് ഗൗതമൻ.

'ആ ചിന്തക്കാണ് സല്യൂട്ടെന്ന്.' എസ്.ഐ. ഗൗതമൻ പറഞ്ഞു.

'ബ്രദേഴ്സ്കാരക്കെ വാക്സിനെടുത്തു. ടീമിന്റെ വായ്ത്താരിക്കാരൻ, അമ്പ കൊടുക്കുന്ന സുകുമാരൻ ഒഴികെ മറ്റെല്ലാവരും രണ്ടു മൂന്നു ദിവസം കിടപ്പിലായി

'അതെയോ, ചിലരൊക്കെ ബുദ്ധിമുട്ടി പോയെന്ന് അറിയാം.'

'ക്യാപ്റ്റൻ സുബ്രഹ്മണ്യം പോലും കിടന്നു പോയി. തടിയിലും വലിപ്പത്തിലുമൊന്നുമല്ല സാറേ ആരോഗ്യം. അമ്പക്കാരൻ മെല്ലിഞ്ഞ സുകുമാരനെ വാക്സിൻ തൊട്ടില്ല.'

'അപ്പോ സുകുമാരനാണല്ലേ ആരോഗ്യവാൻ.'

സംഭാഷണം തുടർന്നു കൊണ്ടിരുന്നു. ഗൗതമൻ വന്ന കാര്യം പറഞ്ഞു തുടങ്ങി.

'ഞാൻ വർന്ന വഴി ഒര് പൊതി കളഞ്ഞ് കിട്ടി.' ഗൗതമൻ കടലാസ് പൊതി മേശപ്പുറത്തുവെച്ചു.

'എന്താ ഗൗതമാ ഇത്.'

'കുറച്ചു പണം. ആരുടേയോ കൈയ്യീന്ന് വീണു പോയതാ.'

'തുറന്നു നോക്കിയോ.'

'അതുകൊണ്ടാണല്ലോ പണമാണെന്നറിഞ്ഞത്.'

'എത്രയുണ്ട്.'

'പതിനാറായിരം രൂപ.'

'ആരുടേതാവോ.'

' ആരുടേതായാലും നഷ്ടപ്പെട്ടവന് കിട്ടണം.'

'അത് ന്യായം.'

'ഈ പണം ഞാൻ ഇവിടെ ഏൽപ്പിക്കുന്നു. സോഷ്യൽ മീഡിയയിൽ കൊടുത്താൽ പോര, സ്റ്റേഷനു മുന്നിൽ എഴുതി വെക്കണം. കുറച്ചു കേഷ് കിട്ടിയിട്ടുണ്ട്. തെളിവുമായി വന്നാൽ കൊണ്ടുപോകാം.'

എസ്.ഐ സഹപ്രവർത്തകരെ വിളിച്ച് കാര്യം പറഞ്ഞു.

'ഗൗതമനായതു കൊണ്ട് നഷ്ടപ്പെട്ടവന് ഇത് കിട്ടും' ഗൗതമൻ ചിരിച്ചു. സ്റ്റേഷനിലെ ആർട്ടിസ്റ്റ് പി.സി വടിവൊത്ത അക്ഷരത്തിൽ എഴുതിയ ബോർഡ് ഗെയിറ്റിൽ തൂക്കിയിട്ടു. എസ്.ഐ ജനമൈത്രി പോലീസിന്റെ ഗ്രൂപ്പിൽ പോസ്റ്റ് ചെയ്തു.

' ഗൗതമൻ പോയ്ക്കോളൂ ആരെങ്കിലും അവകാശപ്പെട്ടു വന്നാ വിളിക്കാം.'

'തെളിവുമായി വന്നവന് കൊടുക്കണം. ആരും വന്നില്ലെങ്കിൽ വടം വലി ടീമിന്റെ എക്കൗണ്ടിൽ ചേർത്തോളൂ.'

ഗൗതമൻ ഇറങ്ങി.

ആരും വരാതെ പോട്ടെന്ന് ഏതോ പോലീസുകാരൻ പറഞ്ഞു. എസ് ഐ ഞെട്ടി. എന്റെ മനസ്സിൽ തോന്നിയത് അവനെങ്ങിനെ അറിഞ്ഞു.

ജനമൈത്രി പോലീസിന്റെ പ്രാദേശിക ഗ്രൂപ്പിൽ ചില അന്വേഷണങ്ങൾ വന്നു.

'സാറെ പോസ്റ്റോഫീസിന്റെ അടുത്തു നിന്നാണോ കിട്ടയത് കൂടെ ചെക്ക് ബുക്കും പാസ്സ് ബുക്കുമുണ്ടോ.'

'ചെക്കോ പാസ്സ് ബുക്കോ അങ്ങിനെയൊന്നുമില്ല.'

'ഒരു ലക്ഷത്തിന്റെ കെട്ടാണോ.'

'ഇല്ല തുക അത്ര വരില്ല.'

'സാറെ ഗോൾഡ് ലോണിന്റെ ടോക്കണുണ്ടോ'

'ഇല്ല; കൂടെ മറ്റൊന്നുമില്ല.'

'തുക എത്രയെന്ന് പറയാമോ.'

'പോലീസ് പറയില്ല. അത് നഷ്ടപ്പെട്ടവൻ പറയണം.'

ഗെയിറ്റിൽ തൂക്കിയിട്ട അറിയിപ്പ് കണ്ട് ചില സുഹൃത്തുക്കൾ സ്റ്റേഷനിൽ വന്നു.

പലർക്കും തുക അറിയണം. ആരെങ്കിലും അന്വേഷിച്ചാൽ പറയാലോ.

'പേഴ്സ് അടക്കമാണോ കിട്ടിയത്.'

'പേഴ്സാണെങ്കിൽ തിരിച്ചറിയാനുള്ള എന്തെങ്കിലും തെളിവ് അതിലുണ്ടാകാലോ.'

'നഷ്ടപ്പെട്ട ആളോട് ആധാറ് കൊണ്ടു വരാൻ പറയാ അല്ലേ'

'അതിന് നഷ്ടപ്പെട്ട ആളെ തനിക്കറിയില്ലല്ലോ.'

'ഏത് തന്തയില്ലാ പിള്ളയാ കാലത്ത് തന്നെ പണം കളഞ്ഞത്. വല്ല ആശുപത്രി ഡിസ്ചാർജ്ജ് കേസാണെങ്കിലാ കഷ്ടം.'

അന്വേഷണങ്ങളും മറുപടിയും അഭിപ്രായങ്ങളും നിരനിരയായി നടന്നു.

സ്റ്റേഷനു മുന്നിൽ മുടി നീട്ടിവളർത്തിയ രണ്ടു ചെറുപ്പക്കാർ ബൈക്കിൽ വന്നിറങ്ങി. സ്റ്റേഷനിൽ കയറി എസ്.ഐ. യെ കണ്ടു.

'സാറെ ഞങ്ങടെ കുറച്ചു കേഷ് കളഞ്ഞു പോയി.'

'എത്രയാ തുക.'

'ഡോണേഷൻ കലക്ഷനായതു കൊണ്ട് തുക കൃത്യമായി അറിയില്ല.'

'എന്തിനുള്ള ഡോണേഷനാ.'

'അത് ക്ലബിന്റെ ടൂറ് പ്രോഗ്രാമിന്...'

'ഈ കോവിഡ് കാലത്തോ, സംഭവന പിരിച്ചാണോ ടൂറ് പോവ്വാ.'

'ക്ലബ്ബ്ന്ന് പറഞ്ഞാ അങ്ങിനെയൊക്കെയല്ലേ സാറെ.'

'നാട്ട്കാർടെ പണം കൊണ്ട് ടൂറ് പോകാനോ , എന്നാ റസീറ്റ് കുറ്റി കാണിക്ക്.'

'റസീറ്റില്ല കൈ പിരിവാ.'

'ഏകദേശം തുക പറയാലോ.'

'ഒര് അയ്യായിരം.'

'കേഷ് നിങ്ങടേതല്ല, അഭ്യാസം വേണ്ട സ്ഥലം വിട്ടോ.'

കുറച്ചുനേരം തപ്പിക്കളിച്ച് യുവാക്കൾ സ്ഥലം വിട്ടു.

സ്റ്റേഷനിലെ ലാൻഡ് ഫോണിലും കുറച്ചു പേർ അന്വേഷിച്ചു.

'സാറെ ഇന്നലെ എന്റെ സിസ്റ്ററുടെ കുറച്ച് കേഷ് കളഞ്ഞു പോയിരുന്നു.'

'എത്ര വരും.'

'അത് സിസ്റ്റർക്കേ അറിയു.'

'അപ്പോ സിസ്റ്ററ് നാട്ടിലില്ലേ.'

'ഇന്നലെ തിരിച്ചു പോയി മുംബൈയ്ക്ക്.'

'അവര് ആവശ്യമില്ലാത്ത സാധനം കളഞ്ഞിട്ട് പോയതായിരിക്കും.'

അങ്ങേ തലക്കൽ ഫോൺ കട്ട് ചെയ്തു.

സ്റ്റേഷനിൽ നേരിട്ടെത്തിയ കാലികച്ചവടക്കാരൻ പറഞ്ഞു.

'സാറെ എന്റെ കൊറച്ച് സംഖ്യ ഇന്നലെ കൈ മോശം വന്നു പോയി.'

'എവിടെ വെച്ചാ.'

അയാൾ സ്ഥലം പറഞ്ഞു.

'എത്ര വരും.'

'ഒരഞ്ചാറ് വരും.'

'എന്തിനുള്ള കാഷായിരുന്നു.'

'ഒര് കാലിയെ വാങ്ങാൻ വെച്ചതാ.'

'അത്രയും സംഖ്യ മതിയോ.'

'ബാക്കി കടം പറയാം.'

'പണം തന്റേതല്ല ഇത് അഞ്ചാറ് ലക്ഷം വരും.'

കാലികച്ചവടക്കാരൻ കാലിയായ മനസ്സോടെ തിരിച്ചിറങ്ങി.

പിന്നെയും അന്വേഷണങ്ങൾ തുരുതുരെ വന്നു. തെളിവുകൾക്ക് കൃത്യതയില്ല. തുക എത്രയെന്നു പോലും അറിയില്ല. എന്തിനുള്ള പണമെന്നും എവിടെന്ന് നഷ്ടപെട്ടന്നും, ഒന്നിനും ഒരു വ്യക്തതയില്ല. സമയം കുറെ കടന്നുപോയി.

ഒരു യുവാവും യുവതിയും കൊച്ചുകുഞ്ഞുമായി സ്റ്റേഷനിൽ എത്തി.

'സാർ ഞങ്ങടെ കുറച്ചു പണം കളഞ്ഞുപോയി. ഞങ്ങള് ഇന്നലേ തെരഞ്ഞ് നടക്കുവാരുന്നു.'

'എവിടെയാ കളഞ്ഞു പോയത്.'

യുവാവ് ഉദ്ദേശം എന്ന മുഖവുരയോടെ ധാരണയിലുള്ള സ്ഥലം പറഞ്ഞു.

'പണം എത്ര വരും.'

യുവാവും യുവതിയും പരസ്പരം നോക്കി. യുവതി വിരലുകൾ കൊണ്ട് ആംഗ്യം കാണിച്ചു. യുവാവ് എന്തോ പിറുപിറുത്തു. ആംഗ്യം കാണിച്ച യുവതിയുടെ വിരൽ വായിലേക്ക് കൊണ്ടു പോകാൻ ഉക്കത്തിരുന്ന കുഞ്ഞ് ശ്രമം തുടങ്ങി.

'സാർ ഞാനിത് വേറെ ഒരാളിൽ നിന്ന് വാങ്ങിയതാ.'

'ആരിൽ നിന്നാ.'

'ആള് പുറത്ത് നില്പുണ്ട്.'

'എന്നാലും സംഖ്യ നിനക്കറിയില്ലേ.'

'ഒര് ഇര്പതിനായിരാ എന്റെ കണക്ക്.'

' അയാളെ ഇങ്ങോട്ട് വിളി.'

പുറമെ നിന്ന ആൾ സ്റ്റേഷനിൽ എത്തി.

'തന്റെ പേരന്താ.'

'പങ്കജാക്ഷൻ.'

'താൻ ഇയാൾക്ക് പണം കൊടുത്തിരുന്നോ.' യുവാവിനോട് പോലീസ് പേര് ചോദിച്ചു.

'മഹീന്ദ്രൻ' യുവാവ് പേരു പറഞ്ഞു.

'മഹീന്ദ്രന് നീ എത്ര കേഷാ കൊടുത്തത്.

'സാർ അത്...'

' പറയെടോ കാണാതെ പോയതു കൊണ്ടല്ലേ.'

' മഹീന്ദ്രൻ ഇരുപതാ ചോദിച്ചത് ഞാനത് പിന്നെ...'

'താൻ ബ്ലെയിഡണോ.'

'അല്ല സാർ അല്ല, ആവശ്യക്കാരെ സഹായിക്കാൻ ചെറിയ...'

'തന്റെ കൈയില് ഇഷ്ടം പോലെ ഉണ്ടോ.'

'ഇല്ല സാർ അങ്ങിനെയൊന്നും ഇല്ല.'

'താനെത്രയാ കൊട്ത്തത്.'

'എന്റെ വിഹിതം കഴിച്ച് ഒര് പതിനാറ് വരും'

എസ്.ഐ യുടെ മനസ്സിൽ തെളിവിന്റെ നീരുറവ പൊട്ടി.

'നോട്ട് ഏതാ'

'ഞാൻ കൊടുത്തത് അഞ്ഞൂറിന്റെയാ'

'കവറിലിട്ടാണോ താൻ കൊടുത്തത്.'

'കടലാസ്സിൽ പൊതിഞ്ഞാ കൊടുത്തത്. ഇവരിത് കവറിലിട്ടോ എന്നറിയില്ല.'

തെളിവിന്റെ നീരുറവ പരന്നു തുടങ്ങി.

'ഇതെന്തിനുള്ള പണമായിരുന്നു.'

'കോവിഡല്ലേ സാർ പണി തീരെയില്ല.'

'തനിക്കെന്താ പണി.'

'സ്കൂൾ ട്രിപ്പാ, ഓട്ടോ.'

'ട്രിപ്പില്ലാത്തപ്പോ നീ ഒട്ടാറില്ലേ.'

'അത് വേണ്ടെന്നാ ഓണറുടെ രീതി.'

'അപ്പോ വണ്ടി തന്റേതല്ല.'

'ലോക്സൗണില് കുറേ കടം വന്നു. അതാ പങ്കേട്ടന്റെ കൈയ്യിന്ന്...'

'പങ്കേട്ടൻ അറു ബ്ലേഡാണല്ലോ.'

പങ്കൻ നിന്നു പരുങ്ങി.

പോലീസ് യുവതിയുടെ പേരും ചോദിച്ചു. മൂന്നു പേരുടെയും മാസ്ക് അഴിപ്പിച്ചു. കൈയ്യിലുള്ള തിരിച്ചറിയൽ രേഖ വാങ്ങി പരിശോധിച്ച് തിരികെ നൽകി.

വിവരങ്ങൾ ഏകദേശം ഒത്തുവന്നിട്ടുണ്ട്. ഇനി പണം ഇവിടെ എത്തിച്ച ആളെ വിളിക്കാം.

എസ്.ഐ യുടെ മനസ്സിൽ തെളിവുകൾ ഒഴുകി തുടങ്ങി. ഗൗതമൻ ചിരിയോടെ സ്റ്റേഷനിലെത്തി.

'ഈ ഗൗതമനാ കേഷ് സ്റ്റേഷനിൽ തന്നത്.'

യുവാവും യുവതിയും ഗൗതമനെ തൊഴുതുനിന്നു. കൊച്ചുകുഞ്ഞു ഗൗതമനെ തൊഴാൻ ശ്രമിക്കുന്നതു പോലെ തോന്നി.

'ഗൗതമന്റെ സാന്നിദ്ധ്യത്തിൽ ഈ പണം നിങ്ങൾക്ക് തരുന്നു. കൊടുക്കാം അല്ലേ ഗൗതമാ.'

'തെളിവ് ശരിയെങ്കി കൊടുക്കാ സാറേ.'

'പിന്നെ ഒര് കാര്യം ഈ പതിനാറിൽ നിന്ന് ഒരു രൂപ പോലും പങ്കന്

കൊടുത്തു പോകരുത്. പങ്കന്റെ പണം തിരിച്ചു കൊടുക്കുമ്പോ സ്റ്റേഷൻ മുഖേന കൊടുത്താ മതി.

മൂന്നുപേരും സമ്മതിച്ചു. പങ്കൻ പതുക്കെ പുറത്തേക്കിറങ്ങി.

എസ്.ഐ പൊതി കൈമാറി. പണം എണ്ണി നോക്കാൻ ആവശ്യപ്പെട്ടു.

പണം കൈപ്പറ്റിയ യുവാവ് പൊതിയിൽ നിന്ന് അഞ്ഞൂറ് രൂപയെടുത്ത് ഇത് ഇദ്ദേഹത്തിന് കൊടുക്കണമെന്ന് പറഞ്ഞ് ഗൗതമന്റെ നേരെ നീട്ടി.

'ഗൗതമനെന്തിനെടാ തന്റെ പണം.' എസ് ഐ ഗൗതമന്റെ അവസ്ഥ സാക്ഷ്യപ്പെടുത്തി.

'ആയ്ക്കോട്ടെ സാറെ സന്തോഷിച്ച് തരുന്നതല്ലേ.'

ഗൗതമൻ പണം വാങ്ങി. യുവാവും യുവതിയും ഗൗതമന്റെ കാൽ തൊട്ടു വന്ദിച്ചു. യുവതിയുടെ കൈയ്യിലുള്ള കുഞ്ഞ് വീഴുമെന്ന ഭാവത്തിൽ ലാഞ്ചി.

മഹീന്ദ്രനും ഭാര്യയും യാത്ര ചോദിച്ചിറങ്ങി. ഭാര്യയുടെ കൈയ്യിലിരുന്ന കുഞ്ഞ് ഗൗതമനു നേരെ കൈവീശുന്നതായി തോന്നി.

'ഗൗതമനും കൈ വീശി. മഹീന്ദ്രൻ പോലീസിന് നൽകിയ ഫോൺ നമ്പർ ഗൗതമൻ ചോദിച്ചു വാങ്ങി സ്റ്റേഷനിൽ നിന്നും ഇറങ്ങി നടക്കവെ; മനസ്സിൽ ഓർത്തു.

പതിനാറായിരം രൂപയുടെ പൊതി വഴിയിൽ നിന്ന് വീണു കിട്ടിയതല്ലെന്നും, തന്റെ ജന്മദിനമായ ഇന്ന് ചിലർക്കൊക്കെ കൊടുക്കാൻ വെച്ച സംഖ്യ ഒരു തമാശയെന്ന മട്ടിൽ സ്റ്റേഷനിൽ ഏല്പിച്ചതാണെന്ന സത്യം ഗൗതമൻ മനസ്സിൽ തന്നെ പൊതിഞ്ഞു വെച്ചു.

പോലീസ് കണ്ടെത്തിയ തെളിവുകളുടെ നീരുറവയിൽ ഗൗതമൻ കാലും മുഖവും കഴുകി. സ്റ്റേഷനിൽ നിന്ന് എഴുതി വാങ്ങിയ ഫോൺ നമ്പറിൽ ഒന്നു കൂടെ നോക്കി. ഈ നമ്പർ നിലവിലുള്ളതാണോ. സ്വയം ഒന്നു പറഞ്ഞു പോയി.

ഗെയിറ്റിൽ തൂക്കിയ ബോർഡ് അഴിച്ച് സ്റ്റേഷൻ കോമ്പൗണ്ടിൽ ചാരി വെച്ച് ഗൗതമൻ പതുക്കെ നടന്നുനീങ്ങി.

കുഞ്ഞ് അടക്കം നാലു പേരുടെയും ഫോട്ടോ മൊബൈലിൽ കിടപ്പുള്ളത് വെറുതെ ഓർത്തുപോയി.

ഗൗതമാനന്ദം

പോക്കറ്റിലെ കൊച്ചു ഡയറിയിൽ സൂക്ഷിച്ച, സ്റ്റേഷനിൽ നിന്നു കിട്ടിയ ഫോൺ നമ്പറിൽ ഗൗതമൻ ചെറുതായൊന്നു കണ്ണോടിച്ചു. ഒന്നു വിളിച്ചാലോ, സമയം തള്ളി നീക്കാൻ വഴികളില്ലാതെ വരുമ്പോൾ, ഒരു നേരംപോക്കിന് ഈ കോവിഡ് കാലത്ത്, ഒന്നു വിളിച്ചു നോക്കാം.

ഗൗതമൻ കടലാസ്സിൽ കുറിച്ച നമ്പർ ഫോണിലേക്ക് പകർത്തി. പിന്നെ ആ നമ്പറിലേക്ക് വിളിച്ചു. കോവിഡിന്റെ ബോധവത്കരണം കഴിഞ്ഞ് ഫോൺ റിംഗ് തുടങ്ങി. അറ്റൻഡ് ചെയ്യപ്പെടാത്തതു കൊണ്ട് റിംഗ് ട്യൂൺ നീണ്ടു നിന്നു.

ഉത്തരം കിട്ടുന്നില്ലെന്നും അല്പം കഴിഞ്ഞ് വിളിക്കൂ എന്നും പറഞ്ഞ് ഫോൺ കട്ടായി.

തെല്ല് നിരാശയോടെ ഗൗതമൻ ഫോണിലേക്ക് നോക്കി. പണം നഷ്ടപ്പെട്ടെന്നു അവകാശപെട്ടതു തന്നെ തികഞ്ഞ കളവ്. ബ്ലേഡിൽ നിന്ന് വാങ്ങിയതാണെന്ന് പറഞ്ഞത് അതിനേക്കാൾ വലിയ കള്ളം. ഞാനാണ് പണം കൊടുത്തതെന്ന് പറഞ്ഞ് ബ്ലേഡുകാരനായി വന്നവൻ വലിയ കള്ളൻ. കടലാസ്സിൽ പൊതിഞ്ഞ പണം പിന്നീടവർ കവറിലേക്ക് മാറ്റിയോ എന്നറിയില്ലെന്ന് പറഞ്ഞത് അതിനേക്കാൾ വലിയ കള്ളത്തരം.

ഇതിനെല്ലാം കൂട്ടുനിന്നും കൈ ആംഗ്യം കാണിച്ചും പിറുപിറുത്തും നിന്ന യുവതി വമ്പൻകള്ളി. കൈകൂപ്പി തൊഴാനും പൊതിയിൽ നിന്ന് അഞ്ഞൂറ് രൂപയെടുത്ത് കാൽ തൊട്ട് വന്ദിക്കാൻ ഭാര്യാ ഭർത്താക്കന്മാർ തയ്യാറായി എന്നത് കൂട്ടുകളവിന്റെ നേർക്കാഴ്ച. ഇതിനെക്കാളെല്ലാം മികച്ചത് തെളിവ് കണ്ടെത്തി പണം കൈമാറാൻ തയ്യാറായ പോലീസിന്റെ വങ്കത്തരം. കഴിഞ്ഞുപോയ ഒരു ജന്മദിനത്തിലെ അതീവ സുന്ദരമായ കാഴ്ചകൾ. എത്രയെത്ര ജന്മദിനങ്ങൾ വിശേഷവിധികളായി കടന്നു പോയിരിക്കുന്നു.

അടുത്ത കാലത്തായുള്ള എല്ലാ ജന്മദിനത്തിനും ആദ്യം കണ്ടുമുട്ടുന്ന പത്തിരുപത് പേർക്ക് ചെയ്തു വന്നിരുന്ന ധനസഹായം, ആളുകൾ തീയ്യതി ഓർത്തുവെച്ച് വീടിന്റെ ഗെയിറ്റിലെത്തിയപ്പോൾ ഇത് അത്ര പന്തിയല്ലെന്ന് കണ്ട് ദാനത്തിന്റെ സ്വഭാവ രീതി ഒന്നു രണ്ടു വർഷമായി ഒന്നു മാറ്റി പിടിച്ചതാണ് ഗൗതമൻ.

എല്ലാറ്റിനും ഒരു രസികത്വം, അല്ലെങ്കിൽ ഒരു കൺകെട്ട് സൂക്ഷിച്ചിരുന്നു ഗൗതമൻ. കഴിഞ്ഞ ദിവസം പോലീസ് സ്റ്റേഷനിൽ പണം പൊതിഞ്ഞു നൽകിയത് അതിന്റെ ഭാഗമായിരുന്നു.

അറിയിപ്പ് കൊടുത്ത് മിനുട്ടുകൾക്കകം അവകാശ വാദങ്ങളുമായി ആളുകൾ എത്തി. ഒരുദിവസം ഒരു ചെറിയ പ്രദേശത്ത് ഇത്രയധികം ആളുകൾക്ക് പണം നഷ്ടപ്പെട്ടു പോകുമോ. അതും അത്ര മോശമല്ലാത്ത സംഖ്യ. ഈ മനുഷ്യർ ചെയ്യുന്നതിന്റെ ഓരോരോ രീതികൾ ആലോചിക്കുമ്പോ...

ഗൗതമന്റെ ഫോൺ റിംഗ് ചെയ്തു. നേരത്തെ വിളിച്ച നമ്പറിൽ നിന്നുള്ള തിരിച്ചു വിളിയാണ്.

ഗൗതമൻ ഫോണെടുത്തു.

'ഹലോ.'

'ഇത് ആരായിത്'

'ഞാൻ ഗൗതമൻ'

'ഏത് ഗൗതമൻ'

'വലിവടം പോലീസ് സ്റ്റേഷനിൽ...'

'പോലീസ് സ്റ്റേഷനിൽ എന്താ'

'താൻ മഹീന്ദ്രനല്ലേ'

'ഏത് മഹീന്ദ്രൻ'

'വലിവടം പോലീസ് സ്റ്റേഷനിൽ കാണാതായ സംഖ്യ ഏറ്റുവാങ്ങിയ താനും ഭാര്യയും കുഞ്ഞും.'

'ഓ...'

'എടോ ഞാൻ ഗൗതമൻ.'

' ഓ.. ഓ മനസ്സിലായി ഗൗതമേട്ടാ.'

'ഏട്ടാന്നുള്ള വിളി വേണ്ട എന്നെ പേരു വിളിച്ചാമതി.'

'പ്രായകൂടുതുലുള്ള ആളെ എങ്ങിനെ.'

'കൊച്ചുകുട്ടികൾ പോലും നാട്ടിലെന്നെ പേരാ വിളിക്ക്യാ, അതുമതി.'

'ഗൗതമൻ ചെയ്തു തന്ന ഉപകാരത്തിന് വളരെ നന്ദിയുണ്ട്.'

'നന്ദിയുണ്ടായിട്ടാണോ കേവലം അഞ്ഞൂറിൽ ഒതുക്കിയത്.'

'അത് പിന്നെ പണത്തിന് വിലയുണ്ടല്ലോ ഗൗതമാ.'

'പണത്തിന്റെ വില എല്ലാർക്കുമില്ലേ.'

'കഴിഞ്ഞ കാര്യങ്ങളല്ലേ വിട്ടുകള.'

'കഴിഞ്ഞതായാലും ഒര് മര്യാദ കാണിക്കേണ്ടേ. നേരെ പകുതിയെങ്കിലും എനിക്ക് തരണ്ടേ.'

'ഗൗതമാ അത് പിന്നെ അത്യാവശ്യത്തിനുള്ള പണമായതു കൊണ്ടാ.'

'ഏത് അത്യാവശ്യത്തിന്, ആര്ടെ പണം, വീണു കിട്ട്യ പണമോ.'

'വീഴുന്നതിനു മുമ്പ് അത് എന്റെ കൈയിലായിരുന്നല്ലോ.'

'ആര്ടെ കൈയ്യിൽ, സുഹൃത്തെ പണം നിങ്ങളുടെതല്ലെന്ന് എനിക്ക് നന്നായി അറിയാ...'

'അഞ്ഞൂറേ തന്നുള്ളു എന്ന് വിചാരിച്ച് ഇങ്ങിനെ പറയര്ത്.'

'മഹീന്ദ്രാ, ആ പണം എന്റേതാണ്. വെറുതെ ജന്മദിനത്തിന്റെ ഒര് തമാശയ്ക്ക്, പേപ്പറിൽ പൊതിഞ്ഞ് വീണ് കിട്ട്യതാണെന്ന് പറഞ്ഞ് സ്റ്റേഷനിൽ മന:പൂർവ്വം കൊടുത്തതാ. അപ്പോഴേക്കും അവകാശ വാദങ്ങളുമായി കുറേയാളുകളെത്തി. താനും കുടുംബവും കൂടാതെ ഒരു ബ്ലേഡും.'

ഫോൺ കട്ടായി.

ഗൗതമന് ചിരിവന്നു.

അവകാശി താനല്ലെന്ന കാര്യം അവനെ അറിയിക്കാനായതിൽ സന്തോഷം തോന്നി. അവനും ഇനി കൂടുതൽ എന്തെങ്കിലും പ്രതീക്ഷിച്ചു നിൽക്കട്ടെ.

ഗൗതമൻ വീണ്ടും ഫോൺ വിളിച്ചു. കോവിഡ് ബോധവത്കരണം കഴിഞ്ഞ് റിംഗ് തുടങ്ങിയപ്പോൾ ഫോൺ കട്ടായി.

വീണ്ടും വിളിച്ചു. മഹീന്ദ്രൻ ഫോൺ കട്ട് ചെയ്തു.

വാട്ട്സപ്പിൽ ഗൗതമൻ സന്ദേശമയച്ചു.

'ഫോൺ എടുത്തില്ലെങ്കിൽ പരാതി സ്റ്റേഷനിലെത്തും.'

സന്ദേശത്തിന് ബ്ലൂ ടിക്ക് വീണു.

ഗൗതമന്റെ ഫോൺ റിംഗ് ചെയ്തു.

'ഗൗതമാ സംഭവിച്ചതെല്ലാം നല്ലതിനെന്ന് കരുത്യാ പോരെ ബുദ്ധി മുട്ടിക്കണോ.'

'തന്റെ ഭാര്യയെയും കുഞ്ഞിനെയും ഓർത്തിട്ടാ അല്ലെങ്കിൽ...'

'ഭാര്യയും കുഞ്ഞും എനിക്കോ.'

'അന്ന് സ്റ്റേഷനിൽ കണ്ടതോ.'

'അത് മറ്റേയാളെ ഭാര്യയും കുഞ്ഞുമാ.'

'അപ്പോൾ നിങ്ങള് രണ്ടു പേരും ഭാര്യാ ഭർത്താക്കന്മാരല്ലേ.'

'ഞാൻ വിവാഹിതനല്ല. സത്യം പറയാലോ മറ്റേയാൾ ബ്ലേഡുകാരനുമല്ല.'

' ആര് പങ്കനോ. അപ്പോ മൊത്തം തട്ടിപ്പായിരുന്നല്ലേ.'

'സ്റ്റേഷനിൽ എഴുതി തൂക്കിയ ബോർഡു കണ്ടപ്പോൾ ഞാൻ പങ്കനെ

വിളിച്ച് കാര്യം പറഞ്ഞു. പങ്കൻ കുഞ്ഞിനെ ഡോക്ടറെ കാണിക്കാൻ വരുന്ന വഴി എന്നെ വന്നു കണ്ടു. ഞാനൊരു ഐഡിയ പറഞ്ഞു. രണ്ടു പേരും സഹകരിച്ചു.'

' അത് കുറിക്കു കൊണ്ടുവല്ലേ.'

' ദൈവാധീനം അത്ര തന്നെ.'

' ആ പണം ആരെടുത്തു.'

'പത്തായിരം ഞാനെടുത്തു. പങ്കനും അവൾക്കും കൂടി അഞ്ചര കൊടുത്തു. അഞ്ഞൂറ് നേരത്തെ തന്നില്ലേ.'

'അപ്പോ തന്റെ കാൽ തൊട്ട് വന്ദിച്ചത്.'

'ഗൗതമാ എനിക്കൊരു പോളിസിയുണ്ട്. കാര്യത്തിന് ആരുടെ കാലും പിടിക്കണം.'

'കഴുതയുടെ കാല് അല്ലേ.'

'ഇവിടെയിപ്പോ കഴുതകളായത് നമ്മളല്ലേ. എല്ലാം വെളിപ്പെട്ടില്ലേ.'

'സ്റ്റേഷനിൽ ഞാൻ പരാതി കൊടുക്കും. താൻ വരേണ്ടിവരും.'

'അതിന് ഞാൻ എവിടെയാണെന്ന് ഗൗതമന് അറിയില്ലല്ലോ.'

'ഫോണുണ്ടല്ലോ, ആ നമ്പർ മതി. പോലീസ് കണ്ടുപിടിച്ചോളും.'

'കണ്ടു പിടിക്കാൻ കഴിയില്ല ഗൗതമാ.'

'എന്തുകൊണ്ട്.'

'മഹീന്ദ്രനും പങ്കനും നമ്മുടെ പേരല്ല.'

'അപ്പോ തിരിച്ചറിയൽ രേഖയോ. '

'അതിലൊക്കെ എന്തിരിക്കുന്നു ഗൗതമാ, കാർഡ് എത്ര വേണം.'

'ഓഹോ.'

'ആ പെണ്ണും കുഞ്ഞും മറ്റവൻ കൊണ്ടു വന്ന ആളുകളാ, അവന്റെ കുടുംബമെന്ന് ഞാൻ പറഞ്ഞെന്നേയുള്ളു.'

'ആയ്ക്കോട്ടെ കള്ളത്തരങ്ങൾ ഇനിയും വെളിക്കു വരട്ടെ. പോലീസിനെ കബിളിപ്പിച്ചതിനും കേസു വരും.'

'ഞാനത് നേരിട്ടോളും. ഗൗതമനെന്തിനാ ഇങ്ങിനെ ബുദ്ധിമുട്ടണെ ഇപ്രാവശ്യത്തെ ജന്മദിന ദാനം അർഹിക്കുന്നവർക്ക് കിട്ടി എന്ന് സമാധാനിക്കരുതോ.'

ഗൗതമൻ മനസ്സിൽ ചെറുതായി ചിരിച്ചു.

'ഫോൺ നമ്പർ വെച്ച് ഞങ്ങളെ പിടിക്കാനാവില്ല.'

'നമ്മുക്ക് നോക്കാം.'

'ഇന്നു കൂടിയേ ഈ ഫോൺ ഉപയോഗിക്കൂ. ഞാനും പഴയ പങ്കനും.'

'ഈ ഫോണും അങ്ങിനെ ഒരിടത്തു നിന്നും തപ്പിയെടുത്തതാ.'

'അമ്പട കള്ളാ. വേല കൈയിലിരിക്കട്ടെ എനിക്കീ നമ്പർ മതി.'

'ആയ്ക്കോട്ടെ ഗൗതമാ. ജന്മദിനത്തിന്റെ ദാനം അടിച്ചു മാറ്റിയ ഞങ്ങളെ അഭിനന്ദിക്കുകയല്ലേ വേണ്ടത്. അതല്ലെങ്കിൽ ഞങ്ങളോട് ക്ഷമിച്ചേ പറ്റൂ.'

ഗൗതമൻ ഒന്നും മിണ്ടിയില്ല.

'ഗൗതമാ അടുത്ത ബേർത്ത് ഡേ പ്രോഗ്രാം എന്തെന്ന് പറ. ഞാനും പഴയ പങ്കനും ആ ദിവസം വരും ഒ.കെ.'

മഹീന്ദ്രൻ ഫോൺ കട്ട് ചെയ്തു.

ഇന്ന് വരെ മാത്രമേ ഈ ഫോൺ ഉപയോഗിക്കൂ എന്ന് മഹീന്ദ്രൻ പറഞ്ഞത് സത്യമായിരുന്നു.

പരോൾ കഴിഞ്ഞ് പഴയ മഹിന്ദ്രനും പങ്കനും തിരിച്ചു കയറേണ്ടതാണ്. ഒരു വർഷം കഴിഞ്ഞ് ഇനിയും അടുത്ത പരോളിൽ ഇറങ്ങാൻ.

സ്നേഹിതനും ധനപാലനും

കാഷ്യർ കണാരേട്ടൻ അസുഖമായി കിടപ്പിലായായിട്ട് കൃത്യം എട്ടു വർഷം കഴിഞ്ഞു. തൂവെള്ള ഖാദി വസ്ത്രമണിഞ്ഞ് ആദർശങ്ങളുടെ പരിമിതിക്കുള്ളിൽ ജീവിച്ച അദ്ദേഹം സ്ഥലത്തെ പരമ്പരാഗത വ്യവസായ സ്ഥാപനത്തിലെ കാഷ്യറായിരുന്നു. തൊഴിലാളികൾക്കെല്ലാം അദ്ധ്വാനത്തിന്റെ കൂലി പണമായി നൽകുന്ന പ്രിയപ്പെട്ട മനുഷ്യൻ.

റിട്ടയർമെന്റിനു ശേഷം പതിവു പോലെ കാലത്ത് നടക്കാനിറങ്ങിയപ്പോൾ തലകറങ്ങി വീണതാണ്. നന്നെ കാലത്തായതു കൊണ്ട് പെട്ടന്നാരും ശ്രദ്ധിച്ചില്ല. സമയമേറെ കഴിഞ്ഞാണ് നടക്കാനിറങ്ങിയ ചിലരുടെ ശ്രദ്ധയിൽപ്പെട്ടതും ഉടനെ ആശുപത്രിയിലേക്ക് മാറ്റിയതും. ആശുപത്രിയിൽ ഡോക്ടർ പരിശോധനകൾക്കുശേഷം ബന്ധപ്പെട്ടവരോട് പറഞ്ഞു.

'പക്ഷാഘാതമാണ്... ബ്രെയിനിന്റെ വലതുവശത്ത് സുനാമി പോലുള്ള അവസ്ഥ . രക്ഷപ്പെടാൻ വകയില്ല. കുറച്ചു കാലം പോകും.' ആ കുറച്ചു കാലം എട്ടു വർഷമായി തുടരുന്നു.

കാഷ്യർ കണാരേട്ടൻ നാട്ടിൻ പുറത്തെ സംസാരങ്ങളിൽ വിഷയമല്ലാതായി. മൂക്കിലൂടെ നൽകുന്ന പാനീയങ്ങളാണ് ജീവൻ പിടിച്ചു നിർത്തുന്നത്. മലർന്നു കിടക്കുന്ന കണാരേട്ടന്റ കൈവിരലുകൾ ചുരുണ്ടു പോകുന്നത് തടയാൻ ടേബിൾ ടെന്നീസ് ബോളുകൾ കൈവെള്ളയിൽ വെച്ചു കൊടുത്തിട്ടുണ്ട്. വിരലുകൾ അതിനെ വട്ടം പിടിച്ചിരിക്കുകയാണ്.

ആ വീടിന്റെ മുന്നിലൂടെ സ്നേഹിതനും ധനപാലനും നടന്നു പോകുമ്പോഴാണ് അദ്ദേഹത്തിന്റെ ഭാര്യ ഗെയിറ്റിനരികെ വന്ന് സ്നേഹിതനോടും ധനപാലനോടുമായി പറഞ്ഞത്.

'ടേബിൾ ടെന്നീസിന്റെ രണ്ട് ബോള് വേണം ഒന്നെത്തിക്കാമോ. ഉള്ളതു രണ്ടും പഞ്ഞിപോലെയായി.'

സ്നേഹിതനും ധനപാലനും കണാരേട്ടനെ കുറിച്ച് ഓർത്തതു തന്നെ അപ്പോഴാണ്, സ്നേഹിതൻ എന്നത് കണാരേട്ടന്റെ സ്നേഹിതനോ ധനപാലന്റെ സ്നേഹിതനോ ആയതു കൊണ്ടല്ല. സ്നേഹിതൻ എന്നത് അയാളുടെ യഥാർത്ഥ പേരാണ്. പേരുകൊണ്ടു തന്നെ സ്നേഹിതൻ എല്ലാവരുടെയും സ്നേഹിതനാണ്.

ടേബിൾ ടെന്നീസ് ബോളുമായി സ്നേഹിതനും ധനപാലനും കാഷ്യർ കണാരേട്ടന്റെ വീട്ടിലെത്തി. തൂവെള്ള വിരിപ്പിൽ തൂവെള്ള പുതപ്പിനുള്ളിൽ ശോഷിച്ചു കിടക്കുന്നു കണാരേട്ടൻ. മുഷ്ടി ചുരട്ടിയ നിലയിൽ നിന്ന് പഞ്ഞിപോലുള്ള ടെന്നീസ് ബോൾ എടുത്തു മാറ്റി പുതിയ ബോളുകൾ കൈവിരലുകൾക്കിടയിലൂടെ ചേർത്തു വെക്കാൻ ശ്രമിക്കവെ; കണാരേട്ടന്റെ മെല്ലിച്ച ശരീരമൊന്നിളകി. കണ്ണുകൾ പതിയെ തുറന്നു. ചലനമറ്റിരുന്ന കൃഷ്ണമണികൾ സ്നേഹിതന്റെയും ധനപാലന്റെയും നേരെ ഒന്നു ചലിച്ചു. ശ്വാസത്തിന്റെ ശബ്ദമുയർന്നു. ചുണ്ടുകൾ വിറച്ചു. വിരലുകൾ പതുക്കെ നിവർന്നു. പിന്നെ കണ്ണുകൾ താനെ അടഞ്ഞു. കണാരേട്ടന്റെ ഭാര്യ ഏങ്ങലടിച്ചു കരഞ്ഞു. സ്നേഹിതനും ധനപാലനും പരസ്പരം നോക്കി. കാഷ്യർ കണാരേട്ടൻ മരിച്ചു.

ഉമ്മറത്തും അയൽപക്കത്തും ഇടവഴിയിലും റോഡിലും കവലയിലും കാഷ്യർ കണാരേട്ടന്റെ മരണ വിവരമറിഞ്ഞു. സ്നേഹിതനും ധനപാലനും എട്ടു വർഷമായി കിടക്കുന്ന കണാരേട്ടനെ സന്ദർശിച്ചപ്പോൾ കണാരേട്ടൻ കണ്ണുതുറന്ന് യാത്ര പറഞ്ഞിറങ്ങിയെന്ന് ജനസംസാരം. അങ്ങിനെയെങ്കിൽ സ്നേഹിതനും ധനപാലനും വർഷങ്ങൾക്കു മുന്നെ കണാരേട്ടനെ സന്ദർശിച്ചു കൂടായിരുന്നോ. പലരും പരസ്പരം പറഞ്ഞു. അങ്ങിനെയെങ്കിൽ ഇത്രയും കാലം അദ്ദേഹം ഇങ്ങിനെ കിടക്കേണ്ടി വരുമായിരുന്നോ, അദ്ദേഹത്തിന്റെ വീട്ടുകാർ ഇത്ര മാത്രം കഷ്ടപ്പെടേണ്ടിയിരുന്നോ.

അഭിപ്രായപ്രകടനങ്ങൾ തലങ്ങും വിലങ്ങും നടന്നു. അഭിപ്രായങ്ങൾ വർണ്ണവൈവിധ്യങ്ങളുടെ കൊടിക്കൂറകളായി പാറി പറന്നു. സ്നേഹിതനും ധനപാലനും കിടപ്പുരോഗികളുടെ യാത്രയയപ്പുകാരെന്ന പേര് ഉരുത്തിരിഞ്ഞു വന്നു.

നൂറോളം വയസ്സുള്ള മന്ദിയമ്മ കിടപ്പു തുടങ്ങിയിട്ട് കണാരേട്ടന്റ കാലത്തിനടുത്തെത്തി. ശ്വാസം മാത്രം ബാക്കി. കണാരേട്ടൻ പോയതു പോലെ മന്ദിയമ്മയും പോയെങ്കിൽ വീട്ടുകാർക്ക് ആശ്വാസമാകുമായിരുന്നു. വീട്ടിലെ ബന്ധുക്കളാരോ സ്നേഹിതനോടും ധനപാലനോടും മന്ദിയമ്മയുടെ കാര്യം പറഞ്ഞു. ഒന്നു സന്ദർശിക്കണം. വീട്ടുകാരുടെ കഷ്ടപ്പാട് ഒഴിവാക്കി കൊടുക്കണം. മന്ദിയമ്മയുടെ മക്കളും മരുമക്കളും പേരമക്കളും നോക്കിനിൽക്കെ സ്നേഹിതനും ധനപാലനും മന്ദിയമ്മയുടെ വീട്ടിലെത്തി. മന്ദിയമ്മയെ കണ്ടു. യാത്ര പറഞ്ഞിറങ്ങുമ്പോൾ മന്ദിയമ്മയും കൂടെ യാത്ര പറഞ്ഞിറങ്ങി. യാത്രയയപ്പുകാർക്ക് പേരും പ്രശസ്തിയും കൂടി.

പിന്നെയും എത്രയെത്ര കിടപ്പുരോഗികൾ. നാട്ടിലും, മറുനാട്ടിലുമായി എണ്ണം പറഞ്ഞ യാത്രയയപ്പുകൾ. സ്നേഹിതനെയും ധനപാലനെയും അന്വേഷിച്ച് പലരും വന്നു. അവരുടെ സന്ദർശനം കൊണ്ട് ആശ്വാസം കൊണ്ട നിരവധി കുടുംബങ്ങൾ. സന്ദർശനങ്ങൾക്ക് ക്ഷണമുണ്ടാകുമ്പോൾ ധനപാലന് സമയമുണ്ടാകില്ല. ധനപാലൻ കാത്തുനിൽക്കുമ്പോൾ സ്നേഹിതന് എത്താൻ കഴിയാതെ വരുന്നു. അതുകൊണ്ടു മാത്രം ജീവിതം നീട്ടിയെടുത്ത കിടപ്പുകാർ. നിർഭാഗ്യരായ വിട്ടുകാർ.

സ്ഥലത്തെ ഭൂവുടമ വിനയന്റെ മൂത്ത സഹോദരിയും നാലഞ്ച് വർഷമായി കിടക്കുന്നു. ജലപാനം മൂക്കിലൂടെ മാത്രം. ഉപേക്ഷിക്കാൻ വയ്യാത്തതു കൊണ്ട് വീട്ടുകാർ കൊണ്ടു നടക്കുന്നു. ഭൂവുടമ തന്നെ സ്നേഹിതനെയും ധനപാലനെയും നേരിട്ട് കണ്ട് വീട്ടിലേക്ക് കൂട്ടികൊണ്ടു പോയി. അവർ വീട്ടുകാരോട് കുശലം പറഞ്ഞ് കിടപ്പു രോഗിയെ കണ്ടു. രോഗിയുടെ കൈകാലുകളും തലയും ഒന്നിളകിയോ എന്ന് സംശയം. തലയിലെ നൂറു കണക്കിന് കറുത്ത പേനുകൾ മുഖം വഴി തലയിണയിലേക്ക് ചാലിട്ടിറങ്ങി. ശരീരത്തിലെ ചൂടറ്റിരുന്നു.

പിന്നെയും ധാരാളം കുടുംബങ്ങൾക്ക് സ്നേഹിതനും ധനപാലനും ആശ്വാസത്തിനുള്ള അത്താണിയായി.

ആയിടെ മക്കൾ തമ്മിൽ വടം വലിനടക്കുന്ന പുകഴ്പെറ്റ തറവാട്ടു വീട്ടിൽ മക്കളുടെ കിടപ്പിലായ അച്ഛൻ വിശ്വംഭരൻ. ജീവിതത്തിലേക്ക് തിരിച്ചു വന്നാൽ മൊത്തം സ്വത്തുവകകളുടെ പകുതി ഇളയമകൾക്ക് വാഗ്ദാനം ചെയ്യപ്പെട്ടതാണ്. മരിച്ചാൽ മൊത്തം സ്വത്ത് എട്ടായി ഭാഗിക്കും. ജീവിച്ചിരുന്നാൽ വരാവുന്ന ഈ ഭീമമായ നഷ്ടം ഒഴിവാക്കി കിട്ടാൻ മൂത്ത ആൾ ദൂതൻ മുഖേന സ്നേഹിതന്റെയും ധനപാലന്റെയും മുന്നിൽ വിവരങ്ങൾ ധരിപ്പിച്ചു.

മുഖത്തോട് മുഖം മുട്ടിയാൽ പരിചയം കാണിക്കാത്ത ധിക്കാരികൾ. അവർക്ക് കാര്യം കാണാൻ സേവനം വേണമത്രെ. മനസ്സില്ലാമനസ്സോടെ ദൂതനോടൊപ്പം സ്നേഹിതനും ധനപാലനും ആ വീട്ടിൽ ചെന്നു. ആരോഗ്യദൃഢഗാത്രനായ വിശ്വംഭരൻ രോഗിയായി നീണ്ടുനിവർന്നു കിടക്കുന്നു. സ്നേഹിതനും ധനപാലനും ഒന്നേ നോക്കിയുള്ളു. വിശ്വംഭരൻ തലയിളക്കി. കൈകാലുകൾ അനക്കി. കണ്ണു തുറന്നു. സ്നേഹിതനെയും ധനപാലനെയും മാറിമാറി നോക്കി. അവരുടെ നേരെ പതുക്കെ കൈ നീട്ടി. രണ്ടു പേരും കൈ പിടിച്ചു. ശരീരം ചലിപ്പിച്ചു കൊണ്ട് എഴുന്നേൽക്കാൻ ശ്രമിച്ചു. ഇളയ മകൾ ആശ്വാസത്തിന്റെ നെടുവീർപ്പിട്ടു. മറ്റുമക്കൾ ആകാംക്ഷയോടെ നോക്കിനിന്നു. എന്താണ് സംഭവിക്കുന്ന

തെന്നറിയാതെ ഇളയമകൾ വാവിട്ടു കരഞ്ഞു. സന്തോഷവും ദുഃഖവും കടപ്പുമുറിയിൽ മാറാല കെട്ടി നിന്നു.

വിശ്വംഭരന്റെ മരണം പ്രതീക്ഷിച്ചവർക്ക് തെറ്റി. സ്നേഹിതനും ധന പാലനും മനസ്സുകൊണ്ട് ധിക്കാരികളുടെ മുഖത്ത് തുപ്പി പടികളിറങ്ങി നടന്നു.

വിശ്വംഭരൻ ഇപ്പോഴും കവലയിലൂടെ സായാഹ്ന സവാരിക്കിറങ്ങുന്നു. കുറെ കിടപ്പു രോഗികൾ ഇപ്പോഴും നാട്ടിൻ പുറത്തുറുണ്ട്. ആരും സ്നേഹിതനെയോ ധനപാലനെയോ സമീപിക്കാറില്ല.

സ്നേഹിതനും ധനപാലനും നാട്ടിന്റെ പിന്നാമ്പുറങ്ങളിൽ ഒരധിക പറ്റല്ലാതെ അങ്ങിനെ കഴിയവെ; മുത്തത്തിയിലെ വിശാലാക്ഷിയുടെ ഭർത്താവ് ഒതേനകിടാവിന്റെ ജീവൻ രക്ഷിക്കണമെന്ന് കേണുകൊണ്ട് അദ്ദേഹത്തിന്റെ മകൻ സ്നേഹിതനെയും ധനപാലനെയും ചെന്നു കണ്ടു. അച്ഛന് കുറേക്കാലം കൂടി നമ്മളോടൊത്ത് ജീവിക്കണം.

തേങ്ങലോടെ മകൻ മടങ്ങി. സ്നേഹിതനും ധനപാലനും മുത്തത്തിയിലെ വിശാലാക്ഷിയുടെ വീട്ടിലേക്ക് നടന്നു.

പരിചിതൻ

നാൽക്കവലയിൽ ബസ്സിറങ്ങുബോൾ സമയം സായാഹ്നമായിരുന്നു, ഉച്ചയോടു കൂടി അവിടെ എത്തിയാലെ ഉദ്ദേശിച്ച വിധം ആളെ കണ്ട് കാര്യങ്ങൾ ധരിപ്പിച്ച് കൂട്ടികൊണ്ടുവരുവാൻ സാധിക്കൂ എന്ന് പറഞ്ഞേ ല്പിച്ചതാണ്. ദീർഘദൂര യാത്രകൾക്ക് സമയ ക്ലിപ്തത കുറയും. സമ യ ക്ലിപ്തത കുറയുമ്പോൾ ഉദ്ദേശങ്ങൾക്ക് വിഘാതമുണ്ടാകും. വിഘാ തങ്ങൾ ഉണ്ടാകുമ്പോൾ കാര്യങ്ങൾ സാധിക്കാതെ പോകും. തീർച്ചയാ യും സാധിക്കേണ്ട കാര്യമാണിത്.

നാട്ടിൻ പുറത്ത് കടകൾ അധികമില്ല. ഒന്നു രണ്ടു പേരെ സ്റ്റോപ്പിൽ ബസ്സിറങ്ങാനുണ്ടായിരുന്നുള്ളു. വഴി ചോദിക്കണം. റോഡിന് എതിർവ ശത്തെ പെട്ടിക്കടക്കാരൻ കാര്യമായി ശ്രദ്ധിക്കുന്നത് കണ്ടു. അങ്ങോട്ടു ചെന്ന് വഴി ചോദിച്ചു.

'എന്താ കാര്യം'

അയാൾ വിവരങ്ങളാരാഞ്ഞു.

'കണ്ടിട്ട് ചില്ലറ കാര്യമുണ്ട്'

'തുറന്നൊന്നും പറയണ്ട. മന്ത്രവാദിയെ കാണാൻ വര്ന്നവരൊക്കെ ഇത് തന്ന്യാ പറയാറ്.'

അയാൾ കടയിൽ നിന്നിറങ്ങി. ഒരു വശത്തേക്ക് കൈ ചൂണ്ടി വഴി പ റഞ്ഞു. വിവരിച്ചു കേട്ടപ്പോൾ കളരി അഭ്യാസത്തിന്റെ വാമൊഴികളാ ണെന്ന് അയാൾക്ക് തോന്നി.

വഴി പറഞ്ഞ ശേഷം കടക്കാരൻ ഇത്രയും പറഞ്ഞു. 'മന്ത്രവാദിയു ടെ അടുത്തു പോകാൻ കുറച്ച് നേരത്തെ പോരണം. വഴിയൊക്കെ മോശാ. സന്ധ്യായായാ പിന്നെ അങ്ങൊട്ടൊന്നും ആരും പോകില്ല. പക്ഷെ, ആ വശ്യം വന്നാ പോകാതിരിക്കാൻ ഒക്വോ. അമാന്തിക്കണ്ട നടന്നോളൂ.'

കടക്കാരൻ കൈ ചൂണ്ടിയ ഭാഗത്തേക്ക് നടന്നു. ഉൾനാടൻ ഗ്രാമപ്ര ദേശത്തിന്റെ വ്യാകുലതകൾ എല്ലാം പേറി നിൽക്കുന്ന ഒരു നാട്. മന്ത്ര വാദിയെ കാണാനെത്തുന്നവരൊക്കെ കടക്കാരനോട് വഴി ചോദിക്കാറു ണ്ടെന്ന് വ്യക്തം. എത്ര കഷ്ടപ്പെട്ടാലും മന്ത്രവാദിയെ കാണാതിരിക്കൻ കഴിയില്ല. കാര്യങ്ങൾ പറഞ്ഞ് ധരിപ്പിച്ച് അയാളെയും കൂട്ടി നാട്ടിലേക്ക് മടങ്ങണം ഒരു പെൺകുട്ടിയുടെ കാര്യമല്ലേ.

അയാളുടെ മരുമകൾ. മറ്റുള്ളവരോടൊത്ത് കൂട്ടുകാരിയുടെ കല്ല്യാണത്തിന് പോയതാണ്. അടിച്ചു തെളിയും പൂജയും ഉത്സവവും നടത്തുന്ന ഭഗവതി കാവിന്റെ മുറ്റത്തു കൂടെയാണ് വഴി നടന്നത്. കല്ല്യാണ പരിപാടികളൊക്കെ കഴിഞ്ഞ് കൂട്ടുകാരികളൊടൊപ്പം തിരിച്ച് വീട്ടിലെത്തിയപ്പോൾ പെൺകുട്ടിക്ക് ആകെ അസ്വസ്ഥത. ശരീരം വിയർത്ത് കുതറുന്നു. അർദ്ധബോധാവസ്ഥയിൽ എന്തൊക്കയോ പുലമ്പുന്നു. അയൽപക്കത്തുള്ള വൈദ്യരാണ് പറഞ്ഞത്. സംസ്കൃത ശ്ലോകങ്ങളാണ് മോള് ഉരുവിടുന്നത്. കുട്ടിയോട് നിരന്തരം സംസാരിച്ചെങ്കിലും മറുപടിയൊന്നും ഉണ്ടായില്ല. സാഹചര്യങ്ങൾ വിലയിരുത്തിയാവണം വൈദ്യരു പറഞ്ഞു. 'ഇത് ഞാൻ ചികിത്സാച്ചാൽ മാറില്ല്യാ... മരുന്നുകൊണ്ടും പ്രയോജനമില്ല. അലോപ്പതിക്കും കഴിയണമെന്നില്ല. ഏതെങ്കിലും മന്ത്രവാദിയെ കണ്ട് ഒഴിപ്പിക്കണം' പ്രേതബാധയാ, പരകായപ്രവേശം. സംസ്കൃതം പഠിക്കാത്ത കുട്ട്യാ സംസ്കൃത ശ്ലോകം ചൊല്ലണത്.' അയാൾ മന്ത്രവാദിയുടെ പേരും നാടും പറഞ്ഞു. ഉടനെ പുറപ്പെട്ടു.

ഇരുവശത്തും പുൽപ്പടർപ്പുള്ള മൺകിള. ഇടിഞ്ഞു പൊളിഞ്ഞ കിളയിൽ വേരിട്ടിറങ്ങിയ കുള്ളൻമരങ്ങൾ. മരച്ചില്ലകൾ കൂടി പിരിത്ത് വെയിൽ കടക്കാത്ത വഴിത്താരകൾ. ഈന്തപ്പനയും കൈതച്ചെടികളും കിളയിലും അരികിലും വളർന്നു നിൽക്കുന്നു. തെരുവുവിളക്കുകളോ വെളിച്ചത്തിന് മറ്റു വഴികളോ ഇല്ലെന്ന് അയാൾക്ക് മനസ്സിലായി. കടയിൽ നിന്നും ചൂട്ട് വാങ്ങാമായിരുന്നു. ഇനി തിരിച്ചു പോകണ്ട. മുന്നോട്ട് നടക്കുക തന്നെ.

നേരം സന്ധ്യയോടടുത്തു. പകൽ പോലും ഇരുളിന്റെ നിഴലുകൾ തങ്ങി നിൽക്കുന്ന ഇടവഴി. മൂന്ന് നാല് കുറുക്കന്മാർ വഴിക്ക് കുറുകെ ഓടി കിളകയറി മറഞ്ഞു. നരിച്ചീറുകളുടെ ശബ്ദഘോഷം ഒരു മുഴക്കമായി നിറയുന്നു.

വളവും തിരിവുകളുമുള്ള ഇടവഴിയിലൂടെ അയാൾ ഏറെ താണ്ടി. വഴി ചോദിക്കാൻ ആരുമില്ല. ഉദ്ദേശം വെച്ച് നടക്കുക തന്നെ. ഇരുളിന്റെ പാളികൾ മുന്നിൽ നിറയുന്നു. കൂമന്മാർ കൂട്ടത്തോടെ കുറുകുന്നു. ഇലകളും ചില്ലകളും വീണടിഞ്ഞ വഴി. ഒറ്റയടിപ്പാതയായി മാത്രം മണ്ണിന്റെ ചാരുത. അയാൾ നടത്തത്തിന് വേഗത കൂട്ടി.

സന്ധ്യ മയങ്ങി. ഇരുളിന്റെ തുള്ളികൾ പെയ്തു കൊണ്ടിരുന്നു. അയാളിൽ ഒരു തരം ഭയം കനത്തു. വഴിമാറി പോകുമോ. വഴി ചോദിക്കാൻ ആരെയെങ്കിലും കിട്ടുമോ. വെളിച്ചത്തിന്റെ കണികകൾ എവിടെയുമില്ല. കിളയരികിലെ ഉണങ്ങിയ ചപ്പിലകൾക്കിടയിൽ ഒരു തിരയിള

ക്കം. പാമ്പുകൾ ഇര തേടുകയാവാം. അയാളുടെ കാതിൽ ചിറകുരസി ഒന്ന് രണ്ട് വവ്വാലുകൾ പാറി അകന്നു. വഴിപോലും വ്യക്തമാകാതെ അയാൾ കുറച്ചു സമയം നിന്നു. കിതപ്പിന്റെ നിമ്നോന്നതങ്ങൾ അയാളുടെ കാതിലിരുന്ന് താളം പിടിച്ചു. ദൂരെ മങ്ങിയ വെളിച്ചത്തിന്റെ നേർവട്ടം, ആരോ ഒരാൾ ചൂട്ടും വീശി വരികയാണ്. അയാൾ ആശ്വാസം കൊണ്ടു. ചൂട്ടിൽ നിന്നും ചുവന്ന തീ തരികൾ ഉതിരുന്നു. തീനാളങ്ങൾ ആളിയമരുന്നു.

ചൂട്ടുമായി ആളെത്തിയപ്പോൾ അയാൾ ചോദിച്ചു.

'മന്ത്രവാദിയുടെ വീട്ടിലേക്കുള്ള വഴി'

'വെളിച്ചമൊന്നും കരുതിയില്ലേ' ചൂട്ട് മുഖത്തേക്ക് ഉയർത്തി പിടിച്ച് അയാൾ ചോദിച്ചു. ഇരു മുഖങ്ങളിലും തീ ചുവപ്പിന്റെ വിറയാർന്ന പകർച്ച ഇഴയുന്നു. ചൂട്ടിൽ നിന്നും തീ തരികൾ ഉതിർന്ന് വീണണയുന്നു.

'ഇല്ല, വഴി ഇങ്ങിനെയാണെന്ന് കരുതീല്ല.'

'മോശം വഴിയാ, പകൽനേരത്തു പോലും യാത്രക്കാര് കുറവാ, കുറച്ച് മാറി ഒര് ശ്മശാനമുണ്ട്. ആരെങ്കിലും മരിച്ചാ ആളനക്കമുണ്ടാകും.'

അയാൾ മൂളികൊണ്ടിരുന്നു.

'മന്ത്രവാദിയുടെ വീട് അടുത്ത നാലു മുക്കിൽ നിന്നും നേരം പോണം.'

അയാൾ വീണ്ടും മൂളി.

'വീടെന്ന് പറഞ്ഞാ ഇടിഞ്ഞു പൊളിഞ്ഞ ക്ഷേത്രത്തിന്റെ ഒരു ഭാഗത്താ താമസം. ആളുണ്ടെങ്കിൽ വിളക്കുതിരി കത്തും. ആ നാലുമുക്ക് വരെ ഞാനുണ്ടാകും. പിന്നെ ഇരുട്ടിൽ തന്നെ പോണം.'

അയാൾ കൂടെ തന്നെ നടന്നു. ചൂട്ടിന്റെ വീശലിനോടൊപ്പം അവരുടെ നിഴലിന്റെ നീളവും വലിപ്പവും കൂടിയും കുറഞ്ഞുമിരുന്നു. കനത്ത ഇരുട്ടിനെ തുരന്നു കൊണ്ട് കത്തുന്ന ചൂട്ട് പുത്തൻ തീനാളങ്ങൾ തീർത്തു.

നാലു മുക്കിലെത്തിയപ്പോൾ ചൂട്ട്പിടിച്ച ആൾ ആ വഴിയെ പോയി. ചൂട്ടിന്റെ വെട്ടമകന്നു. ഇരുളിന് വീണ്ടും കട്ടികൂടി. നത്തുകൾ കൂട്ടത്തോടെ കരഞ്ഞു. തലയ്ക്കു മീതെ കാലൻകോഴിയുടെ കൂവൽ. ഒരു പറ്റം വവ്വാലുകൾ തലങ്ങും വിലങ്ങും ഊളിയിട്ടു പറന്നു. കുറുക്കന്മാർ കൂട്ടത്തോടെ ഓരിയിട്ടു. അയാൾ നാലുമുക്കിൽ നിന്നു നേരെയുള്ള വഴിയിലൂടെ നടന്നു. ചെറിയ കാറ്റിൽ മരച്ചില്ലകൾ കലപില കൂടി.

രാത്രി പക്ഷികൾ ചില്ലകൾ മാറി കയറി. വഴിമാറിയോ എന്നയാൾ ശങ്കിച്ചു. മന്ത്രവാദിയുടെ വീട്ടിലെത്താനുള്ള വഴി തെളിഞ്ഞില്ല. കനത്ത ഇരുളിൽ അയാൾ തെല്ലൊന്നു പരിഭ്രമിച്ചു. അയാളുടെ ശരീരം ആദ്യമാ

യി ഉൾഭയത്തിന്റെ വിയർപ്പണിഞ്ഞു. നെറ്റിയിലെ വിയർപ്പ് കണങ്ങൾ കൈകൊണ്ട് വടിച്ചു മാറ്റി. അറിയാതൊരു നെടുവീർപ്പ് അയാളിൽ ഉയരുമ്പോൾ അങ്ങകലെ വീണ്ടും ചൂട്ടിന്റെ വെട്ടം. അയാൾ കാത്തു നിന്നു. ആരോ ഒരാൾ ചൂട്ടുമായി വരുന്നു. ചൂട്ടിന്റെ വെട്ടത്തിൽ ചുവപ്പണിഞ്ഞ കറുത്ത നിഴൽ രൂപം. മഞ്ഞയും ചുവപ്പും ചേർന്ന തീ നാളങ്ങൾ ആളിയമരുന്നു .അയാൾ വഴിയിൽ തന്നെ നിന്നു.

ചൂട്ടുവീശിയ ആൾ അടുത്തെത്തി. 'ആരാ'

'മന്ത്രവാദിയുടെ വീട്ടിലേക്ക് പോകണം.'

'ഓ.. ഇനി കുറച്ചു ദൂരമേ ഉള്ളൂ എന്റെ കൂടെ പോന്നോളൂ അടുത്ത തിരിവു വരെ ഞാനുണ്ടാകും.'

അയാൾ ചൂട്ടിന്റെ വെളിച്ചത്തിൽ കണ്ണ നട്ടു നടന്നു. ചോദ്യങ്ങൾക്ക് അനുസരിച്ച് അയാൾ മറുപടി നൽകി കൊണ്ടിരുന്നു.

'ഭയപ്പെടുത്തുന്ന വഴി അല്ലേ?.'

'അതെ.' അയാൾ പറഞ്ഞു.

'ഈ സമയത്ത് മന്ത്രവാദിയുടെ വീട് അന്വേഷിച്ച് ആരും വരാറില്ല. പകൽനേരത്തെ അവരൊക്കെ വരൂ.'

ചൂട്ടിന്റെ വെളിച്ചം ഇരുളിനെ അകറ്റിയകറ്റി കൊണ്ടിരുന്നു. നടത്തത്തിന് വേഗത കൂടി. അയാൾക്ക് നല്ല കിതപ്പ് അനുഭവപ്പെട്ടു. തിരിവിലെത്തിയപ്പോൾ ചൂട്ടുകാരൻ പറഞ്ഞു.

'ഇനി നേരെ പോയാ മതി. ഞാനീ വഴിക്കാ ചുട്ട് വേണേൽ ഇതാ.'

അയാൾ മനസ്സില്ലാ മനസ്സോടെ നിന്നു

'ചൂട്ട് വാങ്ങിക്കോളൂ പരിചയമില്ലാത്ത വഴിയില്ലേ; നിങ്ങളീ നാട്ടിൽ പരിചിതനുമല്ലല്ലോ.'

'ചൂട്ട് എനിക്ക് തന്നാ നിങ്ങളെങ്ങിനെ പോകും.'

'ഞാനീ നാട്ടുകാരനല്ലേ?'

'എന്നാലും പേടിയാകില്ലേ?'

'എനിക്കെന്തു പേടി" അയാൾ ചൂട്ടു കൈമാറി.'

' ഉള്ളതു പറയാലോ എനിക്കാരെയും പേടിയില്ല'

'അതെന്താ ആരേയും പേടിയില്ലാത്തത് ?'

ചൂട്ടുകാരൻ ചിരിയോടെ പറഞ്ഞു.

'ഞാനെന്തിനാ പേടിക്കുന്നേ ഞാൻ മരിച്ചിട്ടു തന്നെ നാലഞ്ച് കൊല്ലായില്ലേ?'

അയാൾ ഞെട്ടി തരിച്ചു. ചൂട്ട് തെറിച്ചുവീണു.ഇരുളിന്റെ നീരാളികൾ വെളിച്ചത്തെ ചുറ്റി വരിയുമ്പോൾ ചൂട്ടിൽ നിന്നും ചെറിയ തീനാളങ്ങൾ ഉയർന്നു കൊണ്ടിരുന്നു.

ബി എ ജി ബാഗ്

യാത്ര പുറപ്പെടാൻ ഒരുക്കം കൂട്ടുമ്പോഴാണ് ബാഗിനെക്കുറിച്ച് ഓർമ്മ വരിക. തനിച്ചുള്ള യാത്രകളിലും കുടുംബാംഗങ്ങളോടൊത്തുള്ള യാത്രകളിലും മറ്റ് കൂട്ടായ്മകളുടെ യാത്രകളിലും അയാളെ അനുഗമിച്ചിരുന്നത് ബാഗുകളായിരുന്നുവല്ലോ. ബാഗും തൂക്കി പോകുന്നതു കണ്ടാൽ തന്നെ ആളുകൾ ചോദിക്കും.

'അല്ലാ..എങ്ങോട്ടാ യാത്ര?'

യാത്രകളുടെ അടയാളങ്ങളാണ് ബാഗുകൾ

ആ ചോദ്യത്തിന് മറുപടി പറയാതെ പറ്റില്ല. യാത്രയും ബാഗും തമ്മിൽ അത്രയേറെ ബന്ധപ്പെട്ടുകിടക്കുന്നു. കുടുംബസമേതം പോകുമ്പോൾ വലിയ ബാഗിൽ അയാളുടെയും മകന്റെയും ഒരുക്കങ്ങൾ നിറച്ചിരിക്കും.

മറ്റു ബാഗുകളിൽ ഭാര്യയുടെയും മകളുടെയും ഒരുക്കങ്ങൾ. തനിക്ക് സ്വന്തമായി ബാഗുവേണമെന്ന് ശാഠ്യം പിടിച്ചിട്ടുണ്ട് മകൻ. ഉറങ്ങി എഴുന്നേൽക്കുന്നതു മുതൽ ഉറങ്ങാൻ കിടക്കുന്നതുവരെ എന്തൊക്കെ വേണമോ അതൊക്കെ ബാഗിൽ കരുതുകയല്ലേ. പല്ല് തേപ്പിനുള്ള പേസ്റ്റും ബ്രഷും കുളിക്കുമ്പോൾ തേക്കാനുള്ള എണ്ണ, സോപ്പ് കുളിച്ചു കഴിഞ്ഞാൽ തോർത്താനുള്ള ടൗവ്വൽ, മാറാനുള്ള വസ്ത്രങ്ങൾ, അടിവസ്ത്രം മുതൽ മേൽവസ്ത്രം വരെ; മാത്രമോ, ചീർപ്പ്, കണ്ണാടി, പൗഡർ, ചെറിയ ഇസ്തിരിപ്പെട്ടി, പോരായ്മകൾ നികത്താനുള്ള സൗന്ദര്യവർദ്ധകവസ്തുക്കൾ എല്ലാം ബാഗിനകത്ത് അടുക്കി വെക്കും. യാത്രയ്ക്കിടയിലെ ഷോപ്പിംഗിൽ വാങ്ങിക്കൂട്ടുന്ന സാധനങ്ങളെല്ലാം ബാഗിനകത്താണ്. ബാഗ് നമ്മുടെ താല്പര്യങ്ങളെയും ആഗ്രഹങ്ങളെയും ഒതുക്കി വെച്ച് സംരക്ഷിക്കുന്നു. ഭാരം കൂടിയാലും ദുർമുഖം കാട്ടാത്ത സന്മനസ്സുകാരനാണ് ബാഗ്.

ഈ പ്രപഞ്ചം തന്നെ ഒരു ബാഗാണ്, സമയമെത്തുമ്പോൾ ബാഗിൽ നിന്ന് മഴയുടെ കെട്ടെടുത്ത് ഭൂമിയിലേക്ക് വർഷിക്കുന്നു. മഞ്ഞെടുത്ത് സ്പ്രേചെയ്യുന്നു. പൂക്കൾക്ക് നിറവും മണവും നൽകുന്നു. ചൂടിന്റെ കെട്ടഴിച്ച് മണ്ണിനെയും മനുഷ്യനെയും പൊള്ളിക്കുന്നു.

സസ്യങ്ങളെയും വൃക്ഷങ്ങളെയും എരിപൊരിയിൽ വീർപ്പുമുട്ടിക്കു

ന്നു. ശബ്ദത്തിന്റെ കെട്ടഴിച്ച് ഇടി മുഴക്കം നടത്തുന്നു. മിന്നലിന്റെ തിരികൾ പുറത്തെടുത്ത് വീശുന്നു എന്തൊക്കെയാണ് ഈ പ്രപഞ്ചം ബാഗിനുള്ളിൽ സൂക്ഷിച്ചു വെച്ചിട്ടുള്ളത് . പ്രപഞ്ചവും യാത്രയിലാവും. യാത്രയിലാണല്ലോ നമ്മുക്കും ബാഗുകളുടെ ആവശ്യം. യാത്ര പുറപ്പെടാൻ ആലോചന തുടങ്ങുമ്പോൾ തന്നെ ബാഗുകൾ മനസ്സിലെത്തും. പൊടികളൊക്കെ തട്ടി തുടച്ച് അയാളും ബാഗുകൾ കരുതി വെച്ചു. കാറിലും ബസ്സിലും ട്രെയിനിലും ഫ്ളൈറ്റിലും പോകേണ്ട എത്രയെത്ര യാത്രാ പരിപാടികൾ.

അയാളും യാത്രയ്ക്ക് ഒരുങ്ങിയതാണ്. അവധിക്കാല ഉല്ലാസയാത്രകൾ. കുടുംബാംഗങ്ങളോടൊത്തുള്ള യാത്രകൾ എപ്പോഴും ഹൃദ്യമാണ്. ജീവിതാനുഭവങ്ങൾ നൽകുന്ന പാഠങ്ങളെ വിലയിരുത്താനും തിരുത്താനും നൂതന ആശയങ്ങൾ കണ്ടെത്താനും ഉപകരിക്കുന്ന യാത്രകൾ. ഈ യാത്രയിലും അയാൾ പുതുമകളൊക്കെ ഒരുക്കിയിരുന്നു. പല്ലുതേക്കാൻ പാരമ്പര്യമായി ഉപയോഗിച്ചു വന്നിരുന്ന ഉമിക്കരി അയാൾ സംഘടിപ്പിച്ചിരുന്നു. ബ്രാൻഡഡ് ഉമിക്കരിയിൽ പൗരാണികത്വം പൊതിഞ്ഞു നിന്നിരുന്നു. ഉച്ചവെയിൽ ഒഴിവാക്കാൻ പറമ്പിലെ കവുങ്ങിൻ പാള കൊണ്ട് മടക്കി വെക്കാവുന്ന തൊപ്പികൾ അയാൾ നിർമ്മിച്ചിരുന്നു. പ്രകൃതിയിലെ ദൃശ്യങ്ങൾ ഒപ്പിയെടുക്കാൻ നാല് കാമറകളുള്ള സ്മാർട്ട് ഫോൺ അയാൾ സംഘടിപ്പിച്ചിരുന്നു. പക്ഷെ; കോവിഡ് 19 ന്റെ ആവിർഭാവത്തോടെ യാത്രകൾക്ക് മുടക്കം വന്നു ചേർന്നു. കൊറോണയെന്ന കുഞ്ഞന്മാർ രാജ്യാന്തര യാത്രയിലായിരുന്നു. അവന്റെ യാത്രയ്ക്ക് ബാഗുകളൊന്നും കരുതേണ്ടതില്ലായിരുന്നു. അവർ തന്നെ സ്വയം ബാഗുകളായിരുന്നു. ആളുകളുടെ പ്രത്യക്ഷ സുഷിരങ്ങളിലൂടെ അകത്തു കടക്കാൻ സാമഗ്രികളുമായി വന്നവരായിരുന്നു അവർ. പറ്റാവുന്നിടത്തൊക്കെ തടസ്സങ്ങൾ മാറ്റി അവർ അകത്തുകടന്നു. കണ്ണിൽ കണ്ടവയൊക്കെ വാരിയെടുത്തു. അവശരിൽ പലരും പ്രാണവായുവിനു വേണ്ടി പിടഞ്ഞു. പലരും സർക്കാർ ഒരുക്കിയ ബാഗിനകത്ത് നിശ്ചലരായി കിടന്നു, അവരെ കൈകാര്യം ചെയ്യാൻ ബാഗുപോലെ അടച്ചു കെട്ടിയ കുപ്പായമിട്ട് ആളുകളെത്തി. കരസ്പർശമേൽക്കാതെ, നനയാൻ ഒരു തുള്ളി ജലസ്പർശമേൽക്കാതെ ആറടി മണ്ണെന്ന അവസാനയിടം പോലും മറികടന്ന് മണ്ണിന്റെ കൂടുതൽ ആഴങ്ങളിലേക്ക് അവർ യാത്രയായി. മറ്റു ചിലരെ വിറകിന്റെ ശുദ്ധാഗ്നിക്കപ്പുറം രാസാഗ്നിനാളങ്ങൾ ഏറ്റുവാങ്ങി നാശമില്ലാത്ത ധൂളികളായി ഒതുങ്ങിയമർന്നു.

യാത്ര ചെയ്യാനുള്ള സാഹചര്യമില്ലെന്ന് അയാളും കുടുംബവും മന

സ്സിലാക്കിയിരുന്നു. നാം ഒരുങ്ങുമ്പോൾ വീടൊരുങ്ങണം. വീടൊരുങ്ങുമ്പോൾ നാടൊരുങ്ങണം എങ്കിലേ ഏതു യാത്രകളും സഫലമാകൂ. സഫലമാകുന്ന യാത്രകളാണ് സ്മരണകളിൽ ജലിച്ചുനിൽക്കുക. നാടൊരുങ്ങാത്തപ്പോൾ നാം എങ്ങിനെയാത്ര ചെയ്യും.

യാത്രയില്ലെന്ന സത്യം ഉൾക്കൊള്ളാൻ നാട്ടു പറമ്പിന്റെ വരമ്പിലൂടെ നടന്ന് മനസ്സിനെ വീടിന്റെ സുരക്ഷിതത്വത്തിൽ ഒതുക്കി വെച്ചു. ഒരുങ്ങി നിന്ന ബാഗുകൾ കാര്യമന്വേഷിക്കുന്നുണ്ടാവണം. എന്താണ് ഇവർ പുറപ്പെടാത്തത്. പുറപ്പെട്ടാലല്ലേ എന്നിൽ നിന്നും യാത്രാ വകകൾ പുറത്തെടുക്കാനാവൂ. എനിയ്ക്കും ഒരു ദീർഘനിശ്വാസം വേണമല്ലോ. യാത്രകളാണ് ബാഗുകൾക്ക് രസമേകുന്നത്. ബാഗുകൾക്കുമുണ്ട് രസകരമായ അനുഭവങ്ങൾ. ഒരു യാത്രയിൽ ബാഗിനകത്ത് അകപ്പെട്ട കൂറ ബാഗ് ബംഗാളിലെത്തീട്ടും ബാഗിൽ നിന്നും പുറത്തിറങ്ങാനാവാതെ നാട്ടിൽ തിരിച്ചെത്തിയ അവസ്ഥ. വേദനിപ്പിക്കുന്ന ഓർമ്മകളും ബാഗിനുണ്ട്. നമ്പർ കൊണ്ട് ലോക്ക് ചെയ്ത ബാഗിന്റെ ലോക്ക് നമ്പർ മറന്നുപോയപ്പോൾ പല്ല് തല്ലി കൊഴിച്ച് ബാഗ് തുറന്നിട്ടുണ്ട് ചിലർ. ക്രൂരമായ ഉപയോഗം മൂലം ദേഹം മുഴുവൻ കീറിമുറിഞ്ഞപ്പോൾ ആ മുറിവിൽ മരുന്നു തേച്ച് തുന്നലിടാൻ വിമുഖത കാണിക്കുന്നവരുണ്ട്. യഥാസമയം ഡോക്ടറെ കാണിച്ച് രക്ഷപ്പെടുത്തിയെടുക്കുന്നവരുമുണ്ട്.

യാത്ര കഴിഞ്ഞ് വീട്ടിലെത്തി ബാഗ് തുറക്കുമ്പോൾ ഒരു ജനഗണമനയുടെ ശീലു കേൾക്കാം. നിർവൃതിയുടെയും സന്തോഷത്തിന്റെയും ജയഹേകൾ മനസ്സിലുണരും മുഖത്തു പടരും. അതുകാണാൻ മനസ്സുണ്ടാകണം അവയാണ് ഒഴിവാക്കപ്പെട്ടത്. യാത്രകൾ ഒഴിവാക്കപ്പെടുമ്പോൾ കുട്ടികൾ പ്രകോപിതരാകും. അവർ കരഞ്ഞ് ബഹളം വെക്കും മുതിർന്നവർ എത്ര പറഞ്ഞാലും കരച്ചിൽ ഒതുക്കാൻ അവർക്ക് കഴിയാതെ വരും. ഏറെ മോഹിച്ചു പോയവർ അവരായിരിക്കും. അവരെക്കാളും മോഹിച്ച അയാളും ഭാര്യയും മുതിർന്നവരാണല്ലോ. അവർക്ക് കാര്യങ്ങൾ മനസ്സിലാകുമല്ലോ. അവരത് മനസ്സിലാക്കിയെന്ന് ഒരുക്കി വെച്ച ബാഗ് അറിഞ്ഞിരിക്കണം. എല്ലാ പൊടിപടലങ്ങളും തന്നിലേക്ക് ആവാഹിച്ച് വല്ലാതെ മുഷിഞ്ഞുനിൽക്കുകയാണ് ബാഗ്. വീടിനു പുറത്തിറങ്ങി ചുറ്റാനുള്ള അവസരം ഇനി എന്നു വരും എനിക്കെന്ന് ബാഗ് ചോദിക്കുന്നതുപോലെ.

ബാഗും യാത്രയും തമ്മിൽ അത്രയ്ക്ക് ഏറെ ബന്ധമല്ലേ. ബാഗില്ലാത്ത യാത്രകളുണ്ടോ. പണത്തിനു പോലും ഒതുങ്ങിയിരിക്കാൻ പേഴ്സ് എന്ന ബാഗു വേണം. മനുഷ്യരെ പോലെ ബാഗുകളും യാത്രകൾ ഇഷ്ട

പ്പെടുന്നു.

ഓരോ മനുഷ്യനും യാത്രയിലാണ്. ജീവിതത്തിന്റെ യാത്രയിൽ. ആ യാത്രകൾ ഉല്ലാസഭരിതമായിരിക്കുകയില്ല. ചിലപ്പോൾ ക്ലേശകരമായിരിക്കും.

സന്തോഷത്തിനും സന്താപത്തിനും ഇടയുണ്ടാകും. നഷ്ടപ്പെടലുകളും നേടിയെടുക്കലുകളുമുണ്ടാകും. യാത്ര തിരിക്കുമ്പോൾ യാത്ര ചോദിക്കാനൊരു ആളു വേണം. നമ്മോടൊപ്പം യാത്ര ചെയ്യതിരിക്കുന്ന ഒരാൾ. ആ അദൃശ്യ സാന്നിദ്ധ്യത്തിന്റെ തായ്‌വേര് അയാളിൽ ഇറങ്ങി നിൽക്കും. എത്ര അകന്നു പോയാലും കാത്തിരിക്കാനും ഓർത്തിരിക്കാനും ഒരാളുണ്ടാകുന്നത് ഒരു സുഖമാണ് മനസ്സിനും മനുഷ്യനും.

ഒന്നിച്ചു യാത്ര ചെയ്യാൻ തയ്യാറായ സ്നേഹിതനെ അയാൾ വിളിച്ചു. സ്നേഹിതൻ ഫോൺ എടുക്കുന്നതേയില്ല. യാത്ര മുടങ്ങിയതിന്റെ പ്രയാസത്തിലായിരിക്കും.

ബാഗൊക്കെ ഒരുക്കി വെച്ചിരിക്കുകയാണെന്ന് പറഞ്ഞിരുന്നു. ബാഗൊന്നും തുറന്നു നോക്കാൻ മനസ്സില്ലെന്ന അവസ്ഥയാണെന്നും പറഞ്ഞിരുന്നു.

യാത്രയുടെ മുദ്രയാണ് ബാഗ്. യാത്രക്കാരന്റെ സർവ്വസ്വവുമാണത്. ജീവിതത്തിൽ ഒരിക്കലെങ്കിലും യാത്ര ചെയ്യാത്ത ബാഗുണ്ടാകുമോ. അയാൾ ആലോചിച്ചു.

ഓരോ മനുഷ്യനും യാത്രയിലാണ്. ആവശ്യമുള്ള സാധന സാമഗ്രികൾ കരുതി വെച്ച കനത്ത ബാഗുമായി. നിരന്തരം യാത്ര ചെയ്യുന്ന ബാഗുകളാണ് നാം. തുകലും പ്ലാസ്റ്റിക്കും ഫൈബറുമായി നിരവധിയാണ് യാത്രക്കാർക്ക് ആവശ്യമുള്ള ബാഗുകൾ. പക്ഷെ, മനുഷ്യ ബാഗുകൾ മുഴുവൻ തുകൽ ബാഗുകളാണ്. ആരാണ് ഇത്ര ചിട്ടയായി തന്മയത്വത്തോടെ ആശയ പൊരുത്വത്തോടെ ഈ ബാഗുകളിലൊക്കെ ഒരുക്കങ്ങൾ ഗൗരവപൂർവ്വം ഒരുക്കിവെച്ചത്.

ബാഗ് വലിച്ചുകൊണ്ടു പോകാൻ ടൂ വീലർ കാലുകളുണ്ട്. ബാഗിന് രണ്ട് കൈ പിടികളുണ്ട്. നാം വീശി നടക്കുന്ന കൈകൾ.

ബാഗിനകത്ത് ഒരുക്കിവെച്ച ഓരോ സാധനങ്ങളും പരിശോധിക്കുമ്പോൾ അത്ഭുതപ്പെട്ടു പോകുന്നു.

സ്നേഹവും പ്രണയവും എത്ര മാർദ്ദവമായാണ് ഹൃദയത്തിൽ ഒരുക്കിയിട്ടുള്ളത്. ഒരു ചില്ലിക്കാശു പോലും ചിലവഴിക്കാതെ ആവേശ പൂർവും വലിച്ചെടക്കുന്ന പ്രാണ വായുവിനെ സംഭരിക്കാൻ ശ്വാസകോശ സംവിധാനങ്ങൾ. കഴിക്കുന്ന ഭക്ഷണത്തിൽ നിന്ന് ബാഗിന്റെ ആരോഗ്യ

ത്തിനായി കരളിന്റെ ധർമ്മങ്ങൾ. ബാഗിനകവും പുറവും ശുചിയായിരിക്കാൻ പാടുപെടുന്ന വൃക്കകളെന്ന ഇരട്ട കുഞ്ഞുങ്ങൾ. അന്നം നഷ്ടപ്പെടാതെ ബാഗിന്റെ ആരോഗ്യത്തിനായി എന്നും സജീവമായ ചെറുതും വലുതുമായ കുടലുകൾ . ബാഗിനകത്തെ ഖര മാലിന്യങ്ങളും ദ്രവമാലിന്യങ്ങളും പുറത്തു കളയാനുള്ള സംവിധാനങ്ങൾ.

പുത്തൻ ബാഗുകൾക്ക് രൂപം നൽകാനുള്ള ജീവ ജന്മപാത്രങ്ങൾ. ഈ ബാഗിനെ എങ്ങിനെ എങ്ങോട്ട് നയിക്കണമെന്ന് നിരന്തര നിർദ്ദേശങ്ങൾ നൽകുന്ന കാൽസ്യ കൂട്ടിനകത്ത് പാകം ചെയ്തു വെച്ച ചോറ്.

കാഴ്ചകൾ കാണാനും ഗന്ധമറിയാനും ശബ്ദം കേൾക്കാനും ചവച്ചരയ്ക്കാനും ചിരിക്കാനും രുചി അറിയാനും ശബ്ദ മുണ്ടാക്കാനും ഉപയോഗിക്കുന്ന ഉപകരണങ്ങൾ. സർവോപരി ആകാശ കോട്ടകൾ കെട്ടാനും സാങ്കല്പിക ലോകത്ത് ഭാവനാ പൂർണ്ണമായ രാജസന്നിധികൾ ഒരുക്കുന്ന സ്മരണകളുടെ അമൂല്യശേഖരമുള്ള അതിരുകളില്ലാത്ത ഭാരമില്ലാത്ത രൂപമില്ലാത്ത സ്പർശിച്ചറിയാത്ത കാഴ്ചയിലില്ലാത്ത ഗന്ധമില്ലാത്ത രുചിയില്ലാത്ത മനസ്സും ഈ ബാഗിൽ ഒരുക്കി വെച്ചിരിക്കുന്നു. ബാഗിൽ അടക്കം ചെയ്യാത്തതായി ഒന്നുമില്ലെന്ന് സാരം.

പിറന്നു വീണ നിമിഷം മുതൽ യാത്രയിലാണ് ഈബാഗ് . ആദ്യ ദിനങ്ങളിൽ കൈകളിൽ നിന്ന് കൈകളിലേക്കാണ് യാത്ര. പിന്നെ പിച്ച വെച്ചുള്ള യാത്ര. തട്ടിയും മുട്ടിയുമുള്ള യാത്രകൾ. കുരങ്ങായുള്ള യാത്രകൾ. കുതിരയായുള്ള യാത്രകൾ. കഴുതയായുള്ള യാത്രകൾ. മൂങ്ങയായുള്ള യാത്രകൾ. നായയായുള്ള യാത്രകൾ. ഭൂമുഖത്തുള്ള കോടി കണക്കിന് ബാഗുകളും യാത്രയിലാണ്. ജീവിത യാത്രയിൽ. ഈ ബാഗുകളൊന്നും ആർക്കും സ്വന്തമല്ല. എല്ലാം വാടക ബാഗുകളാണ്. ഒരിക്കൽ ഉപയോഗിച്ച ബാഗ് മറ്റാർക്കും ഉപയോഗിക്കാൻ കഴിയില്ല തുകൽ കൊണ്ടുള്ള ഈ ബാഗുകൾ. ഈ ജീവിതയാത്രയിൽ എന്തൊക്കെയാണ് നമ്മൾ ഈ ബാഗിൽ കുത്തിനിറച്ചത്. എത്ര ക്വിന്റൽ അരിയും ധാന്യങ്ങളും കുത്തി നിറച്ചു. എന്തെല്ലാം തരം എണ്ണകൾ ഏതൊക്കെ നിറങ്ങളിലുള്ള ആൽക്കഹോളുകൾ എരിവ്, മധുരം,ചവർപ്പ്, കൈയ്പ്പ് ഉപ്പ് അങ്ങിനെ എന്തൊക്കെ. വലിയ ടാങ്കുകളിൽ കൊള്ളാവുന്ന ജലം നാം ഈ ബാഗിലേക്ക് പമ്പ് ചെയ്തു. ഒരിക്കലും നിറയാത്ത ബലൂണിൽ നമ്മൾ വായു നിറച്ചു കൊണ്ടേയിരുന്നു. എത്ര മൃഗങ്ങൾ, പക്ഷികൾ മത്സ്യങ്ങൾ എല്ലാം സഹിക്കുകയായിരുന്നില്ലേ ഈ ബാഗ്.

ഭൂമുഖത്തുള്ള എല്ലാ ബാഗുകളും ഒരേ ഡിസൈനിലാണ് പണി കഴിപ്പിച്ചിട്ടുള്ളത്. അവരിൽ ചില ബാഗുകൾക്ക് സാദൃശ്യമുണ്ടായേക്കാം.

നിറങ്ങളും വ്യത്യാസപ്പെട്ടേക്കാം.

ഈ ബാഗുകൾക്കെല്ലാം കൂടി ഒരു താക്കോൽ മാത്രമേ ഉള്ളൂ. ആ താക്കോൽ ഈ ബാഗ് വാടകയ്ക്ക് നൽകിയ ആളുടെ കൈയ്യിലാണ്. അദ്ദേഹം ബാഗുകൾ ലോക്ക് ചെയ്യുമ്പോൾ യാത്രകൾ അവസാനിക്കും. അത് എന്നാണെന്ന് മാത്രം അറിയാൻ ബാഗുകൾക്കാവില്ല.

മൊബൈൽ ഫോണിലെ വാട്ട്സപ്പിൽ മെസ്സേജ് വന്നെന്ന് മകൻ ഫോണെടുത്ത് അയാളോട് പറഞ്ഞു. അയാൾ ഫോൺ വാങ്ങി മെസ്സേജ് തിരഞ്ഞു. വിളിച്ചു കിട്ടാത്ത സുഹൃത്തിന്റെതായിരുന്നു മെസ്സേജ്.

'ഡിയർ ഈ യാത്ര ഒഴിവായത് നന്നായെന്ന് തോന്നുന്നു. അല്ലെങ്കിൽ വഴിയിൽ എവിടെയെങ്കിലും നമ്മൾ കുടുങ്ങി പോയേനെ. പോകേണ്ട എന്ന തീരുമാനത്തിന് നന്ദി. ഞാൻ ദൈവത്തെ വിളിച്ചു പോകുന്നു.

OMG (ഓ മൈ ഗോഡ്) നീയും ദൈവത്തിന് നന്ദി പറയൂ.

സുഹൃത്തിനുള്ള മറുപടി സന്ദേശത്തിൽ അയാളും ദൈവത്തിന് നന്ദി പറഞ്ഞു.

'BAG. Thku.'

മകൻ ചോദിച്ചു. 'ഡാഡി എന്തേ ബാഗിന് താങ്ക്യു പറയുന്നു.'

'ബാഗിനല്ലടാ' ഭഗവാന് അതിന്റെ ഷോട്ടല്ലേ BAG'

വായന

അരുതായ്മകളുടെ പറുദീസയാവുകയാണ് നമ്മുടെ നാട്. അതിവർഷവും പ്രളയവും വീണ്ടുമെത്തുന്നു.

കഴിഞ്ഞ തവണ പ്രളയം വന്നപ്പോൾ ഗാന്ധി സ്മാരക വായനശാല മുഴുവൻ മുങ്ങി പോയതാണ്. വാടക കെട്ടിടം തകർന്നുവീണു എന്നു മാത്രമല്ല; പുസ്തകങ്ങൾ മുഴുവനും നശിച്ചുപോയി. പേരിനു പോലും ഒന്നും ബാക്കിയായില്ല. ഉദ്ദേശം അയ്യായിരത്തോളം പുസ്തകങ്ങൾ ഉണ്ടായിരുന്നു.

അനാച്ഛാദനം ചെയ്തിരുന്ന ദേശീയ നേതാക്കളുടെ ഫോട്ടോയും നഷ്ടപ്പെട്ടവയിൽപെടുന്നു. വായനശാലയുടെ പുന:രുദ്ധാരണത്തിനാണ് നാട്ടിലെ തലയെടുപ്പുള്ളവരെ രക്ഷാധികാരികളാക്കിയും നിലവിലുള്ള ഭാരവാഹികളെ ഉത്തരവാദിത്വമേൽപ്പിച്ചും കമ്മിറ്റി രൂപികരിച്ചത്.വായനയും അതിലൂടെയുള്ള അറിവും ഒരു നാട്ടിന്റെ ആരോഗ്യകരമായ വളർച്ചയ്ക്ക് ഏറെ പ്രയോജനപ്രദമാണ്. വായിച്ചാണ് വളരേണ്ടത്. അറിവ് എവിടെ നിന്ന് കിട്ടിയാലും അത് സ്വീകരിക്കണം. ചിലപ്പോൾ ചെറിയ കുഞ്ഞുങ്ങളുടെ വാക്കുകകളിൽ നിന്നു പോലും അവിചാരിതമായ കണ്ടെത്തലുകൾക്ക് കഴിയും. മിൽമയുടെ പരസ്യവാചകം ഒരു കുട്ടിയുടെ നിഷ്കളങ്കമായ വിവരണങ്ങളിൽപ്പെട്ട വാചകങ്ങളാണ്. എത്ര അർത്ഥവത്തായ വാക്കുകളായിരുന്നു അത്.

വയലിനോട് ചേർന്ന പറമ്പുകളിലെല്ലാം വെള്ളകെട്ടുണ്ട്, ആ പ്രദേശങ്ങളിൽ ഇപ്പോഴും വെള്ളം വീടുകളിൽ നിന്നിറങ്ങാൻ മടിക്കുകയാണ്. ആവശ്യത്തിന് എല്ലാം വേണം അധികമായാൽ അമൃതും വിഷമെന്നു പറഞ്ഞ മഹാൻ എത്ര ഉയർന്ന കാഴ്ചപ്പാടുള്ള ആളാണ്. അഗ്നി പടരുമ്പോൾ വെള്ളം കൊണ്ട് അണയ്ക്കാം. വെള്ളം പരക്കുമ്പോൾ അഗ്നി കൊണ്ട് തടുക്കാൻ കഴിയില്ലല്ലോ.

മഴയ്ക്ക് ഒരുവിധം ശമനമുണ്ടായപ്പോഴാണ് വായനശാല കമ്മിററി വീണ്ടും രശീതി പുസ്തകവുമായി പിരിവിനിറങ്ങിയത്. മാസ്കും കൈയ്യുറയും ധരിച്ചു. ഓരോ വീട്ടിലും ചെന്ന് കാര്യങ്ങൾ ഹ്രസ്വമായി പറഞ്ഞ് നാട്ടിലെ ഓരോരുത്തരുടെയും പങ്കാളിത്വം ഉറപ്പു വരുത്തുകയാണ് ലക്ഷ്യം. സ്വാതന്ത്ര്യസമരസേനാനി ഉണക്കൻ കാരണവരുടെ മകനെ

കണ്ട് വിവരം പറഞ്ഞപ്പോൾ അദ്ദേഹം അയ്യായിരം രൂപയുടെ ചെക്കു തന്നു. ഫിലിപ്പോസ് മുതലാളിയും അയ്യായിരം രൂപ കേഷായി തന്നു. അന്ത്രുമാനിക്ക അയ്യായിരത്തിന്റെ രശീതി വാങ്ങി പണം പഞ്ചായത്ത് മെമ്പറുടെ കൈവശം കൊടുക്കും.

അവരോടൊക്കെ വായനശാലയുടെ ഇതുവരെയുള്ള പ്രവർത്തനങ്ങൾ അദ്ധ്യക്ഷൻ വിശദീകരിച്ചു. വാടക കെട്ടിടം ഒഴിവാക്കി സ്വന്തം കെട്ടിടം പണിയാൻ കാരണവരുടെ മകളാണ് രണ്ടു സെന്റ് സ്ഥലം തന്നത്. കെട്ടിടത്തിനു വേണ്ട ചെങ്കല്ലും മണലും ജില്ലിയും കമ്പിയും ഒരോരുത്തരുടെ വകയായി കിട്ടി. മരപ്പണികളൊക്കെ യുവാക്കൾ സൗജന്യമായി ചെയ്തു തന്നതാണ്.

ബംഗാളികളൊഴികെ ബാക്കിയെല്ലാവരും ദേഹണ്ഡകാരായിരുന്നു. കെട്ടിടം പണി പെട്ടെന്നു തന്നെ പൂർത്തിയായി. വായനശാലയുടെ താഴത്തെ നിലയും ഗ്രന്ഥാലയത്തിന്റെ ഒന്നാം നിലയും നിലംപണി മാത്രം ബാക്കി കിടക്കുന്നു വാതിലുകളുടെയും ജനലുകളുടെയും കതകു പണികൾ നടന്നുകൊണ്ടിരിക്കുന്നു.

പെയിന്റിംഗിന് കാനഡയിലെ പ്രവാസി വക ഓഫർ ലഭിച്ചിട്ടുണ്ട്. ഇനി അലമാരകളടക്കമുള്ള ഫർണിച്ചറുകൾ വേണം. ഏററവും അത്യാവശ്യമായ പുസ്തകങ്ങളും. അതിനുള്ള സാഹചര്യമൊരുക്കുന്നതിനാണ് മൂന്നാം ഘട്ട പ്രവർത്തനവുമായി സംഘം ഇറങ്ങി തിരിച്ചത്. നാട്ടിലെ ഏറ്റവും എണ്ണപ്പെട്ട കുഞ്ഞമ്പുവേട്ടന്റെ വീട്ടിന്റെ വാതിക്കൽ സംഘം നിന്നു. വീട്ടിലേക്ക് കയറണോ?

'ഉപദേശം മാത്രം മതിയെങ്കിൽ കയറാം. പണമായി ഒന്നും പ്രതീക്ഷിക്കേണ്ട.'

കൂട്ടത്തിലുള്ള പഞ്ചായത്തു മെമ്പറുടെ സഹോദരൻ പറഞ്ഞു. 'നാട്ടിലെ പേരുകേട്ട തറവാടിനെ മാത്രം ഒഴിച്ചുവെക്കണോ' കൂട്ടത്തിൽ ഒരാൾ അഭിപ്രായപ്പെട്ടു.

'ആരും ഒഴിവാക്കിയതല്ലല്ലോ. ഓരോരുത്തരും ഓരോ സൗകര്യങ്ങൾ ചെയ്തു തരുമ്പോൾ ഒരു ലോഡ് ചെങ്കല്ലിന് കുഞ്ഞമ്പുവേട്ടനോട് പറഞ്ഞതല്ലേ. പിന്നെ ഒര് ലോഡ് ജില്ലിക്ക് പറഞ്ഞില്ലേ എന്നിട്ട് മറുപടി പോലും പറഞ്ഞോ.'

അവസാനം ഒരു കട്ടിലയുടെ മരം ആവശ്യപ്പെട്ടപ്പോഴും തരില്ലെന്ന് കുഞ്ഞമ്പുവേട്ടൻ പറഞ്ഞില്ല. പക്ഷെ, തന്നില്ല. ഇനി ഇപ്പോൾ രശീതി ബുക്കുമായി ചെന്നാൽ ഉപദേശങ്ങളുണ്ടാകും ഒരുപാട്.

പൊതുപിരിവെടുക്കുമ്പോൾ ശ്രദ്ധിക്കണം. സൂക്ഷിച്ച് ചിലവഴിക്കണം.

ആർക്കും കണക്ക് ചോദിക്കാം. തന്നവർക്കൊക്കെ അറിയാൻ അവകാശമുണ്ടെന്ന് പറയും. ആരെ കൊണ്ടും പറയിപ്പിക്കരുത്, കണക്കുകൾ കിറുകൃത്യമായിരിക്കണം.

എത്ര മാന്യമായ സംസാരം. സംസാരത്തിന് എന്ത് വശ്യത. ഒരു രൂപ പോലും നൽകാൻ കുഞ്ഞമ്പുവേട്ടൻ തായ്യാറാവുകയില്ല.

നാട്ടിലെ ഏറ്റവും പഴക്കം ചെന്ന തറവാട്ടിലെ മുതിർന്ന ആൾ. പ്രദേശത്തെ എല്ലാ നാണ്യവിളകളും പാട്ടത്തിനെടുത്ത് കവലയിലെ കടയിൽ സംഭരിച്ച് നാഷനൽപെർമിറ്റ് ലോറികളിൽ കയറ്റി അയക്കുന്ന കുഞ്ഞമ്പുവേട്ടൻ. തെങ്ങും കവുങ്ങും പാട്ടത്തിനെടുക്കും. കുരുമുളകും കശുവണ്ടിയും ഒഴിവാക്കില്ല. ചേമ്പും ചേനയും കപ്പയും കാച്ചിലും കുഞ്ഞമ്പു വേട്ടൻ പണിക്കാരെ വരുത്തി കിളച്ചെടുക്കും. വയലുകളിലെല്ലാം നെല്ലും ഉഴുന്നും പച്ചക്കറികളും യന്ത്രവത്കൃത കൃഷിയിറക്കും. പണിക്കാർക്കൊക്കെ വേതനം കിറു കൃത്യം. പറഞ്ഞ പണം കർഷകനു കൊടുക്കും. ഒരു രൂപ പോലും അധികം നൽകില്ല. കുറയ്ക്കുകയുമില്ല. നാട്ടിലെ ക്ഷേത്രങ്ങളിലെയും പള്ളികളിലെയും ഉത്സവങ്ങൾക്ക് പാട്ടം കെട്ടിയ രണ്ടോ മൂന്നോ തെങ്ങ് ഉപയോഗപ്പെടുത്താം. കായ്ഫലമുള്ള തെങ്ങ് ക്ഷേത്ര കമ്മിറ്റിക്കാർ കണ്ടെത്തി പണിക്കാരെ കൊണ്ട് പറിച്ചിടും. ദൈവങ്ങളോട് കുഞ്ഞമ്പുവേട്ടൻ അധികം കളിക്കാറില്ല. മറിച്ച് ഒരു പൊതുകാര്യത്തിനും അദ്ദേഹം നായാപൈസ്സ കൊടുത്തതായി വിവരമില്ല. മുമ്പ് ആരോ പറഞ്ഞു കേട്ടിരുന്നു. കാവിലെ ഉത്സവത്തിന് ഭണ്ഡാരം ചാർത്തുമ്പോൾ അറിയാതെ രണ്ടായിരത്തിന്റെ നോട്ട് ഭണ്ഡാരത്തിലെത്തി. കമ്മിററിക്കാരെ കൊണ്ട് ഭണ്ഡാരം തുറപ്പിച്ച് അബദ്ധത്തിൽ വീണ രണ്ടായിരത്തിന്റെ നോട്ട് കുഞ്ഞമ്പുവേട്ടൻ തിരികെ വാങ്ങിയത്രെ.

ആ വീടിന്റെ ഗെയിററിലാണ് വായനശാലക്കാരുടെ നിൽപ്പ്. അകത്ത് കുഞ്ഞമ്പുവേട്ടനുണ്ട്. ഭാര്യയുമായി ഏതോ തർക്കത്തിലാണ്. ശബ്ദം കേൾക്കാം. സമയം സായാഹ്നം പിന്നിട്ട് സന്ധ്യയിലെത്തുന്നു. വീടുകളിൽ വിളക്കു വെക്കുന്ന നേരം രശീതിയുമായി ചെന്നാൽ ചിലപ്പോൾ വഴക്ക് പറഞ്ഞേക്കാം.

കുഞ്ഞമ്പുവേട്ടൻ അകത്തുനിന്ന് കണ്ടിട്ടുണ്ടെങ്കിൽ കയറാതെ പോകുന്നത് ശരിയല്ല. ആരോ ഒരാൾ പറഞ്ഞു. ശരി, എങ്കിൽ കയറാം കുറച്ച് ഉപദേശങ്ങൾ കിട്ടുമല്ലോ. അത് കേട്ടിരിക്കാൻ വേറെ ചെലവില്ലല്ലോ.

പിരിവു സംഘം നടയിലൂടെ മുറ്റത്തെത്തി. കുഞ്ഞമ്പുവേട്ടൻ പിരിവുകാരെ കണ്ടു. വരാന്തയിലേക്ക് ഇറങ്ങി വന്നു. എന്തൊക്കെയോ പറഞ്ഞു കൊണ്ടായിരുന്നു വരവ്.

'വായനശാലയുടെ പിരിവ് അല്ലേ.'

'അതെ' കൂട്ടത്തിൽ ആരോ ഒരാൾ പറഞ്ഞു.

സന്ധ്യയ്ക്കാടോ പിരിവ്', തിരികെ ചോദ്യം എല്ലാവരും പ്രതീക്ഷിച്ചു. പക്ഷെ, ചോദ്യമുണ്ടായില്ല.

'കുഞ്ഞമ്പുവേട്ടൻ എന്തോ തിരക്കാണെന്നു തോന്നുന്നു.'

'തെരക്കൊന്നുംല്ല; ഞാൻ ശകുന്തളേ്യാട് ചെലത് പറയായിരുന്നു.'

'ഞങ്ങള് വന്നത് ബുദ്ധിമുട്ടായോ.' അദ്ധ്യക്ഷൻ മുൻകൂർ ജാമ്യമെടുത്തു.

'ബുദ്ധിമുട്ടൊന്നും ഇല്ലടോ... പറയുമ്പോ എല്ലാം പറയണോല്ലോ. നിലവിളക്ക് കത്തിക്കാൻ ശകുന്തള ഉരച്ച് കളഞ്ഞത് അഞ്ച് തീപ്പെട്ടി കോലാ.'

'മുറിഞ്ഞ കൈയ്ക്ക് ഉപ്പ് തേക്കാത്തവൻ.' എല്ലാവരും ഒരുപോലെ മനസ്സിൽ പറഞ്ഞു.

'നിലവിളക്കിൽ തിരികത്തിക്കാൻ അഞ്ച് കോലെന്തിന്. ഒര് കോല് കൊണ്ട് തിരി കത്തിക്കണം. നിലവിളക്ക് അദ്ധ്യാത്മികാ തീപ്പെട്ടിക്കോല് പ്രകൃതിയാ അതിലെ മരുന്ന് ശാസ്ത്രാ'

പിരിവുകാർ അന്യോന്യം നോക്കി. പുത്തൻ അറിവ് പുറത്തു വരുന്നു. ഉപദേശങ്ങൾ വഴിമാറിയതു പോലെ.

'അദ്ധ്യാത്മികതയുടെ തിരിയെ ശാസ്ത്രത്തിന്റെ കോലുകൊണ്ട് സ്പർശിക്കുകയാ. അവിടെ പ്രകൃതിയുടെ കാറ്റേറ്റ് ശാസ്ത്രം കെട്ടുപോയി.'

'ഒരു തവണയല്ല അഞ്ചു തവണ. ഇങ്ങിനെ വരുമ്പോ എന്തു ചെയ്യും. ശാസ്ത്രം പ്രകൃതിയോട് കളിക്കരുത്.'

'ആ തീപ്പെട്ടി കോലുകൊണ്ട് വീട്ടിന്റെ പടി പുരയ്ക്ക് തീവെക്കുക.'

കൂട്ടത്തിൽ ആരുടെയോ വികാരം മററുള്ളവർ അറിയുന്നു.

'തിരിയ്ക്ക് കൈ കൊണ്ടൊരു മറ വെക്കണം. അതായത് ഭൗതീകമായ ഒരു മറ. കോലുകൾ ലാഭിക്കാം. സമയം ലാഭിക്കാം. മനസ്സിന് തൃപ്തിയുണ്ടാകും.'

ശകുന്തള കൈ കൊണ്ട് മറച്ച് വിളക്കിലെ തിരി കത്തിച്ചു. ഒന്നു രണ്ടു പേർ തൊഴുതു.

എല്ലാവരും വരാന്തയിലെ ചാരുപടിയിൽ ഇരുന്നു.

കുഞ്ഞമ്പുവേട്ടൻ അകത്തുപോയി. നിലവിളക്കിന്റെ അദ്ധ്യാത്മികതയിൽ ശാസ്ത്രം കൊണ്ട് തെളിച്ചതിരി വെട്ടത്തെ പ്രകൃതിയുടെ കാറ്റ് അക്രമിച്ചു കൊണ്ടിരുന്നു. എങ്കിലും അദ്ധ്യാത്മികതയുടെ അകമ്പടിയു

ള്ള അഗ്നിനാളം പിടിച്ചു നിന്നു. നാളം ദൈവത്തെ വിളിച്ചു.

അഞ്ഞൂറു രൂപയുടെ രണ്ട് നോട്ടുകൾ കുഞ്ഞമ്പുവേട്ടൻ പിരിവുകാരുടെ നേരെ നീട്ടി. അതിലൊരാൾ മനം മടുപ്പോടെ പറഞ്ഞു. 'ആയിരം രൂപ കൊണ്ട് എന്ത് ചെയ്യാനാ. മൂന്ന് പേര് അയ്യായിരം വീതം തന്നിട്ടുണ്ട് കുഞ്ഞമ്പുവേട്ടൻ ഒന്നാമനാകണം.'

'ഞാൻ ഒന്നാമനാകാടോ.' കുഞ്ഞമ്പുവേട്ടൻ ഒരു വല്ലാത്ത ചിരിചിരിച്ചു. പിരിവുകാരുടെ മുഖഭാവങ്ങൾ മാസ്ക്കിനുള്ളിൽ മറഞ്ഞുനിന്നു. ആയിരം ആവശ്യമില്ലെന്ന് പറയാൻ പലർക്കും തോന്നി. പക്ഷെ, ആരും പറഞ്ഞില്ല.

'തൽക്കാലം ഇത് വാങ്ങ് നിങ്ങടെ കാര്യം ഞാൻ പരിഗണിക്കും. നാളെ കാലത്ത് ഇങ്ങോട്ടു വാ.'

ഉപദേശങ്ങൾ നാളെ കാലത്തേക്ക് മാറ്റി വെച്ചതായി എല്ലാവർക്കും തോന്നി.

' അങ്ങിനെയെങ്കി. നാളെ വരാം. ഇപ്പോ സന്ധ്യയല്ലേ., അങ്ങിനെയും വിശ്വാസോള്ളോരുണ്ട്.' മെമ്പറുടെ സഹോദരൻ പറഞ്ഞു.

'അങ്ങിനെ ആയ്ക്കോട്ടെ.' കുഞ്ഞമ്പുവേട്ടൻ പണം മടക്കി അരയിൽ തിരുകി. പിരിവുകാർ മടങ്ങി.

'നാളെ കാലത്തു വരുന്നോ.'

ഞങ്ങളില്ലെന്ന് മൂന്നുനാല് പേർ പറഞ്ഞു. അദ്ധ്യക്ഷനും മെമ്പറുടെ സഹോദരനും മറ്റു രണ്ടു പേരും നാളെ കാലത്തു വരാമെന്നേറ്റു.

പിറ്റേന്ന് കാലത്ത് വീട്ടിലെത്തുമ്പോൾ കുഞ്ഞമ്പുവേട്ടൻ കാത്തു നിൽക്കുകയായിരുന്നു. പലപ്പോഴും ഒരു പണ്ഡിതനെ പോലെ അദ്ദേഹം സംസാരിക്കുന്നതു കേട്ടിട്ടുണ്ട്. ഇന്ന് അങ്ങിനെയെന്തെങ്കിലുമാണോ.

'പണം വെച്ചുള്ള ശീട്ടുകളി നിയന്ത്രിച്ചില്ലെങ്കിൽ കുടുംബം കുത്തുപാളയെടുക്കും.'

ക്ലബ്ബിലിരുന്നും മൊബൈലിലും റമ്മി കളിക്കാറുള്ള മെമ്പറുടെ സഹോദരന്റെ മുഖഭാവം മാറിയത് മാസ്ക്കിനുള്ളിൽ ഒതുങ്ങി നിന്നു.

'മത്സരങ്ങൾ അഭിമാന പ്രശ്നങ്ങളായി കാണരുത് മത്സരങ്ങളിൽ ജയവും തോൽവിയും ഉണ്ടാകും. എന്നാൽ മാറിയ കാലഘട്ടത്തിൽ ജയവും തോൽവിയും മാത്രമല്ല. സമനിലയും മത്സരങ്ങളുടെ ഫലമാണ്. മത്സരങ്ങൾ അഭിമാന പ്രശ്നമാക്കിയതാണ് പാണ്ഡവന്മാർക്കുണ്ടായ എല്ലാ കോട്ടങ്ങളുടെയും കാരണം.

കാലത്ത് വീട്ടിലെത്തിയവർ ഒരു പ്രഭാഷണം പ്രതീക്ഷിച്ചു നിന്നു.

'ഞങ്ങള് പറയാറില്ലേ ഒരു നാണയത്തിന് രണ്ട് വശമെന്ന്. അത് പ

ണ്ട്. ഒരു നാണയത്തിന് മൂന്ന് വശങ്ങളുണ്ട്. രണ്ട് വശങ്ങളെയും നിർണ്ണയിക്കുന്ന ഇടയ്ക്കുള്ള വശം. അതു കൊണ്ടാണല്ലോ ബാലറ്റ് ബോക്സിൽ ഇപ്പോൾ നോട്ട കയറി കൂടിയത്.'

കുഞ്ഞമ്പുവേട്ടൻ ചിരിച്ചു. മാസ്ക്കില്ലാത്തതു കൊണ്ട് പിരിവുകാർ അതുകണ്ടു. ചിരി വരാതെ അവർ ചിരിക്കുന്നത് മാസ്ക് ഉള്ളതുകൊണ്ട് കുഞ്ഞമ്പുവേട്ടൻ കണ്ടില്ല.

കുഞ്ഞമ്പുവേട്ടൻ പറഞ്ഞു. 'എല്ലാരും എന്റെകൂടെ വരൂ.' എല്ലാവരും കുഞ്ഞമ്പുവേട്ടന്റെ പിറകെ നടന്നു. പഴയ തറവാടുവീട്ടിന്റെ തണുപ്പണിഞ്ഞ അകത്തളങ്ങളിലൂടെ വലതുവശത്തെ അടച്ചിട്ട മുറിയുടെ വാതിക്കൽ എത്തി. കുഞ്ഞമ്പുവേട്ടൻ അരയിൽ തിരുകിയ വലിയ താക്കോലെടുത്ത് വാതിൽ തുറന്നു. ലൈറ്റിട്ടു. പിരിവുകാർ കുഞ്ഞമ്പുവേട്ടന്റെ കൂടെ അകത്തു കടന്നു.

എല്ലാവരും അത്ഭുതപ്പെട്ടു നിന്നു. മുറിയിൽ നിരനിരയായി അലമാരകൾ. അരമാലയിൽ നിറയെ അടുക്കിയടുക്കി വെച്ച പുസ്തകങ്ങൾ.

'ഇത് തലമുറകളായി എനിക്ക് കൈമാറി കിട്ട്യതാ. അതിൽ ഡിസ്കവറി ഓഫ് ഇന്ത്യയുണ്ട്, ദസ് ക്യാപ്പിറ്റലുണ്ട്. കൂടാതെ എന്റെ ശേഖരവും.'

പിരിവുകാർക്ക് ഒന്നും വിശ്വസിക്കാനായില്ല. അത് മനസ്സിലാക്കിയാവണം കുഞ്ഞമ്പുവേട്ടൻ തുടർന്നു.

വീരേന്ദകുമാറിന്റെ ഹൈമവതഭൂവിൽ സുഭാഷ്ചന്ദ്രൻ, വി.ജെ.ജോസഫ്, ബിന്യാമിൻ, കെ ആർ മീര, സുസ്മേഷ് ചന്ദ്രോത്ത്, വി.ആർ രാജീവൻ, നിലംപേരൂർ, മുരുകൻ, പവിത്രൻ തീക്കുനി തുടങ്ങിയവരുടെ കൃതികളൊക്കെ ഈ കൂട്ടത്തിലുണ്ട്.'

വായനശാലക്കാർ നിശ്ശബ്ദം നോക്കി കണ്ടു.

'ഇതാ ഈ അടച്ചിട്ട അലമാരയിൽ ഭഗവത്ഗീതയുണ്ട്. ബൈബിളുണ്ട്. ഖുർആനുണ്ട്. ഉപനിഷത്തകളുണ്ട്. ഐതിഹ്യമാലയുണ്ട്. അറബിക്കഥകളുണ്ട്. പതിനായിരത്തിലേറെ പുസ്തകങ്ങളുണ്ട്. ഇത് ഞാൻ നിങ്ങൾക്ക് തരുന്നു. ഇതൊക്കെ ഞാൻ വായിച്ച പുസ്തകങ്ങളാണ് . ഇനി പൊതുജനം വായിക്കട്ടെ.'

'ഇന്നലെ ഞാൻ നൽകാനിരുന്നത് ഇത് കടത്താനുള്ള വണ്ടി കാശാ...'

പിരിവു സംഘം ഞെട്ടലോടെ നിന്നു. കുഞ്ഞമ്പുവേട്ടന്റെ വായനാറിവുകൾക്കായി അവർ കാത് കൂർപ്പിച്ചു.

മതിയഴി

വെറുതെ ഒരു കഥ പറയുകയാണ്. പണ്ടേ കഥകേട്ട് ശീലിച്ചവരല്ലേ നമ്മൾ. കുറുക്കന്റെ കൗശലം, ആമയുടെയും മുയലിന്റെയും മത്സരം, ആനയുടെയും കട്ടുറുമ്പിന്റെയും കാര്യങ്ങൾ അങ്ങിനെ എന്തെല്ലാമെന്തെല്ലാം.

പണ്ട് പണ്ടൊരു രാജ്യത്ത്; അല്ലെങ്കിൽ വേണ്ട, ഒരിക്കൽ ഒരിടത്ത് ഒരു. അങ്ങിനെ വേണോ? കഥ പറയാൻ ഒരു തുടക്കം വേണ്ടേ. ഒന്നു തുടങ്ങി കിട്ടാൻ അയാൾ ക്ഷമയറ്റു നിന്നു. പിന്നെ മെല്ലെ തുടങ്ങി.

രാജാവെങ്കിൽ രാജാവ്. തത്കാലം രാജാവിനൊരു പേര് വേണം. ഉഗ്രപ്രതാപിയായ രാജാവ്, അങ്ങിനെതന്നെ കിടക്കട്ടെ. രാജാവിന് പേരിട്ടു. ത്രിവിക്രമൻ തമ്പി രാജാവ്.

ത്രിവിക്രമൻ തമ്പി രാജാവിന് മന്ത്രിമാർ, കൊട്ടാരം വിദൂഷകർ, റാണിമാർ, സൈന്യം, അവരുടെ തോഴിമാർ, കാവൽക്കാർ, കിങ്കരന്മാർ, ഒന്നും ഒഴിവാക്കേണ്ട, മഹാരാജാവല്ലേ?

മഹാരാജാവിന്റെ നാട്ടിൽ, ഭരണത്തിന്റെ മറവിൽ സ്വജനപക്ഷപാതം, കെടുകാര്യസ്ഥത, ജാഗ്രതക്കുറവ്, അത്രയും വേണോ?

കിടക്കട്ടെ; ഒരു രാജ്യത്തെ ഭരണമല്ലേ? വഴി നടപ്പുകാർ പല വഴിക്കും കൊട്ടാരത്തിന്റെ ഇടനാഴിയിൽ നിരങ്ങുന്നു. ആർക്കും ആരെയും നിയന്ത്രിക്കാനാവുന്നില്ല. ഒരു തരം അരാജകത്വം പോലെ. ഗ്രാമീണ കരം പിരിവുകാർ മുതൽ ഖജനാവിന്റെ കൈക്കാരൻ വരെ അഴിമതിയിൽ പൂണ്ടു കിടക്കുന്നു. ഇതിനൊരറുതി വരുത്തണം. പ്രജകൾ ക്ഷോഭിക്കുന്നു.

മദ്യവും മദിരാക്ഷിയും ധൂർത്തും... അത്രയും വേണോ? കിടക്കട്ടെ, രാജാവല്ലേ.., മഹാരാജാവ്. അഴിമതി തടയാൻ രാജാവ് ഉറച്ച തീരുമാനമെടുത്തു. മന്ത്രി മുൻകൈയ്യെടുത്ത് വിദൂഷകരെയും വിളിപ്പിച്ചു. രാജ്യത്തെ അഴിമതി തടയണം. ദല്ലാളുകളുടെ ഇടനാഴി ഇടപാടുകൾ നിർത്തണം. അതിനുള്ള മാർഗ്ഗങ്ങൾ നിർദ്ദേശിക്കണം.വേഗമാകട്ടെ.

വിദൂഷകർ ഒറ്റയ്ക്കും കൂട്ടായും ആലോചിച്ചു. നിർദ്ദേശങ്ങൾ സ്വരൂപിച്ചു. രാജസന്നിധിയിൽ നിർദ്ദേശങ്ങളുടെ കെട്ടഴിച്ചു.

'അഴിമതിക്കാർക്ക് മരണമായിരിക്കണം ശിക്ഷ.'

'കൈകാലുകൾ ഛേദിച്ച് മാംസ പിണ്ഡമായി അവർ ജീവിക്കട്ടെ.'

'തല മൊട്ടയടിച്ച് നാടുകടത്താം.'

'കണ്ണുകൾ ചൂഴ്ന്നെടുക്കണം.'

'കാതുകൾ ഉപയോഗ ശൂന്യമാക്കണം.'

'പല്ലുകൾ അടച്ചു കൊഴിക്കാം.'

'ഉടുതുണിയില്ലാതെ നടത്തണം.'

നിർദ്ദേശങ്ങളൊന്നും സ്വീകാര്യമായില്ല. രാജാവ് അസ്വസ്ഥനായി. ജനങ്ങൾ ബഹളം വെയ്ക്കുന്നു. മഹാരാജന് കഴിവില്ലെന്ന് ജനം പറയുന്നു. ഏതു കാര്യത്തിനും അധികാരത്തിന്റെ ശർക്കര ഭരണിയിൽ പലരും കൈയ്യിട്ട് നക്കുന്നു. രാജസഭയിൽ മന്ത്രിയെ കണ്ടില്ല. അല്പം വൈകിയാണ് മന്ത്രി എത്തിയത്.

രാജാവിനെ അഭിവാദ്യം ചെയ്ത് മന്ത്രിയുടെ നിർദേശമെത്തി.

'പ്രഭോ, നമ്മുക്ക് 'പറയാനുള്ളത്... അഴിമതിയ്ക്ക് അഴിമതി എന്നാണ്.'

'എന്ത്? അഴിമതിയ്ക്ക് അഴിമതിയോ?'

'കരം പിരിവുകാർ മുതൽ കൊട്ടാരം നടത്തിപ്പുകാർ വരെ നടത്തുന്ന അഴിമതിയ്ക്ക് മറുപടിയായി അഴിമതി നടത്തുകയോ ?'

'രാജ്യം കുത്തുപാളയെടുക്കും. ജനം ഓടിച്ചിട്ട് തല്ലും. പ്രജകൾ പ്രക്ഷോഭങ്ങളുടെ പ്രളയമുണ്ടാക്കും. ഇത് ഒരിക്കലും സാദ്ധ്യമല്ല.'

രാജാവ് പൊട്ടിത്തെറിച്ചു. മന്ത്രി ചിരിച്ചു. വഴിതെറ്റിക്കുന്നത് വിദൂഷകരുടെ ഉപദേശങ്ങളോ? രാജാവിന്റെ പേശികൾ വരിഞ്ഞുമുറുകി, മുഷ്ടി ചുരുട്ടി. അതിക്രൂരമായി മന്ത്രിയെ നോക്കി. മന്ത്രി ചിരിയോടെ തുടർന്നു.

'പ്രഭോ, അഴിമതിയ്ക്ക് അഴിമതി എന്നുതന്നെയണ് പറഞ്ഞത്. പക്ഷെ; അത് ഇരുമ്പഴിയായിരിക്കണം.'

രാജാവിന് പെട്ടെന്ന് അത് മനസ്സിലായില്ല. മന്ത്രി ആവർത്തിച്ചു.

അഴിമതിക്ക്, അഴി മതി ഇരുമ്പഴി. അങ്ങിനെ വന്നാൽ കള്ളന്മാരൊക്കെ അഴിക്കുള്ളിലാകും, ഇരുമ്പഴിക്കുള്ളിൽ. രാജാവെങ്കിൽ രാജാവ് മന്ത്രിയെങ്കിൽ മന്ത്രി, കിങ്കരന്മാർ എങ്കിൽ കിങ്കരന്മാർ ധർമ്മം പുലരണം.'

രാജാവ് ചിന്താമഗ്നനായി. സദസ്യർ ഊറി ചിരിച്ചു. പ്രജകൾ രോഷമടക്കി. രാജ്യം രക്ഷപ്പെടലിന്റെ വാതിക്കൽ എത്തിചേർന്നു.

നരേന്ദ്രന്റെ വേദം

പണം അത്യാവശ്യത്തിനുപോലും കൈയ്യിലില്ലെങ്കിൽ ജീവിതം തന്നെ കൈവിട്ടുപോകുന്ന അവസ്ഥയുണ്ടായിരുന്നു നരേന്ദ്രന്. ഒരു തവണയല്ല. പല തവണ. തറവാടിത്വം കൊണ്ട് ജീവിക്കാനാവില്ലെന്ന തിരിച്ചറിവ് അതിനും എത്രയോമുമ്പ് ബോദ്ധ്യപ്പെട്ടതാണ്. ആയുർവേദ ഭിഷഗ്വരന്മാരെകൊണ്ട് കീർത്തി കേട്ട തറവാട്. മരുന്നിന്റെയും എണ്ണയുടെയും ഗന്ധം മുറ്റി നിൽക്കുന്ന തറവാട് വീടിന്റെ ചുമരുകൾക്കിടയിൽ തളയ്ക്കപ്പെട്ടുപോയ ജീവിതം. സ്വത്തുവകകൾ ഓഹരി വെയ്ക്കുമ്പോൾ തന്നെ പണമായി മതിയെന്ന് നരേന്ദ്രന് അഭിപ്രായമുണ്ടായിരുന്നു. ഭാഗിക്കാനാവാത്ത ഭൂസ്വത്തുക്കളും കെട്ടിടങ്ങളും വില്പനനടത്തി പലരുടെയും ഓഹരികൾ നൽകി.അമ്മയ്ക്ക് തറവാട് വീടെന്നു പറഞ്ഞപ്പോൾ എല്ലാ കണക്കുട്ടലുകളും തെറ്റി പോയിരുന്നു നരേന്ദ്രന്.

കേന്ദ്ര ഗവ: സർവീസിലെ ഉയർന്ന ഉദ്യോഗസ്ഥരും അവരുടെ തലമുറക്കാരും രാജ്യത്തിന്റെ വടക്കൻ നഗരങ്ങളിൽ പാർപ്പുറപ്പിച്ചപ്പോൾ അമ്മയായിരുന്നു കാണാ ചങ്ങലയിൽ നരേന്ദ്രനെ കുരുക്കി കളഞ്ഞത്. അച്ഛൻ മുമ്പേ നാടു നീങ്ങിയതാണ്.

ഒരു ദിവസം പേവിഷബാധയുടെ ചികിത്സയെക്കുറിച്ച് പുത്തൻ വൈദ്യന്മാർക്ക് അറിവ് പകർന്നു കൊണ്ടിരിക്കെ തല കറങ്ങി ഒന്നു വീണതാണ്. ആ വീഴ്ചയിൽ തന്നെ അദ്ദേഹം തന്റെ അറിവിന്റെ അവസാന ഖണ്ഡിക പോലും പറഞ്ഞു കഴിഞ്ഞിട്ടുണ്ടാകും. അഞ്ച് പത്ത് നിമിഷങ്ങൾക്കുള്ളിൽ തന്നെ എല്ലാം കഴിഞ്ഞിരുന്നു.

അമ്മയോട് ഒട്ടേറെ അഭിപ്രായ വ്യത്യാസങ്ങൾ നരേന്ദ്രനുണ്ടായിരുന്നു. തറവാട് വീട്ടിനു പകരം പണമായി ഓഹരി വാങ്ങാമായിരുന്നു. തറവാട് വീടും ഒരു തുണ്ടം സ്ഥലവും കൊണ്ട് ജീവിത കരുപ്പിടിപ്പിക്കാനാവില്ല. അച്ഛന്റെ മരണ ശേഷം അമ്മയ്ക്ക് ഹൃദ്രോഗം കലശലായിരുന്നു.ശസ്ത്രക്രിയ വേണമെന്ന് ഡോക്ടർമാർ നിർദേശിച്ചതാണ്. ഉറുപ്പിക രണ്ട് മൂന്ന് ലക്ഷം വേണം. കുടുംബക്കാരൊടൊന്നും ചോദിക്കാൻ കഴിയില്ല. പ്രതാപത്തിന്റെ മേനിക്കു മുകളിൽ പരസഹായം തേടാനും മനസ്സ് അനുവദിക്കുന്നില്ല. കൂടെ പഠിച്ച പലരും ജോലിയും യാത്രകളുമായി ഏറെ ദൂരങ്ങളിലാണ്. മത്സര പരീക്ഷകളുടെ കടമ്പ ചാടികടക്കാൻ എന്തു

കൊണ്ടോ നരേന്ദ്രന് സാധിച്ചിരുന്നില്ല. വായിക്കാത്തതു കൊണ്ടോ ന ന്നായി എഴുതി എന്ന് വിലയിരുത്താത്തു കൊണ്ടോ അല്ല. നേരിട്ട മുഖാ മുഖങ്ങളിൽ ആത്മവിശ്വാസത്തിന് കുറവുമുണ്ടായിരുന്നില്ല. എങ്കിലും ജോലിയൊന്നും കിട്ടിയില്ല. തലയിലെഴുതിയതു പോലെയെ വരൂ എന്ന് അമ്മ കിതപ്പോടെ പലപ്പോഴും ആശ്വസിപ്പിച്ചിരുന്നു. പക്ഷെ, സ്വയം ആശ്വസിക്കാൻ നരേന്ദ്രന് കഴിഞ്ഞിരുന്നില്ല.

അമ്മയുടെ ശസ്ത്രക്രിയ്ക്ക് പണം കണ്ടെത്താൻ സ്വകാര്യമായി പല രെയും ചെന്നുകണ്ടു. പലരും നിസ്സംഗത പുലർത്തി. ഒരാഴ്ചമുമ്പ് വ ന്നിരുന്നെങ്കിൽ ....

ഒഴിവാക്കാൻ ആളുകൾ പല കാരണങ്ങളും നിരത്തി. ശസ്ത്രക്രിയ നീണ്ടുനീണ്ടു പോയി. അമ്മയുടെ ശ്വസനത്തിൽ രോഗാതുരതയുടെ കുള മ്പടി കിതപ്പുകൾ ഞാന്നു കിടന്നു. എങ്ങിനെ ഈ പണമുണ്ടാക്കും. എന്തെങ്കിലും വിൽക്കണമെന്നു വിചാരിച്ചാലും അതിനും തടസ്സങ്ങേ ളേറെ. പണത്തിന്റെ ആവശ്യത്തിനായി ചെന്നു കണ്ട സ്ഥലത്തെ ധനാ ഢ്യൻ സദാനന്ദ കൈമൾ പറഞ്ഞിരുന്നു.

'പഴയതൊന്നും കെട്ടി പിടിച്ചിരിക്കേണ്ട നരേന്ദ്രാ. തറവാട് വീട് കൊ ടുത്തേക്ക്. പൊളിച്ച് മാറ്റിയാൽ തന്നെ ലക്ഷങ്ങളുടെ മര ഉരുപ്പടിയാ... പിന്നെ സ്ഥലത്തിന്റെ വിലയും. തനിക്ക് അതൊക്കെ പൊറുക്കിക്കൂട്ടി പ ട്ടണത്തിൽ ഒര് ഫ്ളാറ്റ് വാങ്ങി സ്വസ്ഥായിട്ട് കഴിയരുതോ.'

ആലോചിക്കാത്തതു കൊണ്ടല്ലെന്ന് നരേന്ദ്രൻ പറഞ്ഞില്ല. വെറും കൈയ്യോടെ മടങ്ങാനിരിക്കെ കൈമിൾ തുടർന്നു

'നിനയ്ക്കറിയോ.' എതോ ഒര് തെമ്മാടി എന്നെക്കുറിച്ച് കേന്ദ്ര ഗവ: ന് കത്തെഴുതിയതാ. വ്യക്തായി പറഞ്ഞാ... എൻഫോഴ്സ്മെന്റ് ഡയര ക്ടറേററിന്. അവര് വന്ന് വീടാകെ തെരഞ്ഞു. കുറേ കടലാസ് വാരിവലി ച്ചിട്ടു. എന്തൊക്കയോ പേപ്പറ് കൊണ്ടു പോയി. അവർടെ കണക്ക് പ്ര കാരമുള്ള സംഖ്യ ഞാൻ സർക്കാറിന് കെട്ടി.

ഇപ്പോ ആ ബുദ്ധിമുട്ടൊഴിവായി...

നരേന്ദ്രൻ താല്പര്യമില്ലാത്ത മട്ടിൽ കേട്ടു നിന്നു. അമ്മയുടെ കിത പ്പുകൾ കാതിലിരുന്നു വിങ്ങുന്നു. മനം മടുപ്പിന്റെ ദിനങ്ങളാണ് കടന്നു പോകുന്നത്.

'നീ ഒര് തീരുമാനം പറ നരേന്ദ്രാ... തറവാട് ഞാനെടുത്തോളാം. ന്യാ യവില ഞാൻ തരും.'

നരേന്ദ്രൻ ഒന്നും പറഞ്ഞില്ല.അമ്മയുടെ വാക്കുകൾ ധിക്കരിച്ച് ഒര് വില്പന സാദ്ധ്യമല്ല.

'നരേന്ദ്രന് വയസ്സ് പത്ത് മുപ്പത്തഞ്ചായില്ലേ ഒര് ജോലി വേണ്ടേ കുടുംബം വേണ്ടേ...'

എല്ലാം വേണം. നരേന്ദ്രന്റെ മനസ്സ് പറഞ്ഞു. പ്രതാപം വിശപ്പു മാറ്റില്ലെന്ന് അനുഭവിച്ചറിഞ്ഞതാണ്, പാരമ്പര്യത്തിന്റെ മഹിമ കൊണ്ട് ദാരിദ്ര്യത്തെ തട്ടി മാറ്റാൻ കഴിയില്ല. എന്തെങ്കിലും ജോലി ചെയ്യണമെങ്കിൽ തന്നെ ഞങ്ങ്ടെ കീഴിൽ നരേന്ദ്രന് ജോലിയോ എന്നമട്ടിലാണ് വേണ്ടപ്പെട്ടവർ കൈയ്യൊഴിയുന്നത്.

കൈമിൾ പിന്നെയും തുടർന്നു.

'നരേന്ദ്രനറിയോ; അവന്മാരുടെ റെയ്ഡ് കഴിഞ്ഞപ്പോ ഞാൻ ചോദിക്കാതെ തന്നെ എന്നെ സഹായിക്കാനാളുകളെത്തി. കണ്ടാൽ മിണ്ടാത്തവൻ പോലും പണം തന്ന് സഹായിച്ചു. എന്താ കാരണം..? റെയ്ഡ് നടത്താൻ മാത്രം സമ്പത്ത് എന്റെ പക്കലുണ്ടെന്ന് അവര് വിലയിരുത്തി. അതിന്റെ കണക്കിൽ പിശകുണ്ടെന്നതിന്റെ തെളിവാണല്ലോ ഈ റെയ്ഡ്. ഇരുപത്തി നാല് മണിക്കൂറായിരുന്നു റെയ്ഡ്. എന്നിട്ടെന്തായി ഞാൻ ചോദിക്കും മുമ്പ് വേണ്ടപ്പെട്ടവര് സഹായിക്കും. ഒര് തരത്തിൽ റെയ്ഡ് ഒര് ഗുണമായി. പരാതി അയച്ച വിദ്വാനെ കണ്ടാ അന്ന് ഞാൻ വെടിവെക്കും. ഇന്നോ പൂമാലയിട്ട് സ്വീകരിക്കും.'

കേൾക്കാൻ ത്രാണിയില്ലാതെ അക്ഷമനായിട്ടാണ് നരേന്ദ്രൻ പടികളിറങ്ങി നടന്നത്. ഒരു റെയ്ഡ് നടന്നതേ ഉള്ളു. അയാളെ സഹായിക്കാൻ ഉള്ളവർ ഓടിയെത്തുന്നു. അങ്ങിനെയെങ്കിൽ ഒര് റെയ്ഡ് നടന്നാൽ തന്റെ മുന്നിലും ആളുകൾ എത്തുമോ. തമാശയാണെങ്കിലും കൈമിളിന്റെ വാക്കുകളിൽ നരേന്ദ്രന്റെ ചിന്തകൾ കൊളുത്തി നിന്നു.

അന്ന് രാത്രി നരേന്ദ്രൻ തീരെ ഉറങ്ങിയില്ല. അമ്മയുടെ ഞരക്കവും മൂളലും പല രാത്രികളിലും അയാളുടെ ഉറക്കം കെടുത്തിയിരുന്നു. അന്നും അങ്ങിനെയായിരുന്നു. ശ്വസിക്കാൻ അമ്മ വല്ലാതെ ബുദ്ധിമുട്ടുന്നു. കൈമിളിന്റെ വാചകങ്ങളിൽ നരേന്ദ്രന് ആശ്വാസം തോന്നിക്കുന്ന ചില വാക്കുകളുണ്ടായിരുന്നു. തറവാട് വീട്ടിൽ റെയ്ഡ് നടന്നു എന്ന് ആളറിഞ്ഞാൽ നരേന്ദ്രനും മോശക്കാരനല്ലെന്ന് അവർ മനസ്സിലാക്കും.

അമ്മയുടെ ചികിത്സക്ക് കൈ നീട്ടിയ പലരും ചിലപ്പോൾ ഓടി കിതച്ചെത്തിയേക്കാം. ഏതായാലും രണ്ടിലൊന്നാകട്ടെ. വടിവൊഴിവാക്കിയ അക്ഷരങ്ങളിൽ നരേന്ദ്രൻ, നരേന്ദ്രനെ പറ്റിയുള്ള പരാതി എൻഫോഴ്സ്മെന്റ് ഡയരക്ട്രേറ്റിന് എഴുതി.

'തറവാട്ട് വീട്ടിൽ കോടികളുടെ അറിയപ്പെടാത്ത സമ്പത്തുണ്ട്. നിധി തന്നെ കണ്ടെന്നു വരാം. തറവാട് വീട് പൊളിച്ചു മാറ്റും മുമ്പ് അടിയ

ന്തരമായും റെയ്ഡ് നടത്തി അവ കണ്ടു കെട്ടണം.'

പരാതി സാധാരണ തപ്പാലിൽ പോയി. അമ്മയുടെ ചികിത്സക്ക് പണം കണ്ടെത്താനുള്ള ശ്രമം അപ്പോഴും തുടർന്നു.

വിശേഷ ദിവസങ്ങളിൽ വിളക്കു വെക്കുന്ന ഇലഞ്ഞി തറയിലെ ഇലഞ്ഞിക്ക് വില പറയാൻ ആളുകളെത്തിയ ദിവസം നരേന്ദ്രന്റെ തറവാട്ട് മുറ്റത്ത് രണ്ട് വാഹനങ്ങൾ ഇരമ്പിയെത്തി. മര കച്ചവടം നിന്നു. വാഹനത്തിൽ നിന്നും ചാടിയിറങ്ങിയ ഉദ്യോഗസ്ഥർ നരേന്ദ്രനെ കൂട്ടി തറവാട്ടിന്റെ അകത്തേക്കു കയറി. അമ്മയുടെ കട്ടിലിൽ നരേന്ദ്രനെ ഇരുത്തി വാതിലടച്ചു.

പിന്നെ തറവാട് മുഴുവൻ അരിച്ചു പൊറുക്കിയ റെയ്ഡായിരുന്നു. ഉച്ചയോടെ നരേന്ദ്രനും അമ്മയ്ക്കും ഉദ്യോഗസ്ഥർ ഭക്ഷണമെത്തിച്ചു. കുടിക്കാനുള്ള വെള്ളം നൽകി. വൈകീട്ട് ചായ വന്നു.

രാത്രി ഭക്ഷണമെത്തി. ഉറങ്ങാമെങ്കിൽ ഉറങ്ങാമെന്ന് അവർ പറഞ്ഞു. രണ്ടു പേർക്കും ഉറക്കം വന്നില്ല. ആൾ വിവരമില്ലാതെ അയച്ച കത്തിന് ഇത്ര ഗൗരവമുണ്ടായിരുന്നെന്ന് നരേന്ദ്രൻ ഓർത്തില്ല. റെയ്ഡിന്റെ വാർത്ത നാട്ടിൽ പടർന്നു. മാണിക്ക്യ മംഗലം തറവാട്ടിലെ റെയ്ഡ് കാട്ടുതീ പോലെയായി. നരേന്ദ്രനും അമ്മയും തടവിലെന്നും പ്രചരണമായി. ഗെയിറ്റിനു മുന്നിലും ഊടുവഴികളിലും ആളുകൾ കൂട്ടം കൂടി നിന്നു.

നേരം പുലർന്നപ്പോൾ മുറി തുറന്ന് ഉദ്യോഗസ്ഥർ വന്നു. അവർ തയ്യാറാക്കിയ രേഖകളിലെ രേഖപ്പെടുത്തലുകൾക്കു താഴെ നരേന്ദ്രൻ ഒപ്പു വെച്ചു. അമ്മയുടെ ചുണ്ടൊപ്പ് ചാർത്തി. ഡി.ടി.പി വാചകങ്ങളൊന്നും നരേന്ദ്രന് വായിക്കാൻ കഴിഞ്ഞില്ല. അവർ നരേന്ദ്രനോട് നോട്ടീസ്സ് കിട്ടുമ്പോൾ ഹാജരാകണമെന്ന് ആവശ്യപ്പെട്ടു.

നരേന്ദ്രന്റെയും അമ്മയുടെയും ഫോട്ടോ എടുത്തു. വീടിന്റെ മുറികളും ചുറ്റുപാടും വീഡിയോയിൽ പകർത്തി. എഴുതിയത് ബുദ്ധിമോശമായെന്നും വേണ്ടായിരുന്നെന്നും നരേന്ദ്രന് തോന്നി.

കാര്യങ്ങൾ അതീവ ഗൗരവമായതായി നരേന്ദ്രൻ തെല്ലു ഭയത്തോടെ ഓർത്തു. കണക്കുകൂട്ടലുകൾ തെറ്റിയോ. തന്റെ സാമാന്യ ബുദ്ധിക്ക് നിരക്കാത്ത ഒന്നായി ഊമക്കത്തിന്റെ ഉത്ഭവമെന്ന് നരേന്ദ്രന് ബോദ്ധ്യപ്പെട്ടു വന്നു.

കാലത്തു തന്നെ കൈമിളിന്റെ വണ്ടി തറവാട്ടു മുറ്റത്തെത്തി. നരേന്ദ്രൻ മുറ്റത്തിറങ്ങി. കൈമൾ പൂമുഖത്തെ സെററിയിലിരുന്നു. തൊട്ടു മുന്നിൽ നരേന്ദ്രനും.

'എന്താ സംഭവം... നരേന്ദ്രാ... അവരെന്തിന് നിന്നെ തേടി വന്നൂ...

'അറിഞ്ഞുകൂടാ...' നരേന്ദ്രൻ അറിയാത്തതു പോലെ ഇരുന്നു.

'എന്തൊക്കയാ... കണ്ടെടുത്തത്.'

'അറിയില്ല കുറേ പേപ്പറിൽ ഒപ്പിട്ടുകൊടുത്തു.'

'ഒര് പാട് സമയമെടുത്തല്ലോ അവർ, അത്രയും സമയം എന്തിനെന്നാ എന്റെ ചിന്ത...'

നരേന്ദ്രൻ നെടുവീർപ്പിട്ടു.

'കാര്യമായ കോളെന്തെങ്കിലും.' കൈമിൾ ഉറക്കെ ചിരിച്ചു. എന്നിട്ടു പറഞ്ഞു:

'നാട്ടുകാരുടെ മുന്നിൽ നരേന്ദ്രൻ ദരിദ്രനായി വേഷം കെട്ടിയതല്ലല്ലോ...'

'അതു തന്നെയല്ലേ തന്റെ യഥാർത്ഥ വേഷമെന്ന്.' നരേന്ദ്രൻ മനസ്സിൽ പറഞ്ഞു.

കൈമിൾ ഒരു കവറെടുത്ത് നരേന്ദ്രന്റെ കൈയ്യിൽ കൊടുത്തു:

'ഇത് കുറച്ച് കേഷാ...' അവർ വിളിക്കുമ്പോ പോകണം. ആസ്തി വിവരമറിഞ്ഞ് കേസ് നടത്തണം. കൈയ്യില് വെച്ചോ, കണക്കൊക്കെ പിന്നെ പറയാം.'

യാത്ര പറഞ്ഞ് കൈമിൾ ഇറങ്ങി.

അമ്മയ്ക്ക് ആവശ്യമായ മരുന്നുകൾ വാങ്ങി. തന്റെ നീക്കങ്ങളിൽ തൽക്കാലം പിഴവ് പററിയില്ലെന്ന് നരേന്ദ്രന് തോന്നി.

ആസ്തി ഉണ്ടാകുമെന്ന് ബോദ്ധ്യപ്പെടുമ്പോഴാണ് കൈമിളിനെ പോലുള്ള ആളുകൾ പണമിറക്കുന്നത്. തത്കാലം ആവശ്യങ്ങൾ നടക്കട്ടെ. തറവാട് വില്പനയെങ്കിൽ വിൽപ്പന. അമ്മയെകൊണ്ട് സമ്മതിപ്പിക്കണം. കൈമിളിന്റെ അഡ്വാൻസായിരിക്കുമിത്.

മാസങ്ങൾ പിന്നേയും കടന്നു പോയി. തറവാടു വില്പനയുടെ തീരുമാനത്തിനായി കൈമിളിന്റെ സമ്മർദ്ദം കൂടി. നരേന്ദ്രൻ വല്ലാത്തൊരു അവസ്ഥയിലായി.അമ്മയുടെ അസുഖത്തിലുണ്ടായ തെല്ല് ആശ്വാസം നരേന്ദ്രന് ആശ്വാസമായില്ല.

മാസങ്ങൾ പിന്നേയും കടന്നു പോയി. നരേന്ദ്രന്റെ തറവാടു വീട്ടിലെ റെയ്ഡ് കൈമിൾ ഒഴിച്ച് മറ്റെല്ലാവരും മറന്നു. അന്ന് രജിസ്ട്രേഡ് കത്തുമായി പോസ്റ്റുമാൻ തറവാട്ടു വീട്ടിലെത്തി.

നരേന്ദ്രൻ കത്ത് ഒപ്പിട്ടു വാങ്ങി. എൻഫോഴ്സ്മെന്റ് ഡയരക്ടറേറ്റിൽ നിന്നുള്ള കത്തായിരുന്നു അത്.

കത്തിന്റെ ഉള്ളടക്കം ഇങ്ങിനെയായിരുന്നു.

'വീട്ടിൽ നിന്നും കണ്ടെടുത്ത നശിച്ചു തുടങ്ങിയ താളിയോല കെട്ടുകൾ ആയുർവേദത്തെ സംബന്ധിക്കുന്ന നിർണായക ഗ്രന്ഥങ്ങളാണ്. ഇതുവരെ ഈ ചികിത്സാ വിഭാഗം മനസ്സിലാക്കാത്ത ഒട്ടേറെ വിവരങ്ങളും ചികിത്സാ രീതികളും മരുന്നുകളുടെ ചേരുവകളും ഉല്പാദനവും സംബന്ധിച്ച വിശദവിവരങ്ങൾ ഈ ഗ്രന്ഥങ്ങളിലുണ്ട്. ഈ അപൂർവ വിജ്ഞാനം രാജ്യത്തിന്റ ആരോഗ്യമേഖലക്ക് ഏറെ പ്രയോജനപ്രദവും മുതൽക്കൂട്ടുമാണ്. ഇത് പുരാവസ്തു വകുപ്പിന് കൈമാറുകയും അവർ ഇന്ത്യൻ ആയുർവേദ കൗൺസിലിന്റെ പരിശോധനക്കും പഠനത്തിനും വിധേയമാക്കുകയും ഇവ വില നിശ്ചയിച്ച് ഏറ്റെടുക്കാൻ തീരുമാനിക്കുകയും ചെയ്തിരിക്കുകയാണ്. അതു പ്രകാരം ആ ഗ്രന്ഥങ്ങൾക്ക് 16.73 കോടി രൂപ മൂല്യം കണക്കാക്കിയിട്ടുണ്ടെന്ന് അറിയിക്കുന്നു. മൂല്യനിർണയത്തിൽ താങ്കൾക്ക് പരാതിയുണ്ടെങ്കിൽ താങ്കളുടെ അവകാശ മൂല്യം വകുപ്പിനെ അറിയിക്കുന്നതിനും താങ്കൾക്കും വകുപ്പിനും ബോദ്ധ്യപ്പെടുന്ന മൂല്യം നിശ്ചയിക്കാവുന്നതുമാണ്.'

നോട്ടീസ്സിൽ പറയുന്ന തീയ്യതിയിലും സമയത്തും ഈ ഓഫീസിൽ എത്തിചേരേണ്ടതാണ്. നരേന്ദ്രന്റെ കൈകൾ വിറപൂണ്ടു. തൊണ്ട വരണ്ടു നാക്ക് ഇടറി നെറ്റിയിൽ വിയർപ്പുകണങ്ങൾ പൊടിഞ്ഞു. ഈറനിറങ്ങിയ കൺവെട്ടത്തിൽ വിഷചികിത്സയെ കുറിച്ച് അറിവ് പകരുന്ന അച്ഛനും ആയുർവേദ ചികിത്സാ പരിവാരങ്ങളും നരേന്ദന്റെ മുന്നിൽ നിരന്നു നിന്നു.മരുന്നുകളുടെയും എണ്ണകളുടെയും ഗന്ധം ചുറ്റും പരന്നിറങ്ങി.

മറ്റാരും ഇരുന്നിട്ടില്ലാത്ത മുതിർന്ന കാരണവരുടെ നീണ്ട കൈപ്പിടിയും എഴുത്ത പലകയുമുള്ള ചാരുകസേരയിൽ അറിയാതെ നരേന്ദ്രൻ ഇരുന്നുപോയി.

കൈമിളും കുടുംബക്കാരും നാട്ടുകാരും മുറ്റത്ത് നിരനിരയായി നിൽക്കുന്നതായി അയാൾക്ക് തോന്നി.

വിദ്യാരംഭം

നേരത്തെ ഉറങ്ങാൻ കിടക്കുക, നേരത്തെ എഴുന്നേൽക്കുക എന്നത് അയാളുടെ ജീവിതത്തിലെ ദിനചര്യകളുടെ സുപ്രധാനമായ ഒരിനമായിരുന്നു. കഴിഞ്ഞ എഴുപത് വർഷക്കാലത്തിനിടയിൽ ഓർമ്മ വെച്ച പത്തമ്പത്തിയെട്ടു വർഷങ്ങളായി അയാൾ അങ്ങിനെയായിരുന്നു.

നേരത്തെയുള്ള ഉറക്കം നേരത്തയുള്ള ഉണരൽ ശരീരത്തിനുണ്ടാക്കുന്ന ഓജസ്സ് അളവറ്റതാണ്. വൈകി ഉറങ്ങി വൈകി എഴുന്നേൽക്കുന്ന ഒരു പ്രവണത അയാൾക്ക് ആലോചിക്കാനേ സാധിക്കുമായിരുന്നില്ല. അയാളുടെ ദിനചര്യകളും വ്യായാമ മുറകളും ആർക്കും അനുകരിക്കാവുന്ന സാധാരണ സംഭവങ്ങൾ മാത്രമാണ്. പ്രഭാത സവാരി കഴിഞ്ഞ് ഉദയ സൂര്യന്റെ രശ്മികളേറ്റ് വിയർപ്പ് പൊടിഞ്ഞ ദേഹവുമായി വീട്ടിൽ തിരിച്ചെത്തുമ്പോൾ വിവരിക്കാനാവാത്ത ഒരു ഉന്മേഷം അയാൾക്കുണ്ടായിരുന്നു. കൂടെ അയാളുടെ മനസ്സിനും. പ്രഭാത സവാരി ആരോഗ്യത്തിന് നല്ലതാണെന്ന് അയാൾ സുഹൃത്തുക്കളോടൊക്കെ പറയുമായിരുന്നു.

പലരും അതൊന്നും അത്ര ഗൗരവമായി കണ്ടിരുന്നില്ല. വ്യായമത്തിന്റെ കൃത്യതകളൊന്നും പരിപാലിക്കാൻ മെനക്കെടാത്തവരായിരുന്നു അവരൊക്കെ.

കാലത്തു തന്നെ ഒരു കുട്ടി ഗെയിറ്റിനരികെ വന്ന് എന്തോ അന്വേഷിച്ചിരുന്നുവെന്നും ഞാനെത്തുമ്പോൾ സ്ഥലം വിട്ടിരുന്നെന്നും രാമൻ കർത്താവ് പറഞ്ഞിരുന്നു. അത് മനസ്സിലുടക്കി നിന്നു. പിറന്ന കുറേ ചിന്തകൾ ഉണരുകയായി, മൂന്നു വയസ്സ് കഴിഞ്ഞ് നാലിൽ എത്തി നിൽക്കുന്ന ഒരു കുട്ടി ഇത്ര കാലത്ത് പരിചിതമല്ലാത്ത ഒരു വീട്ടിന്റെ ഗെയിറ്റിലെത്തി എന്തോ അന്വേഷിക്കുക ശേഷം അവിടനിന്നും തിരിച്ചു പോകുക വിശ്വസിക്കാൻ പ്രയാസമുള്ള കാര്യമായി അയാൾക്കു തോന്നി.

രാമൻ കർത്താവിന് കള്ളം പറയേണ്ട കാര്യമില്ല. പക്ഷെ, അദ്ദേഹം കുട്ടിയെ നേരിൽ കണ്ടിരുന്നില്ല. അതുകൊണ്ട് തന്നെ കുട്ടി അദ്ദേഹത്തോട് ഒന്നും ചോദിച്ചിട്ടുമില്ല. വീട്ടിലെ മറ്റാരോ ആണ് കുട്ടിയെ കണ്ടതും കുട്ടി അവരോട് കാര്യങ്ങൾ തിരക്കിയതും. ആരായിരുന്നു ആ കുട്ടി. എന്തായിരുന്നു അവന്റെ ചോദ്യം. കാലത്തു തന്നെ, അതും തനിച്ച്

ഒരു വീട്ടിന്റെ ഗെയിറ്റിൽ വന്ന് കാര്യങ്ങൾ അന്വേഷിക്കാൻ മാത്രം ഗൗരവ പ്രശ്നം എന്തായിരിക്കും. സ്വന്തം വീട്ടിൽ നിന്നും നന്നെ കാലത്ത് ഇറങ്ങിയാലല്ലേ മറ്റൊരു വീട്ടിൽ എത്താനാവൂ.

അങ്ങിനെയാണെങ്കിൽ ആ കുട്ടിയുടെ വീട്ടിൽ മുതിർന്നവരാരുമില്ലേ. കാലത്തുതന്നെ കുട്ടി വീടുവിട്ടിറങ്ങുക, ആരുടെയും ശ്രദ്ധയിൽപ്പെടാതിരിക്കുക. കുട്ടിയോട് വിവരങ്ങൾ അന്വേഷിച്ച മറ്റൊരു വീട്ടിലെ വ്യക്തിക്ക് കുട്ടിയുടെ അന്വേഷണത്തിൽ കൗതുകമൊന്നും തോന്നാതിരിക്കുക. പിന്നെ ആ കുട്ടി മറ്റെവിടെയും എത്തിയില്ല എന്ന ഒരറിവു കൂടി അറിയാനിടയാകുക.

അതിരാവിലെ ഗെയിറ്റിൽ വന്ന കുട്ടിയോട് വ്യക്തമായി കാര്യങ്ങൾ അന്വേഷിക്കേണ്ടിയിരുന്നു. തികഞ്ഞ ലാഘവത്തോടെ അവനെ ഒഴിവാക്കിയതെന്തിന്. കുട്ടികളാകുമ്പോൾ പ്രത്യേക ശ്രദ്ധ വേണ്ടേതല്ലേ. അതും കൊച്ചു കുട്ടിയാകുമ്പോൾ. കുട്ടികളെ തട്ടിക്കൊണ്ടു പോകുന്ന സംഘങ്ങൾ പരക്കെ നാട്ടിൽ വിലസുന്നുണ്ടെന്ന് വിവരിച്ച് സാമൂഹ്യ മാധ്യമങ്ങളിലെ പോസ്റ്റുകൾ ഭയാശങ്കകൾ പങ്കുവെക്കുന്നു. നാം ജാഗരുകരാകേണ്ടിയിരിക്കുന്നു. അത്തരത്തിൽ ഏതെങ്കിലും സംഘത്തിൽ നിന്ന് രക്ഷപ്പെട്ടു വന്ന കുട്ടിയായിരിക്കുമോ. അവനെ വീണ്ടും പിടിച്ചു കെട്ടി കൊണ്ടുപോയിരിക്കുമോ.

ഒന്നു രണ്ടു ദിവസം കഴിഞ്ഞപ്പോൾ ദിനകര പൊതുവാളിന്റെ വീട്ടിലേക്കുള്ള വഴിയിൽ ഒരു കുട്ടിയെ കണ്ടതായി പത്രം വിതരണം ചെയ്യുന്ന പയ്യൻ പറഞ്ഞിരുന്നു.

കുട്ടിയോട് അവൻ ചോദിക്കുകയും ചെയ്തു.

'ഏയ് എങ്ങോട്ടാ ഈ രാവിലെ ...'

'ഒര് ആവശ്യം ണ്ട് ' എന്ന് അവൻ മറുപടിയും പറഞ്ഞിരുന്നു. കൂടുതൽ വിവരങ്ങൾ ചോദിക്കാൻ സമയമില്ലാത്തതു കൊണ്ട്, പ്രത്യേകിച്ച് പത്രങ്ങൾ ചൂടോടെ കിട്ടണമെന്ന് വരിക്കാർ ആവലാതി ഉയർത്തുന്ന ദേശത്ത് വാർത്തകൾ തണുത്തു പോകരുതല്ലോ. പത്രം വായിച്ചു കഴിഞ്ഞാലേ ചിലർക്ക് വയറ്റിന് ശരിയായി പോകു. ചിലർക്ക് പത്രം കണ്ടാൽ മതി. വായിക്കണമെന്നില്ല. ബ്രഷ് കൈയ്യിലെടുക്കണമെങ്കിൽ പത്രം കൈയ്യിലുണ്ടായിരിക്കണം. പല്ലും പത്രവും ഒരുപോലെ ശുചിയാക്കിയാലേ മറ്റു ചിലർക്ക് പ്രഭാതമുണരൂ.

എഞ്ചിനീയർ മോഹനനും കാറിൽ പോകുമ്പോൾ അങ്ങിനെ ഒരു കുട്ടിയെ ശ്രദ്ധിച്ചതായി വേണുക്കുട്ടനോട് പറഞ്ഞിരുന്നു. വേണുക്കുട്ടന് പിന്നെ കുട്ടിയായാലും അച്ചിയായാലും അതിനോടൊന്നും താൽപര്യമി

ല്ല. അതുകൊണ്ട് അവനും ഗൗരവത്തിലെടുത്തില്ല. ഇത്തരം കാര്യങ്ങൾ നന്നായി കൈകാര്യം ചെയ്യുന്ന ആരുടെ മുന്നിലും കുട്ടി പെട്ടിട്ടുമില്ല.

കഴിഞ്ഞ ദിവസം കവലയിൽ വെച്ചു കണ്ട റിട്ട: പോലീസുദ്യോഗസ്ഥൻ കനകാംബരനും ഇങ്ങിനെയൊരു കുട്ടിയെ കണ്ടിരുന്ന വിവരം പറഞ്ഞു. അതിന് മൂന്നു നാല് ദിവസം മുമ്പ് തന്നെ കനകാംബരനോട് അയാൾ ഇങ്ങിനെയൊരു കാര്യം സൂപിപ്പിച്ചരുന്നു. ഒരു പോലീസുകാരൻ എന്ന നിലയിൽ ഒരന്വേഷണോത്സുകത അയാൾ പ്രകടിപ്പിച്ചതായിരുന്നു.

ഒന്നു രണ്ടു മുതിർന്നവരുടെ കൂട്ടത്തിലാണ് കുട്ടിയെ കണ്ടത് എന്നതുകൊണ്ട് അവരുടെ കൂട്ടത്തിൽ പെട്ടതാവാം എന്ന കണക്കുകൂട്ടലായിരുന്നു കനകാംബരന്.

എവിടെ വെച്ചു കണ്ടാലും ഏത് സാഹചര്യമായാലും ഒന്നു വിളിച്ചുടേ എന്ന് കനകാംബരനോട് പരാതിപ്പെട്ടപ്പോൾ കനകാംബരൻ പറഞ്ഞു.

'വിളിക്കാൻ തോന്നാത്തതു കൊണ്ടല്ല. ഫോണിപ്പോ കൊച്ചുമോന്റെ കൈയ്യിലാ. പഠിക്കാൻ എന്റെ ഫോണാ കൊടുത്തത്. മോന്റെ മോനല്ലേ അങ്ങിനെ ചെയ്യാതിരിക്കാൻ പറ്റ്വോ. മോന്റെ ഫോണ് കൊടുത്താ അവന്റെ ഇടപാടാക്കൊ നിന്നു പോകും. ഓൺലൈൻ ഡെലിവറിയല്ലേ.'

മിക്ക രക്ഷിതാക്കളുടെയും ഫോണിപ്പോ കുട്ടികളുടെ കൈയ്യിലാ. അയാളുടെ ഫോണു പോലും അങ്ങിനെയാണ്. മകന്റെ മകന് ഇപ്പോൾ അയാളുടെ ഫോണുണ്ടെങ്കിലേ പഠിക്കാനാകൂ. അവന് സ്വന്തമായി ഒരു സ്മാർട്ട് ഫോൺ അച്ഛൻ കൊടുത്തയക്കുന്നുണ്ട്. എന്നാലും ഗൾഫിൽ നിന്നു വരുന്ന സാധനമല്ലേ ഉപയോഗിക്കാൻ പറ്റ്വോ. അതു കൊണ്ട് കുറച്ചു കൂടി കഴിഞ്ഞിട്ടേ അയക്കൂ.

ലാൻഡ്ഫോൺ ഒഴിവാക്കാൻ മനസ്സകൊണ്ട് തീരുമാനിച്ചതാണ് അയാൾ. അപ്പോഴാണ് മൊബൈൽഫോൺ കൈമാറേണ്ടി വന്നത്. ലാൻഡ്ഫോൺ ഉപേക്ഷിക്കാനുള്ള തീരുമാനം ആരുമറിയാതെ പിന്നെ പിൻവലിച്ചു. ഇടയ്ക്ക് ലാൻഡ് ഫോണിൽ കോൾ വരും വിരമിച്ച ചില സഹപ്രവർത്തകരുടെ.

കാലത്ത് ലാൻഡ്ഫോണിൽ അയാൾക്ക് ഒരു കോളുണ്ടായിരുന്നു.

'സാറെ ഒരു വിശേഷം പറയാൻ വിളിച്ചതാ.'

'എന്താ ഹരിദാസാ.'

'എന്റെ മോളെ മോനെ സാറല്ലേ അരിയിലെഴുതിച്ചത്.'

'അതെ.'

'അവന് അരിയിലെഴുതിച്ച മാഷെയൊന്ന് കാണണംന്ന്.'

'അതെന്താ അങ്ങിനെ'

'വെറെ ഒര് മാഷെയും അവനറിയില്ലല്ലോ'

'വിശേഷം കൊള്ളാലോ മോനോട് പറ ആ വഴി വരുമ്പോ ഞാൻ വീട്ടി കേറാന്ന് :'

'ശരി, അയ്ക്കോട്ടെ സാറെ മറന്നു പോകല്ലേ.'

'ഇല്ലയില്ല ദൈവസഹായത്താൽ മറവി എന്നെ അനുഗ്രഹിച്ചിട്ടില്ല.'

ഹരിദാസന്റെ കൊച്ചു മകന്റേത് ഒരു കുസൃതിയാണെങ്കിലും അതിൽ തനതായ കാര്യമുണ്ട്. പഠനം തുടങ്ങി വെച്ചവനോട് ചോദിക്കാനിരിക്ക്യാണോ. അവന്റെ കൊച്ചു മോൻ.

ചാറാൻ മടിച്ചു നിൽക്കുന്ന മഴയും, ഉറക്കം മാറാത്ത ഉദയത്തിന്റെ കതിരുകളും ഇഴയടുപ്പിക്കുന്ന പ്രഭാതം. സവാരി കഴിഞ്ഞ് തിരികെയെത്തുമ്പോൾ ഗെയിററിനരികിൽ ഒരു കുട്ടി നിൽക്കുന്നതു പോലെ. മഴക്കോട്ട് ധരിച്ച് അതിനുള്ളിൽ ബാഗ് ഒളിപ്പിച്ച് ഷൂസും സോക്സുമിട്ട് വർണ്ണ കുടചൂടി നിൽക്കുന്ന ഒരു കുട്ടി.

മഴക്കോട്ടിൽ തലയൊളിപ്പിച്ച് കൊച്ചു മാസ്ക് ധരിച്ച് കണ്ണും കൈവിരലുകളും മാത്രം പുറത്തു കാട്ടി സ്കൂളിലേക്ക് പുറപ്പെട്ടു നിൽക്കുന്ന ഒരു കൊച്ചു വിദ്വാൻ. എന്നെ കണ്ടപ്പോൾ ഗെയിറ്റിന്റെ ഒരു വശത്തേക്ക് മാറിനിൽക്കാനുള്ള ശ്രമം. ഒച്ചയെടുത്ത് വിളിച്ചു.

'നിൽക്കവിടെ കുട്ടി ആരാണ്.'

'ആരോടാ ആരോടാ ഒച്ചയെട്ക്ക്ന്നേ.'

ഭാര്യയുടെ ശബ്ദം. അയാൾക്ക് ഒന്നും മനസ്സിലായില്ല.

'കാലത്ത് എഴുന്നേൽക്ക്ന്നത് കാണാത്തതു കൊണ്ടല്ലേ ഞാൻ വന്നത് എന്തേ ഉറങ്ങിപ്പോയോ.'

അലാറം വെക്കാതെ തന്നെ കൃത്യ സമയത്ത് എഴുന്നേൽക്കാറുള്ള അയാൾക്ക് അന്ന് എഴുന്നേൽക്കാനായില്ലെന്ന് ബോദ്ധ്യപ്പെട്ടു.

കിടപ്പുമുറിയുടെ ജനൽ ചില്ലുകളിൽ പൂ വിരിയും ചില്ലകളുടെ നിഴൽ ചിത്രങ്ങൾ തെളിഞ്ഞു തുടങ്ങി. കൂടു വിട്ടുണരുന്ന കിളികളുടെ ചിലമ്പലുകൾ അറിയാതെ കാതിലെത്തുന്നു.

'തീരെ ഉറങ്ങിയില്ലെന്ന് തോന്നുന്നു. ഞാനും ഒട്ടും ഉറങ്ങിയില്ല. കൊച്ചുമോന് രാത്രി ഒരോ ശാഠ്യായായിരുന്നു. ബാഗും പുസ്തകവുമെടുത്ത് സ്കൂളിൽ പോണംന്ന് നിർബ്ബന്ധം.'

അയാൾ അതു കേട്ടുകൊണ്ടു കിടന്നു.

'കഴിഞ്ഞ നവമിക്ക് അരിയിലെഴുതിച്ചത് നിങ്ങളല്ലേ. അന്നുമുതൽ സ്കൂളിൽ പോകാനൊത്തോ, വാശിപിടിച്ച് കരഞ്ഞപ്പോ അതേ ഡ്രസ്സിലവനെ അമ്മച്ചി ഉറക്കി.'

ഹരിദാസന്റെ ഫോണിനെ കുറിച്ച് അയാൾ ഓർത്തു.

'കുട്ടികള് പറയ്ന്നത് ശരിയല്ലേ. അരിയിലെഴുതിച്ചാ മതിയോ സ്കൂളെന്തെന്ന് കുട്ടികളറിയണ്ടേ.'

സ്കൂളെന്തെന്നറിയാതെ പഠിക്കയാണ് കുട്ടികൾ . അരിയിലെഴുതിച്ചവന്റെ കൊള്ളരുതായ്മയായോ ഇതൊക്കെ.

ഗെയിറ്റിലല്ല കുട്ടി വീട്ടിനകത്താണെന്ന് അയാളുടെ മനസ്സ് പറഞ്ഞു. അസ്വസ്ഥതകൾ അയാളെ വല്ലാതെ വീർപ്പുമുട്ടിച്ചു. കിടക്കവിട്ട് എഴുന്നേൽക്കാതെ അയാൾ പുതച്ചുമൂടി കിടന്നു. ജാലകം കടന്നെത്തിയ വെയിൽ പാളികൾ അയാളെ വീണ്ടും പുതപ്പിച്ചു.

നരി ചരിതം

കലക്ടർ ഗോവിന്ദൻ നാട്ടുകാർക്കൊക്കെ പ്രിയങ്കരനായിരുന്നു. ഔദ്യോഗികമായും അനൗദ്യോഗികമായും ഏത് ആവശ്യത്തിന് സമീപിച്ചാലും അതിന് ഒരു പോംവഴി കണ്ടെത്തുക അല്ലെങ്കിൽ നിർദ്ദേശിക്കുക ഗോവിന്ദന്റെ സ്ഥിരം ശൈലിയാണ്. കോവിഡ് കാലത്ത് പലരും വീട്ടിലും നാട്ടിലുമായി ഒതുങ്ങി കഴിയുമ്പോഴായിരുന്നു അമ്പലമുക്കിലെ ചെമ്പകത്തറയിൽ ശീട്ടുകളി പുനഃരാരംഭിച്ചത്. മാസ്കും കൈയ്യുറയും സാനിറ്റൈസറും കരുതി തന്നെയാണ് ശീട്ടുകളിക്ക് ആളുകൾ എത്തിയിരുന്നത്. സായാഹ്നത്തിലെ കളി പുരോഗമിക്കവെ ശീട്ടുകളി സംഘത്തിലേക്ക് ഒച്ചയനക്കമില്ലാതെ പോലീസ് ഓടിക്കയറി.

കൈയ്യിൽ കിട്ടിയതുമായി പലരും പലവഴിക്ക് ഓടി രക്ഷപ്പെട്ടു. ഹൃദയ ശസ്ത്രക്രിയ കഴിഞ്ഞ വാസുദേവനും കോവിഡ് ബാധിച്ച് സുഖപ്പെട്ട ഖത്തർ ലോഹിയും ശാരീരിക അവശതയുള്ള പപ്പുവും വകതിരിവില്ലാത്ത മണികണ്ഠനും പോലീസ് പിടിയിലായി പോയി.

പണം വെച്ചുള്ള ശീട്ടുകളിയായിരുന്നു. എത്രയോ കാലം മുമ്പ് തുടങ്ങിയതാണ്. കോവിഡിന്റെ ആരംഭത്തിൽ ചില്ലറ നാൾ നിർത്തിയെന്നേയുള്ളു. ഇപ്പോൾ അഞ്ചാറ് പുതുമുഖങ്ങളും വരുന്നത് കാണാം. വെയിൽ വാടുമ്പോഴാണ് കളിക്കാരൊക്കെ എത്തുക.

കുറച്ചു പേർ കളിക്കാനും അതിലേറെ പേർ കളി കാണാനും. വട്ടമിട്ടിരുന്ന് തുടങ്ങുന്ന നാട്ടിൻ പുറത്തെ മുറ തെറ്റാത്ത ഒരു ആചാരം. ആരാണ് ഈ സമാധാന മേഖലയിൽ പോലീസിനെ വരുത്തിയതെന്ന് ആർക്കും നിശ്ചയമില്ല. പോലീസിൽ വിവരമറിയിച്ച് പിടിപ്പിക്കേണ്ട ആവശ്യമുണ്ടായിരുന്നില്ല. ചിലപ്പോൾ പുതുമുഖക്കാർ ആരെങ്കിലുമാകുമോ. അങ്ങിനെയാകാൻ വഴിയില്ല. അവർക്ക് കിട്ടുന്ന കോളും ചെറുതല്ലല്ലോ.

നാട്ടിലെ മദ്ധ്യവയസ്ക്കരും ചെറുപ്പക്കാരുമെല്ലാം ചേർന്ന കൂട്ടായ്മയായിരുന്നു ശീട്ടുകളി കേന്ദ്രം. വട്ടമിട്ടിരിക്കുന്ന അവരിലേക്ക് വിടർന്ന ചെമ്പക പൂക്കൾ വീണു കൊണ്ടേയിരുന്നു. അത് അമ്മയുടെ അനുഗ്രഹമാണെന്ന് കളിക്കാരും കാണികളും പറയുമായിരുന്നു. തറയിലിരുന്ന് കിഴക്കോട്ട് നോക്കിയാൽ കൈതേരി അമ്മയുടെ ശ്രീകോവിൽ കാണാം.

പോലീസ് നാലുപേരെയും ജീപ്പിൽ കയറ്റി സ്റ്റേഷനിലേക്ക് കൊണ്ടു

പോയി. പരക്കെ ചോദ്യം ചെയ്തു. മാസ്ക് ഇടാത്തതിനു കൂടി കേസെടുക്കുമെന്ന് പോലീസ് പറഞ്ഞു. പേടിച്ചു പോയപ്പോൾ മാസ്ക് കൈമോശം വന്നതാണെന്ന് നാലുപേരും പറഞ്ഞു. വാസുദേവനും, പപ്പുവും മണികണ്ഠനും സാമാന രീതിയിൽ കാര്യങ്ങൾ വിവരിച്ചു. വിവരണങ്ങൾകേട്ട ശേഷം പോലീസ് ചെമ്പകത്തറയിൽ തിരിച്ചെത്തി. കളിച്ചവരും കളി നോക്കി നിന്നവരടക്കം പത്ത് പതിനാലു പേരെ സ്റ്റേഷനിലേക്ക് കൊണ്ടുപോയി. അവരിൽ പുതുമുഖങ്ങൾ ആരുമുണ്ടായിരുന്നില്ല. പണം സൂക്ഷിപ്പുകാരൻ സുമിത്രന്റെ പേരു മാത്രം മറുപടികളിൽ നിന്ന് അവർ മന:പൂർവ്വം ഒഴിവാക്കി.

നാട്ടിലെ പോലീസിന്റെ ഈ നടപടി കേട്ടുകേൾവി പോലുമില്ലാത്തതാണ്. പല ആളുകളും ശീട്ടുകളിയിൽ എത്തിയതു തന്നെ പിൻതുടർച്ചാവകാശികളെന്ന നിലയ്ക്കാണ്. പിടിക്കപ്പെട്ടവരിൽ പലരുടെയും അച്ഛൻമാരും അമ്മാവൻമാരും ചെമ്പകത്തറയിലെ കളിക്കാരായിരുന്നു. അവർ ജീവിത ശീട്ടുകളിയുടെ തിരശ്ശീലക്ക് പിന്നിലേക്ക് മാറ്റപ്പെട്ടപ്പോഴാണ് മക്കളും മരുമക്കളും ആ വിടവുകളൊക്കെ നികത്തിയത്. പഴയ തലമുറയുടെ നേരംപോക്കുകളിൽ പുതിയ തലമുറയുടെ കൂടി ചേരലുകളായിരുന്നു അത്.

പിടിക്കപ്പെട്ടവരുടെ മൊഴികളിലൊന്നും പരാമർശിക്കപ്പെടാത്ത കാഷ്യർ സുമിത്രനാണ് കലക്ടർ ഗോവിന്ദന്റെ വീട്ടിലെത്തിയത്. ശനിയാഴ്ചത്തെ സംഭവങ്ങൾ വിവരിക്കാനും ഞായറാഴ്ച തന്നെ അവരെ ഇറക്കി കൊണ്ടു വരുവാനുള്ള സഹായത്തിനാണ് സുമിത്രൻ കലക്ടരെ കാണാനെത്തിയത്. ഗോവിന്ദൻ ജില്ലാ കലക്ടരോ, ഏതെങ്കിലും ബിൽ കലക്ടരോ അല്ല. താലൂക്ക് ഓഫീസിലെ ശിപായി മാത്രമാണ് അയാൾ. പക്ഷെ, ഒരു കലക്ടറുടെ റോളിലാണ് ഗോവിന്ദന്റെ നടനങ്ങൾ. താൻ ശിപായിയാണെങ്കിലും ഒരു കലക്ടറുടെ കഴിവ് തനിക്കുണ്ടെന്ന് ഗോവിന്ദൻ എത്രയോ തവണ നാട്ടുകാരെ ബോദ്ധ്യപ്പെടുത്തിയിട്ടുണ്ട്.

വീട്ടിലെത്തിയ സുമിത്രന് ചൂടുള്ള ചായ നൽകി സംസാരം തുടങ്ങി. സുമിത്രൻ കാര്യങ്ങളൊക്കെ വിശദീകരിച്ചു. എല്ലാം കേട്ട ശേഷം കലക്ടർ ഗോവിന്ദൻ പറഞ്ഞു.

'ഭയപ്പെടേണ്ട എസ്.ഐ പുതിയ ആളാ പുഷ്പജൻ. അത്ര വല്യ പ്രശ്നക്കാരനൊന്നുമല്ല. ഞാനുമായി നല്ല ബന്ധത്തിലാ.'

സുമിത്രന്റെ ഉള്ളിൽ സമാധാനത്തിന്റെ നീരു പൊടിഞ്ഞു.

'ഗോവിനേട്ടൻ ഒന്നിടപെടണം.'

'അതിനെന്താ തന്നെ കൊണ്ട് പറ്റുന്ന കാര്യം ഞാൻ ചെയ്തു തരാം.'

'എസ്.ഐയെ കണ്ട് കേസില്ലാതെ ഒന്ന് ഒതുക്കിതരണം.'

'ശീട്ടുകളിക്കൊന്നും അങ്ങിനെ പെട്ടെന്ന് കേസ് ചാർജ്ജ് ചെയ്യില്ല. പിന്നെ എസ്.ഐ അത്ര കൊഴപ്പമല്ല. പോരാത്തേതിന് എസ് ഐ യ്ക്ക് വാടക വീട് സംഘടിപ്പിച്ചു കൊടുത്ത ഒര് ബന്ധം ഉണ്ടെനിയ്ക്ക്.'

സുമിത്രൻ മനസ്സറിഞ്ഞു തന്നെ ആശ്വസിച്ചു.

'സുമിത്രൻ പോയ്ക്കോ, ഞാൻ എസ് ഐയെ കാണട്ടെ. വിവരം ഞാൻ വിളിച്ചു പറയാം.'

മാസ്ക് മുഖത്തുണ്ടെന്ന് ഉറപ്പു വരുത്തി സുമിത്രൻ ഇറങ്ങി നടന്നു. പഞ്ചായത്തിന്റെ കോവിഡ് പ്രോട്ടോക്കോൾ അനൗൺസ്മെന്റ് റോഡിലൂടെ കടന്നു പോയി. ഡ്രൈവർ എന്തായി എന്ന് കൈ കൊണ്ട് ചോദിച്ചു. സുമിത്രൻ തലയാട്ടി. ചിരി മാസ്ക്കിനുള്ളിൽ ഒതുങ്ങി നിന്നു.

കലക്ടർ ഗോവിന്ദനും ചെമ്പകത്തറയിലെ ശീട്ടുകളിക്ക് ഇരുന്നിട്ടുണ്ട്. കുറച്ചു പണം പോയിട്ടുണ്ട്. അതിന്റെ ഇരട്ടിയ്ക്കിരട്ടി നേടിയിട്ടുമുണ്ട്. കലക്ടറുടെ കളിയിൽ ഭാഗ്യവും സൂത്രവും ഒത്തുവരും. ശീട്ട് പങ്കുവെയ്ക്കവെ തന്നെ കലക്ടർ സെറ്റിറക്കി കാണിക്കും.

അങ്ങിനെ എത്രയെത്ര കളികൾ. പണം നിരന്തരം നഷ്ടപ്പെട്ട പുതുമുഖങ്ങളടക്കമുള്ള ചെറുപ്പക്കാരാണ് തൊട്ടടുത്ത നരീക്കാം വള്ളിയിൽ നിന്ന് നരി രാമനെ ചെമ്പകത്തറയിലേക്ക് ഇറക്കിയത്. നരി രാമൻ പ്രഗത്ഭ കളിക്കാരനാണ്. ശീട്ടെല്ലാം ഒന്നിച്ച് മറിച്ചു നോക്കി എത്ര തവണ കശക്കി കൈ മടക്കിയാലും എടുക്കുന്ന ശീട്ട് ഇന്നതാണെന്ന് പറയാൻ മാത്രം കഴിവുള്ള കളിക്കാരുടെ ചക്രവർത്തിയാണ് നരി രാമൻ. പേരുപോലെ തന്നെ കളിയിൽ നരിയാണ്. എല്ലാറ്റിനെയും കഴുത്തിൽ കടിച്ച് കുടഞ്ഞ് ചോര ഊറ്റി കുടിക്കും.

നരി രാമൻ ചെമ്പകത്തറയിൽ എത്തി. കലക്ടർ ഗോവിന്ദൻ രണ്ടാം ശനിയാഴ്ചയായതു കാരണം നേരത്തെ എത്തിയിരുന്നു. കളിയിൽ നരി രാമൻ ചേർന്നു. വമ്പൻ തുക കളിയിലെറിഞ്ഞു. തുക ഒപ്പിക്കാനാവാത്തവർ ഒഴിഞ്ഞുമാറി. കലക്ടർ ഗോവിന്ദൻ ആ വെല്ലുവിളി മനസ്സുകൊണ്ട് ഏറ്റെടുത്തു. കളി തുടങ്ങി. റൗണ്ടുകൾ മാറി മാറി വന്നു. കലക്ടരുടെ കൈയ്യിലെ കറൻസിയെല്ലാം നരി രാമന്റെ മുന്നിലെത്തി. പലരും പോക്കറ്റ് കാലിയാക്കി സ്ഥലം വിട്ടു. കലക്ടർ സഹകളിക്കാരോട് കടം വാങ്ങി നരിയുമായി ഏറ്റുമുട്ടി. തീരെ രക്ഷയില്ലാതായി. ചരിത്രത്തിൽ ആദ്യമായി കലക്ടർ പാപ്പരായി. പോക്കറ്റിൽ ഒന്നുമില്ലാതായി. സഹായിച്ചിരുന്ന മറ്റു കളിക്കാർ കൈമലർത്തി.

നരി വെല്ലുവിളി അവസാനിപ്പിച്ച് കളി നിർത്തി. കൂട്ടിയിട്ട കറൻസി

വാരിയെടുത്ത് ഹാൻഡ്ബാഗിൽ നിറച്ചു. പാതി കത്തിയ സിഗററ്റെടുത്ത് ലൈറ്ററുകൊണ്ട് തീ കൊളുത്തി. പതുക്കെ എഴുന്നേറ്റ് കലക്ടരോടായി പറഞ്ഞു

'എടോ കലക്ടരെ, ഗോയിന്നാ ഇവിടെയിത് എന്റെ ഫസ്റ്റ് ആന്റ് ലാസ്റ്റ് കളിയാ.. ഇനി ഞാനില്ല. താൻ തന്നെ രാജാവായി വെലസിക്കോ'

നരി രാമൻ പടികൾ ഇറങ്ങി ചെന്ന് വണ്ടിയിൽ കയറി യാത്രയായി.

അന്ന് ഗോവിന്ദൻ ഒരു കാര്യം മനസ്സിലാക്കി. മന:പൂർവ്വം ആരോ നരിയെ വരുത്തിയതാ. കളിക്കാരുടെ പണം ഞാൻ കൊണ്ടുപോകുന്നുവെന്ന പ്രചരണമുണ്ടെന്ന് കേട്ടിരുന്നു. നരിയെ ഇറക്കി തന്നെ മലർത്തിയടിച്ചതാണ്. അതിന്റെ പ്രതിഷേധത്തിലാണ് കഴിഞ്ഞ രണ്ടാഴ്ചയോളമായി കലക്ടർ ചെമ്പകത്തറയിലേക്ക് തിരിഞ്ഞു നോക്കിയിട്ടില്ല.

ചെമ്പകത്തറയിൽ എത്തിയില്ലെങ്കിലും നാട്ടിലെ ആവശ്യങ്ങൾക്ക് ഗോവിന്ദൻ എത്തിയിരുന്നു.

തോട്ടും പുറത്തെ മഹിജന്റെ ഭാര്യ വെള്ളം കോരുന്നതിനിടെ കയറ് പൊട്ടി കിണറ്റിൽ വീണപ്പോൾ നാട്ടുകാർ കലക്ടരെ ഒരിക്കലേ വിളിച്ചുള്ളു. ഫയർഫോഴ്സുകാരോടൊപ്പം കലക്ടരും വീട്ടുപടിക്കൽ വന്നിറങ്ങി.

പത്തേ പത്തു മിനുട്ട്, മഹിജന്റെ ഭാര്യ ആശുത്രിയിലെത്തി സുഖം പ്രാപിച്ചു. കിഴക്കേടത്തെ മൈഥിലിയേടത്തിയുടെ വീട്ടിലെ പുത്തൻ കല്യാണ പെണ്ണ് ദിനേശന്റെ ഭാര്യ നീതു ഗ്യാസ് സ്റ്റൗ ഓണാക്കുന്നതിനിടെ ഗ്യാസ് ലീക്ക് ചെയ്ത് വീടിന് തീപിടിച്ചപ്പോഴും ഓടിയെത്തിയത് കലക്ടർ ഗോവിന്ദൻ തന്നെ. ഗ്യാസ് മന:പൂർവ്വം തുറന്നു വിട്ടതാണെന്ന സംസാരം കലക്ടർ മന:പൂർവ്വം അന്ന് ഗൗനിച്ചിരുന്നില്ല.

കഴിഞ്ഞ കാലം വരെ എല്ലാവിധ സർട്ടിപിക്കറ്റുകളും വില്ലേജുകളിൽ നിന്നും താലൂക്കിൽ നിന്നും വാങ്ങി നാട്ടുകാരുടെ വീട്ടിലെത്തിക്കുമായിരുന്നു കലക്ടർ.

വിളക്കൈയ്യിലെ കുട്ടിരാമേട്ടന്റെ ഓട് മേഞ്ഞ വീടിന് തെങ്ങ് വീണ് വീടിന്റെ ഒരു ഭാഗം തകർന്നപ്പോൾ റവന്യൂ അധികാരികളോടൊപ്പമെത്തിയത് കലക്ടരായിരുന്നു. നഷ്ടപരിഹാരവും പണിക്കാരെയും കലക്ടർ വരുത്തി.

രണ്ടേ രണ്ടു ദിവസം ഗോവിന്ദൻ തന്റെ കഴിവ് തെളിയിച്ചു. തെങ്ങ് മുറിച്ചുമാറ്റുന്നതിനിടെ വീട്ടിനു മേലെ വീണതാണെന്ന സത്യം മാത്രം ഒരിടത്തും രേഖപ്പെടുത്തുകയുണ്ടായില്ല. അതു കൊണ്ടാവണം കുട്ടിരാമേട്ടൻ മരിക്കുന്നതു വരെ പറയുമായിരുന്നു.

'ഗോയിന്നൻ ഓൻ ആണാ, ചങ്കൂറ്റൊള്ളോൻ. ഓൻ ശരിക്ക് കലക്ടറ്

തന്യാ.'

സ്ഥലത്തെ വക്കീൽ ഗുമസ്തൻ ഫിലിപ്പോസിന്റെ മകനും സ്നേഹിതരും കലക്ടർ ഗോവിന്ദനെ കാണാനെത്തി. ഒരു വിവാഹ ആവശ്യത്തിന്. വീട്ടുകാരുടെ സമ്മതമില്ലാത്ത വിവാഹത്തിന് സഹായിക്കണം.

കലക്ടർ ഗോവിന്ദൻ കാര്യങ്ങൾ കേട്ടു.

'സഹായിക്കാം പക്ഷെ, ഒരച്ഛനെന്ന നിലയിൽ എനിക്കിതിനെ പ്രോത്സാഹിപ്പിക്കാൻ കഴിയില്ല. ഈ ഒര് കാര്യത്തിൽ മാത്രം സഹായിക്കാം. മുന്നില് ഞാനുണ്ടാവില്ല.'

'മതി. അതു മതി. സാറ് പിന്നിലുണ്ടായാ മതി.'

ആ വിവാഹവും രജിസ്ട്രേഷനും നടന്നു.അതു കഴിഞ്ഞപ്പോഴാണ് കലക്ടർ ഗോവിന്ദൻ അറിഞ്ഞുള്ളു. വധു തന്റെ സ്വന്തം സഹോദരിയുടെ ഏകമകളായിരുന്നെന്ന്.

പക്ഷെ; നാട്ടുകാര് കലക്ടറോട് പറഞ്ഞു.

'അതിനെന്താ കാരണവരുടെ സ്ഥാനത്തു നിന്ന് നീ തന്നെ അത് നടത്തി കൊടുത്തില്ലേ. മരുമകൾക്ക് നിന്നോട് നന്ദിയുണ്ടാകും.'

അതോടെ സഹോദരിയുമായുള്ള ബന്ധം മറിഞ്ഞു. പോക്കുവരവും മിണ്ടാട്ടവും ഇല്ലാതായി. മരുമകളുമായും അങ്ങിനെ തന്നെ. നാട്ടിലെ കലക്ടറുടെ ഏക ശത്രുകുടുംബം പെണ്ണുങ്ങളുടെ വീട്ടുകാരായി. നരി രാമനെ ഇറക്കിയവരുടെ പട്ടികയിൽ കലക്ടർ അവരെയും പെടുത്തി.

കലക്ടരുടെ വീട്ടിൽ നിന്ന് യാത്ര പറഞ്ഞിറങ്ങിയ സുമിത്രനെ കലക്ടർ കൈകൊട്ടി വിളിച്ചു. സുമിത്രൻ തിരികെ കലക്ടരുടെ അടുത്തേക്കു ചെന്നു.

കലക്ടർ സുമിത്രനോട് പറഞ്ഞു.

'സുമിത്രാ കഴിഞ്ഞ രണ്ടാഴ്ചയായി ചെമ്പകത്തറയിൽ ഞാനില്ലെന്ന് പോലീസ് മനസ്സിലാക്കിയിട്ടുണ്ട്. ഞാനുള്ളപ്പോൾ ഒരു പോലീസും വരില്ല.'

അത് ഒരു പരിധി വരെ ശരിയായിരിക്കാമെന്ന മട്ടിൽ സുമിത്രൻ മറുപടിയായി പറഞ്ഞു.

'ഗോവിന്ദേട്ടൻ തിരിച്ചു വരണം ഒരു നരിരാമനും ഇനി അവിടെ വരില്ല.'

'നരി രാമൻ വന്നതല്ലല്ലോ, വരുത്തിയതല്ലേ.'

'ചില അബദ്ധങ്ങൾ ആർക്കും പറ്റാമല്ലോ ഗോവിന്ദേട്ടാ'

'അബദ്ധങ്ങൾ ആർക്കും പറ്റാം. അത് മന:പൂർവ്വമാകുമ്പോഴോ'

'ക്ഷമിച്ചുകള ഗോവിന്ദേട്ടാ. ഒരോരുത്തർക്കും ഓരോ സ്വഭാവമല്ലേ.'

'ഒ.കെ.ശരി ഞാനന്നേ ക്ഷമിച്ചു.'

സുമിത്രനെ പറഞ്ഞു വിട്ട് തിരികെ വീട്ടിൽ കയറിയ കലക്ടർ ഗോവിന്ദൻ പോലീസ് സ്റ്റേഷനിലേക്ക് വിളിച്ചു.

'ഹലോ, പുഷ്പജൻ സാറല്ലേ '

'നമസ്കാരം ഗോവിന്ദേട്ടാ.'

'ഞാൻ വിളിച്ചത് അറിയാലോ.'

'പിന്നെന്താ, ഗോവിന്ദേട്ടൻ പറഞ്ഞു 'ഞാൻ പോയിവാരി. കലക്ടറ് പറഞ്ഞാ പിന്നെ.'

കലക്ടർ ചിരിച്ചു. കൂടെ എസ്.ഐയും.

'എല്ലാരേയും ഒന്ന് പേടിപ്പിച്ചോ, ശീട്ട്കളിച്ചോ ,പുറത്തുള്ളോര് ആരും വേണ്ടാന്നും പറഞ്ഞോ.'

കലക്ടർ ഉദ്ദേശിച്ച വിധം തന്നെ എസ്ഐ സ്റ്റേഷനിൽ ഉള്ളവരോട് പറഞ്ഞു അര മണിക്കൂറിനകം രണ്ട് മുന്ന് ഓട്ടോകളിലായി അഞ്ചെട്ടു പേർ കലക്ടറുടെ വീട്ടിന്റെ ഗെയിറ്റിലെത്തി. കലക്ടർ ഗോവിന്ദൻ മുറ്റത്തേക്കിറങ്ങി. വന്നവരിൽ ഒന്നുരണ്ടു പേർ കലക്ടരോട് പറഞ്ഞു.

'ഗോവിന്ദേട്ടാ നന്ദിയുണ്ട്. സുമിത്രൻ പറഞ്ഞിരുന്നു. ഇറക്കാൻ ഗോവിന്ദേട്ടനെ ഏൽപ്പിപ്പിച്ചെന്ന്.'

'അതെന്റെ കടമയല്ലേ സ്നേഹിതന്മാരെ, ആട്ടെ, പണമൊന്നും പോയില്ലല്ലോ.'

'സുമിത്രന്റെ പേരാരും പറഞ്ഞില്ല.'

'നരി വന്ന ദിവസാണ് പോലീസ് വന്നതെങ്കിൽ പണം മുഴുവൻ പോയേനെ.'

'ഇനി ആ നരി വരില്ല. ഇനി നരി ഗോവിന്ദേട്ടൻ തന്നെ. നമ്മ്ടെ കലക്ടർ ഗോവിന്ദേട്ടൻ.

കൂട്ടത്തിൽ മൂന്നു നാലു പേർ ഒച്ചവെച്ചുചിരിച്ചു. കൂടെ കലക്ടർ ഗോവിന്ദനും. മാസ്ക് ഉള്ളതു കൊണ്ട് ആരുടെ ചിരിയും ആരും പരസ്പരം കണ്ടില്ല. കലക്ടരുടേത് ഒഴികെ.

ആദരണം

നിർദ്ദേശം അനന്തേട്ടന്റേതാകുമ്പോൾ എല്ലാവരും അംഗീകരിക്കും. നാടിന് അത്രയ്ക്ക് പ്രിയപ്പെട്ടവനാണ് അനന്തേട്ടൻ. അതു കൊണ്ടു തന്നെയാണ് തന്നെക്കാൾ പ്രായമുള്ളവർ പോലും അദ്ദേഹത്തെ അനന്തേട്ടൻ എന്ന് വിളിക്കുന്നത്. നാട്ടിൻ പുറത്തെ ഒട്ടുമിക്ക പ്രശ്നങ്ങളിലും ക്ഷണിച്ചോ ക്ഷണിക്കാതെയോ അദ്ദേഹം എത്തി ചേരും. പ്രശ്നത്തിൽ ഉൾപ്പെട്ട ഇരുഭാഗങ്ങളോടും സംസാരിക്കും. ക്ഷമയുടെ നെല്ലിപ്പടി വരെ ചെന്ന് പരിഭവങ്ങളും പരാതികളും കേൾക്കും. അഭിപ്രായങ്ങൾ പറയും. എന്നിട്ടും ഇരു വിഭാഗങ്ങളും വഴിപ്പെടാതെ വരുമ്പോൾ തീരുമാനത്തിന്റെ നീരുറവ കണ്ടേ അനന്തേട്ടൻ നെല്ലിപ്പടിയിൽ നിന്ന് കയറി വരൂ.

അപ്പർ പ്രൈമറി കഴിഞ്ഞ് കഷ്ടിച്ച് ഒരു വർഷം മാത്രമേ അനന്തേട്ടൻ പള്ളിക്കൂടം കണ്ടിട്ടുള്ളു. അതിനു മേലെയുള്ള ക്ലാസുകളിലൊന്നും സാന്നിദ്ധ്യം കൊണ്ട് സമ്പന്നമാക്കാൻ കുട്ടിയായിരിക്കുമ്പഴേ അനന്തേട്ടൻ ഉദ്ദേശിച്ചിട്ടില്ലായിരുന്നു. നാട്ടിൻ പുറത്തു നിന്നും പെട്ടെന്ന് എത്തിചേരാവുന്ന ദൂരത്തിനപ്പുറമുള്ള ഹയർ സെക്കണ്ടറി സ്കൂളിലെ പ്രിൻസിപ്പാളിന്റെ വീടുമായി ബന്ധപ്പെട്ട പ്രശ്നങ്ങൾ പോലും വെണ്ണയിൽ നിന്ന് തലനാരിഴ വലിച്ചെടുക്കും പോലെ പരിഹരിച്ചിരുന്നു അനന്തേട്ടൻ.

മുഖത്തെ കപ്പട മീശ കണ്ടാൽ ആരും ഒന്നു ശ്രദ്ധിക്കും. അയഞ്ഞ വെള്ള ജുബ്ബയും കടുംകാവി നിറത്തിലുള്ള മുണ്ടും കഷണ്ടി കയറിയ നെറ്റിയും കോളറില്ലാത്ത ജുബ്ബയെ തൊടുന്ന വെള്ള കലർന്ന തലമുടിയും തിളക്കുള്ള കണ്ണുകളും കട്ടിയുള്ള പുരികവും കുററിത്താടിയും, വലതു കൈത്തണ്ടയിൽ ചുററിക്കെട്ടിയ കറുപ്പും ചുവപ്പും ചരടും. ആവശ്യത്തിനു മാത്രം പുറത്തു വരുന്ന കനത്ത ശബ്ദവും, ആറടി ഉയരവും പാദം മുഴുവൻ മറയ്ക്കുന്ന കറുത്ത ഷൂവും കടുത്ത വെയിലിൽ ധരിക്കുന്ന കറുപ്പല്ലാത്ത കൂളിംഗ് ഗ്ലാസും. പാദങ്ങൾ നീട്ടിവെച്ചുള്ള നടത്തവും കണ്ടാൽ ആൾ കൊള്ളാവുന്ന ഒരുത്തനാണെന്ന് ആർക്കും ബോദ്ധ്യപ്പെടും.

ഷഷ്ഠിപൂർത്തിക്ക് നാട്ടുകാർ നൽകിയ ആദരവ് ഏറ്റുവാങ്ങി താൽക്കാലിക സ്റ്റേജിന്റെ പടികളിറങ്ങുമ്പോൾ കൈ പിടിച്ച അബ്ദുള്ളയാണ് ഒരു ദേശക്കാരുടെ പ്രശ്നം അനന്തേട്ടന്റെ ശ്രദ്ധയിൽപ്പെടുത്തുന്നത്.

'അബ്ദുള്ളയ്ക്ക് എന്താ പ്രശ്നം'

'പ്രശ്നമുണ്ട്.. അനന്തേട്ടാ ചെമ്മാടം ദേശത്തിലേക്കുള്ള വഴിയുടെ പ്രശ്നാ.'

'വഴിയ്ക്കെന്താ പ്രശ്നം. ആരെങ്കിലും തടഞ്ഞോ ?'

'തടസ്സപ്പെട്ടിട്ടുണ്ട്. ഒരാളാണ് തടയ്ന്നത്, ഒര് വീട്ടുകാർ.'

'ഏത് വീട്ട്കാരാ.'

'മൈഥിലി ടീച്ചറുടെ വീട് . ടീച്ചറ് തന്ന്യാ തടസ്സം.'

'ഏത് മിൽക്ക് സൊസൈറ്റിക്കപ്പുറമുള്ള വല്യവീട്ടിലെ ...'

'അതെയതെ.'

'അവിടെവിട്ട്യാ റോഡ്.'

അബ്ദുള്ള റോഡിന്റെ കഥ പറഞ്ഞു. പടിഞ്ഞാറെ ക്ഷേത്രക്കുളത്തിന്റെ താഴെ വയൽക്കരയിൽ നിന്ന് മൂന്നര മീറ്റർ വീതിയിൽ റോഡ് നിർമ്മിക്കാൻ കുറച്ച് വീട്ട്കാര് ചേർന്ന് തീരുമാനിച്ചതാണ്. ആശയം അബ്ദുള്ളയുടെതായിരുന്നു. സബ്ബ് രജിസ്ത്രാഫിസിലെ സൂപ്രണ്ട് സുകുമാരനും ഇ ഡി പോസ്റ്റ്മാൻ മോഹനനനും, അനാദി കച്ചവടക്കാരൻ ജയനും എൽപി സ്കൂളിലെ വൃന്ദ ടീച്ചറും മേനാടത്തെ വടക്ക് ആൾ താമസിക്കാത്ത വലിയ പറമ്പുള്ള അലിക്കുഞ്ഞും അതിനു തൊട്ടുള്ള ദാക്ഷായണിയും പത്മനാഭൻ നായരും ടൗണിലെ കമ്പി പീടികയിൽ ജോലിയുള്ള സിദ്ധാർത്ഥനും മേനാടം കാവിൽ ചാമുണ്ഡി കെട്ടുന്ന ശിവരാമനും ഏറ്റുകാരൻ ദിനേശനും ഇലക്ട്രീഷ്യൻ അലക്സും വന്യ പ്രാണി സമിതി ധനപാലനും ഈ ആലോചനയിലുണ്ട്. ഓരോരുത്തരും പരസ്പരം സംസാരിച്ച് ധാരണയായ ശേഷം സുകുമാരന്റ വീട്ടിൽ ഇരുന്നാണ് തീരുമാനമെടുത്തത്. ആദ്യമാദ്യം ചെറിയ എതിർപ്പുണ്ടായിരുന്നെങ്കിലും തീരുമാനത്തോടൊപ്പം എല്ലാവരും സഹകരിച്ചു. നിയമപ്രകാരുള്ള സമ്മതപത്രം. സൂപ്രണ്ട് സുകുമാരൻ തന്നു. അതിൽ എല്ലാവരുടെയും ഒപ്പ് വാങ്ങി...

കുറേ ആവശ്യക്കാരുടെ ശ്രമദാനവും നാലഞ്ച് ബംഗാളികളുടെ കൂലിപ്പണിയും കൊണ്ട് പണി തുടങ്ങിയിട്ടുണ്ട്. മെയിൻ റോഡിനെ ബന്ധിപ്പിക്കുന്ന സ്ഥലത്താണ് മൈഥിലി ടീച്ചറുടെ സ്ഥലം. സ്ഥലത്തിന് നീളവും വീതിയും ഉള്ളതുകൊണ്ട് റോഡ് വന്നാലും വീടിന്റെ അരികിൽ പോലും എത്തില്ല.

അനന്തേട്ടൻ ക്ഷമയോടെ എല്ലാം കേട്ടു.

ഇനി പുതിയ റോഡിനെ മെയിൻ റോഡുമായി ബന്ധപ്പെട്ടുത്താൻ ഇനി മൈഥിലി ടീച്ചറുടെ സ്ഥലം വിട്ടുകിട്ടണം. അമ്പതോളം മീറ്റർ നീ

ളത്തിൽ മൂന്നുമീറ്റർ സ്ഥലം വേണം. ടീച്ചർക്ക് ഈ റോഡിന്റെ ആവശ്യമില്ല. നാട്ടുകാരുടെ റോഡിന് ഇത്രയും സ്ഥലം ആവശ്യമാണുതാനും. ടീച്ചർ സ്ഥലം വിട്ടു നൽകിയാലേ റോഡിന്റെ പ്രവൃത്തി പൂർത്തിയാകൂ. എങ്കിലേ റോഡു കൊണ്ട് പ്രയോജനമുണ്ടാകൂ.

'ടീച്ചറെ നിങ്ങളാരെങ്കിലും പോയി കണ്ടോ?' അനന്തേട്ടൻ ചോദിച്ചു.

'കണ്ടു'

'എന്നിട്ട് കാര്യങ്ങൾ ധരിപ്പിച്ചോ'

'വിശദായിട്ട് പറഞ്ഞു. സ്ഥലം നൽകാൻ ഉദ്ദേശമില്ലെന്ന് ടീച്ചർ തീർത്തു പറഞ്ഞു.'

'മക്കളെ ആരെയെങ്കിലും ബന്ധപ്പെട്ടോ.'

'മക്കളെയും ബന്ധപ്പെട്ടു രക്ഷയുണ്ടായില്ല.'

അനന്തേട്ടൻ അല്പനേരം ആലോചിച്ച ശേഷം പറഞ്ഞു.

'ധൈര്യായിട്ട് പോ, പണി നിർത്തണ്ട. ടീച്ചറെ ഞാനൊന്ന് കാണട്ടെ.'

ജനക്കൂട്ടം പിരിഞ്ഞ് പലവഴിക്ക് പോയി. അനന്തേട്ടൻ പിറ്റേന്നു കാലത്തു തന്നെ ടീച്ചറുടെ വീട്ടിലെത്തി. ബെല്ലടിച്ചു. വാതിൽ തുറന്ന് ടീച്ചർ പുറത്ത് വന്നു.

നരച്ച തലമുടി പിന്നി പോകുന്നതു കാരണം മുടി കഴുത്തു വരെ വെട്ടിനിർത്തി കണ്ണു മാത്രം പുറമേ കാണുന്ന മാസ്ക് ധരിച്ച് ടീച്ചർ വറാന്തയിലിറങ്ങി.

അനന്തേട്ടൻ ചോദിച്ചു.

'ടീച്ചർക്ക് എന്നെ അറിയില്ലേ.'

'എന്തായീ പറയണേ മേനേടത്തെ ഏത് കുഞ്ഞിനാ അനന്തേട്ടനെ അറിയാത്തത്. മാസ്ക് കൊണ്ട് ചിലരെ തിരിച്ചറിയാൻ പറ്റില്ല. അനന്തേട്ടൻ അങ്ങിനെയല്ലല്ലോ.'

അനന്തേട്ടൻ ചിരിച്ചു. കൂടെ ടീച്ചറും.

'ഞാൻ വന്ന കാര്യം പറയാം. ടീച്ചറ് എൺപതിലെത്തിയെന്നാ എന്റെയൊര് കണക്ക് കൂട്ടല്.'

ടീച്ചർ ചെറുതായി ചിരിച്ചു കൊണ്ട് പറഞ്ഞു.

'അനന്തേട്ടൻ എന്റെ പ്രായം ആലോചിച്ചാണോ നടത്തം.'

'ഞാൻ പറഞ്ഞത് ശരിയല്ലേ.'

'ഈ മാസം പതിനേഴിന് എൺപത് പൂർത്തിയാകും.'

'മേനേടത്തെ ആയിരം പൂർണ്ണചന്ദ്രനെ കണ്ട എല്ലാവരെയും ആദരിക്കാൻ ഒരുപരിപാടിയുണ്ട്.'

'ഓഹോ.' ടീച്ചർ ചിരിച്ചു ആ ചിരിയിൽ അനന്തേട്ടൻ സ്വന്തം ആസൂ

ത്രണത്തിന്റെ കാണാചരടുകൾ കൊളുത്തിവെച്ചു.

'സമ്മതം വാങ്ങാൻ വന്നതാ... ഞാൻ.'

'എന്തിനാ അനന്തേട്ടാ അത്.'

'മേനേടത്ത് ടീച്ചർ പഠിപ്പിച്ച പഴയ ശിഷ്യന്മാരും പിന്നെ അവരുടെ കുടുംബങ്ങളും മാത്രമല്ല ഉള്ളൂ.'

'മേനേടത്ത് എന്റെ പ്രായത്തിൽ എത്ര പേരുണ്ട്.'

'അഞ്ചെട്ടു പേരുണ്ട്. മൂന്നു നാലാളുടെ സമ്മതം വാങ്ങി. ടീച്ചറുകൂടി വന്നാ അഞ്ചായി. പ്രോഗ്രാമൊക്കെ ഞാൻ പിന്നെ വന്ന് പറയും.'

ടീച്ചർ ചിരിയോടെ കൈകൂപ്പി പറഞ്ഞു.

'മക്കളോട് വിവരം പറയട്ടെ.'

തിരിച്ച് കൈകൂപ്പി അനന്തേട്ടൻ മടങ്ങി.

ഒരു പരിപാടിയും അനന്തേട്ടൻ ആസൂത്രണം ചെയ്തിട്ടില്ല. എൺപത് തികഞ്ഞ ആരുടെ വീട്ടിലും അനന്തേട്ടൻ പോയിട്ടില്ല. ടീച്ചറെ ഒഴികെ മറ്റാരെയും കണ്ടിട്ടുമില്ല. എത്ര പേരുണ്ടെന്നു പോലും അറിയില്ല. മനസ്സിൽ മാത്രമെ പരിപാടിയുള്ളു. ആരോടും ആലോചിട്ടുമില്ല.

അബ്ദുള്ളയെ ബന്ധപ്പെട്ടു. ആശയം കൈമാറി. വിമുഖത ഉണ്ടായിരുന്നെങ്കിലും മൈഥിലി ടീച്ചറെ ഒഴിവാക്കണമെന്ന അഭിപ്രായം മുന്നോട്ടുവെച്ച് അബ്ദുള്ള അനന്തേട്ടന്റെ മനസ്സിനോടൊപ്പം നിന്നു.

എൺപത് തികഞ്ഞ മേനേടത്തെ പൗര മുഖ്യരുടെ കണക്കെടുത്തു. മൊത്തം ഏഴ് പേർ. അതിൽ ടീച്ചറെ ഒഴിവാക്കിയാൽ ആറു പേർ. ആദരണം റോഡ് കമ്മിറ്റിയുടെ പേരിലാക്കി. ടീച്ചറെ ഒഴിവാക്കണമെന്ന ഭൂരിപക്ഷ തീരുമാനം ആലോചിക്കാമെന്ന് അനന്തേട്ടനും പറഞ്ഞു.

നിർമ്മാണത്തിലിരിക്കുന്ന പുതിയ റോഡിന്റെ ഇരുവശങ്ങളിലെ മൂന്നു പേരും മേനാടത്തെ മറ്റ് മൂന്നു പേരും ടീച്ചറും ഉൾപ്പെടെ ഏഴ് പേർ ആദരിക്കാനുണ്ട്. അറു പേരെ അനന്തേട്ടന്റെ കൂടെ നേരിൽ ചെന്നു കണ്ടു. ടീച്ചറെ ഒഴിവാക്കുന്ന കാര്യം അനന്തേട്ടന് വിട്ടുകൊടുത്തു.

ആറു പേരോടും അവരുടെ കുടുംബങ്ങളോടും ആദരണം പരിപാടിയുടെ ദിവസം സ്ഥലം സമയം എന്നിവ വീട്ടിൽ ചെന്ന് അറിയിച്ചു. പരിപാടി നോട്ടീസിൽ ടീച്ചറുടെ പേരു വെച്ചതിൽ ആദ്യം അബ്ദുള്ളയും പിന്നെ സഹപ്രവർത്തകരും പ്രതിഷേധിച്ചു. നോട്ടീസ്സ് കീറി എറിയുവാനും ആളുകളുണ്ടായി.

'ടീച്ചറുടെ കാര്യം എന്നെ ഏല്പിച്ചതാണ്. എന്റെ തീരുമാനം മാനിക്കണം.'

അനന്തേട്ടന്റെ അഭ്യർത്ഥന പലരും മനസ്സില്ലാമനസ്സോടെ ഉള്ളി

ലൊതുക്കി.

പരിപാടിയെ സംബന്ധിച്ച വിശദവിവരങ്ങൾ നോട്ടീസ്സു സഹിതം അനന്തേട്ടൻ ടീച്ചറുടെ വീട്ടിലെത്തി കൈമാറി. ടീച്ചർ മൂത്ത മകനെ വിളിച്ചു സംസാരിച്ചു. ഫോൺ അനന്തേട്ടനു നൽകി.

അനന്തേട്ടൻ മകനുമായി സംസാരിച്ചു. നാട്ടുകാർ നിർമ്മിച്ച പുതിയ റോഡിന്റെ ഉദ്ഘാടനത്തോടനുബന്ധിച്ചാണ് ആദരണം പരിപാടിയെന്നും റോഡ് മെയിൻ റോഡുമായി ബന്ധപ്പെടുത്താൻ സാധിക്കാതെ ടീച്ചറുടെ കോമ്പൗണ്ടിനു പിറകിൽ നിന്നു പോയെന്നും അനന്തേട്ടൻ പറഞ്ഞു. എല്ലാ മക്കളെയും വിളിച്ച് ടീച്ചർ അനന്തേട്ടനെ കൊണ്ട് സംസാരിപ്പിച്ചു. എല്ലാവരിൽ നിന്നും ആദരണം പരിപാടിയ്ക്ക് അമ്മയെ പങ്കെടുപ്പിക്കുന്നതിന് സമ്മതം വാങ്ങി.

പരിപാടി ദിവസം വന്നു ചേർന്നു. ടീച്ചർ അടക്കം ആദരിക്കപ്പെടേണ്ട ഏഴുപേർ വേദിയിൽ നിരന്നു. മാസ്ക് അണിഞ്ഞും സാമൂഹിക അകലം പാലിച്ചും ആളുകൾ കസേരകളിൽ ഇരിപ്പുറപ്പിച്ചു.

വേദിയിൽ ആദരിക്കപ്പെടേണ്ട ഏഴ് പേരും അനന്തേട്ടനും മാത്രം. വേദിക്ക് താഴെ നിന്ന് മൈക്കിലൂടെ അബ്ദുള്ള സ്വാഗതം പറഞ്ഞു. ടീച്ചറുടെ പേരു പറഞ്ഞപ്പോൾ സദസ്സിൽ നിന്നുള്ള അപശബ്ദം അനന്തേട്ടൻ കോരിയെടുത്തു. വേദിയിൽ ടീച്ചറെ കണ്ടപ്പോൾ പലരും മുറുമുറുത്തു. അബ്ദുള്ളയുടെ സ്വാഗതത്തിനു ശേഷം അനന്തേട്ടൻ അദ്ധ്യക്ഷ സ്ഥാനം ഏറ്റെടുത്തു.

അനന്തേട്ടന്റെ അദ്ധ്യക്ഷ പ്രസംഗം തുടങ്ങി.

'നമ്മുടെ നാടിന് അറിവും വെളിച്ചവും പകർന്ന മൈഥിലി ടീച്ചർ നാട്ടുകാരുടെ ആദരവ് ഏറ്റുവാങ്ങാൻ എത്തിയതിൽ ഏറെ സന്തോഷമുണ്ടെന്ന് അനന്തേട്ടൻ പറഞ്ഞു. ടീച്ചർ പഠിപ്പിച്ച നാട്ടിലെ പ്രധാന വ്യക്തികളുടെ പേർ വിവരങ്ങൾ അനന്തേട്ടൻ സദസ്സിൽ എടുത്തു പറഞ്ഞു. ടീച്ചറുടെ അന്യ നാട്ടിൽ താമസിക്കുന്ന മക്കളുടെ വിവരങ്ങൾ അദ്ദേഹം പ്രതിപാദിച്ചു. മറ്റ് ആറു പേരുടെയും വിവരങ്ങൾ അദ്ദേഹം സദസ്സിനു നൽകി. ഈ ചടങ്ങിന് അതായത് ഈ റോഡ് ഉദ്ഘാടനത്തിന് ഒരു ഉദ്ഘാടകനെയും പ്രത്യേകം ക്ഷണിച്ചിട്ടില്ലെന്നും ആദരവ് ഏറ്റു വാങ്ങുന്ന പ്രിയപ്പെട്ട ഈ ഏഴു പേരിൽ ഒരാൾ ഈ റോഡിന്റെ ഉദ്ഘാടനം നിർവ്വഹിക്കുമെന്നും അനന്തേട്ടൻ പ്രഖ്യാപിച്ചു. സദസ്സിൽ ജനങ്ങളുടെ അസ്വസ്ഥതയുള്ള മുരടനക്കം പരന്നു. അനന്തേട്ടൻ അത് സ്വയം ഒപ്പിയെടുത്തു. സബ്ബ് രജിസ്ത്രാർ ഓഫീസിലെ സുകുമാരൻ ഓരോരുത്തരുടെയും പേരു വിളിച്ച് ഹ്രസ്വ വിവരം നൽകി. അനന്തേട്ടൻ ഓരോരുത്തരെ

യും പൊന്നാടയണിയിച്ചു. അവസാനം മൈഥിലി ടീച്ചറെ പൊന്നാടയണിയിച്ച് പൂച്ചെണ്ടുനൽകി. സദസ്സിൽ ചില പ്രതിഷേധ ശബ്ദങ്ങൾ ഉയർന്നു. അനന്തേട്ടൻ മൈക്ക് കൈയ്യിലെടുത്തു.

'നിങ്ങൾക്ക് പ്രതിഷേധമുണ്ടെന്ന് സംഘാടകർക്കറിയാം അത് വേദിയിലുള്ളവർ ഉൾക്കൊള്ളുന്നു.ഉദ്ഘാടനം കഴിയുന്നതുവരെ അപശബ്ദങ്ങൾ ഒഴിവാക്കി ശാന്തരായിരിക്കണം.'

സദസ്സ് ഒരു പരിധിവരെ ശാന്തമായി.

അനന്തേട്ടൻ സംസാരം തുടർന്നു.

പൊന്നാടയണിഞ്ഞ് പൂച്ചെണ്ടു വാങ്ങിയ ടീച്ചർ തേങ്ങലുകൾ ഒതുക്കാൻ പാടുപ്പെട്ടു. അനന്തേട്ടൻ ടീച്ചറെ ചേർത്തു പിടിച്ച് ഇത്രയും പറഞ്ഞു. ഈ റോഡിന്റെ ഉദ്ഘാടനം നിർവ്വഹിക്കാൻ എന്തുകൊണ്ടും യോഗ്യയായ മൈഥിലി ടീച്ചറെ ഞാൻ ക്ഷണിക്കുന്നു.

സദസ്സിലെ ശാന്തതതെല്ലൊന്നു കുറഞ്ഞു മുറുമുറുപ്പുകൾ ഉയർന്നു.

എല്ലാ പ്രതികരണങ്ങളും അനന്തേട്ടനെ പോലെ ടീച്ചറും ശ്രദ്ധിക്കുന്നുണ്ടായിരുന്നു. പൊന്നാടയും പൂച്ചെണ്ടുമായി ടീച്ചർ മൈക്കിനടുത്തേക്ക് നടന്നു. ടീച്ചർ സംസാരം തുടങ്ങി.

'ഞാൻ പഠിപ്പിച്ച എന്റെ കുട്ടികളെ, അവരുടെ കുടുംബാംഗങ്ങളെ, ഇങ്ങിനെ ഒരു ആദരണം ഞാൻ ഒരിക്കലും പ്രതീക്ഷിച്ചതല്ല. നാട്ടുകാർ കാണിച്ച ഈ സ്നേഹത്തിന് മറുപടി പറയാൻ വാക്കുകളില്ല. നമ്മുടെ ഈ അനന്തേട്ടൻ വന്നു പറഞ്ഞപ്പോൾ ഞാൻ ഒന്ന് മടിച്ചതാണ്. മക്കളെയെല്ലാം വിളിച്ച് ചോദിച്ചപ്പോൾ നാട്ടിന്റെ ഈ സന്തോഷത്തിൽ പങ്കെടുക്കണമെന്ന് അവർ പറഞ്ഞു. അനന്തേട്ടനും മക്കളോട് സംസാരിച്ചു. മക്കൾ ഒരോരുത്തരും ദിവസങ്ങളായി എന്നോട് പറഞ്ഞ കാര്യം ആദ്യമായി ഞാൻ നിങ്ങളോട് തുറന്നു പറയുകയാണ്.'

'പുതുതായി പണിത ഈ റോഡ് പ്രധാന റോഡുമായി ബന്ധിപ്പിക്കുന്നതിന് തടസ്സമുണ്ട്. ഒരു മൺവെട്ടിയെടുത്ത് എന്റെ വീട്ടുപറമ്പിൽ നിന്ന് ഒരു കൊത്ത് മണ്ണെടുത്ത് ഈതടസ്സം നീക്കിയതായും ഇതിന്റെ ഉദ്ഘാടനം നിർവ്വഹിച്ചതായും ഞാൻ അറിയിക്കുന്നു. ബാക്കിയെല്ലാം അനന്തേട്ടനും കുട്ടികളും ചേർന്ന് ചെയ്തു കൊള്ളൂ. എനിക്ക് പൂർണ്ണ സമ്മതമാണ്.'

ജനാരവം പരക്കെ ഉയർന്നു. ആളുകൾ കൈകൊട്ടി. കോവിഡ് മാനദണ്ഡങ്ങൾ ജനം മറന്നു. അവർ പരസ്പരം കൈകൊടുത്തു. ആഹ്ളാദാരവങ്ങൾക്ക് ശബ്ദം കൂടി.

അനന്തേട്ടൻ നോക്കി നിൽക്കേ ശിഷ്യന്മാർ വേദിയിലേക്ക് ഓടിക്ക

യറി. വേദിയിലെ കസേരയിൽ ഇരുന്ന ടീച്ചറെ കസേരയോടെ പൊക്കി യെടുത്ത് ടീച്ചർക്ക് ജയ് വിളിച്ചു. സന്തോഷാരവങ്ങൾ ഉറക്കെ ഉറക്കെ ഉയർന്നു. ആദരായണം പരിപാടി അവസാനിച്ചതായി അനന്തേട്ടൻ അ റിയിച്ചു. കസേരയിൽ ഉയർത്തിയെടുത്ത ടീച്ചറെയും കൊണ്ട് ജനങ്ങൾ വീട്ടിലേക്ക് ഘോഷയാത്ര നടത്തി. വിദേശത്തുള്ള മക്കളുടെ മൊബൈ ലിലേക്ക് ആ രംഗങ്ങൾ തത്സമയം അനന്തേട്ടൻ പകർന്നു കൊണ്ടിരുന്നു.

'എന്റെ അച്ഛനും വിനയന്റെ അച്ഛനും'

മുൻ വിധിയോടെ ഒരുകാര്യത്തെയും സമീപിക്കരുത്. നടക്കില്ല എന്ന് കണക്കാക്കി ഒന്നും തുടങ്ങി വെക്കരുത്. നടക്കും എന്ന കാര്യത്തിൽ അമിത പ്രതീക്ഷയുമരുത്. വരുന്നത് വരട്ടെ എന്നതാവണം നമ്മുക്ക് നേരിടാനുള്ളവ. അച്ഛൻ പലപ്പോഴായി പറഞ്ഞു കേട്ട സ്വന്തം ആപ്ത വാക്യങ്ങളാണത്. അതിൽ കാര്യമുണ്ടെന്ന് ചിലപ്പോൾ തോന്നാറുണ്ട്. പ്രതീക്ഷിക്കുന്ന കാര്യങ്ങളല്ലല്ലോ ജീവിതത്തിലായാലും സമൂഹത്തിലായാലും ഏത് തുറയിലായാലും കണ്ടു വരുന്നത്.

ഐ.സി.യു വാതിലിലെ ഗ്ലാസിലൂടെ അച്ഛൻ കുറേ നേരം എന്നെ നോക്കി നിന്നെന്നും ഒരു ദീർഘശ്വാസമിട്ട് തിരികെ നാലാം നിലയിൽ നിന്ന് സ്റ്റെപ്പിറങ്ങി പോയെന്നും, സ്റ്റെപ്പ് കയറിയാണ് വന്നതെന്നും സിസ്റ്റർ പറഞ്ഞപ്പോൾ അതിശയോക്തി തോന്നിയില്ല.

പ്രായം ഇരുപതിന്റെ കുതിര പന്തയവുമായി ഓടി നടന്നിരുന്ന കാലം. സഹപാഠി വിനയന്റെ അച്ഛന്റെ ഷഷ്ഠിപൂർത്തി ആഘോഷത്തിന് ക്ഷണം കിട്ടിയപ്പോഴാണ് ഷഷ്ഠി പൂർത്തിയിൽ എത്തി നിൽക്കുന്ന ഒരാൾ തന്റെ വീട്ടിലുമുണ്ടെന്ന് ഓർത്തത്.

ഷഷ്ഠിപൂർത്തിയോ, സപ്തതിയോ, നവതിയോ, ശതാബ്ദിയോ ഒന്നും ആഘോഷിച്ച വിവരം ഇതുവരെ ആരും പറഞ്ഞു കേട്ടിട്ടില്ല. തറവാട്ടിൽ അങ്ങിനെ ഒരു ചടങ്ങും നടന്നിട്ടില്ലായിരിക്കാം. വിനയന്റ അച്ഛന്റെ ഷഷ്ഠിപൂർത്തി ആഘോഷം കെങ്കേമമായിരുന്നു. അറുപത് നിലവിളക്കുകളിൽ തിരിയിട്ട് വിനയന്റെ അച്ഛനും അമ്മയും മക്കളും മരുമക്കളും പേരമക്കളും ചേർന്ന് അഗ്നി തെളിച്ച് അതിനു മുന്നിൽ കസവുമുണ്ടും പട്ടുജുബ്ബയും പൊന്നാടയും അണിഞ്ഞ് തടിച്ച ശരീരമുള്ള ഒരച്ഛൻ. എട്ടു മക്കളും അച്ഛന് സമ്മാന പൊതികൾ നൽകി. കാൽതൊട്ട് വന്ദിച്ചു. അനുഗ്രഹം വാങ്ങി ആലിംഗനം ചെയ്ത് അരങ്ങൊഴിയുന്നു.

ഉച്ചയ്ക്ക് വിഭവ സമൃദ്ധമായ സദ്യയായിരുന്നു. ഒരു കൂട്ടം കറികളും പായസവും ആകെ കൂടി കുശാൽ. ഈ വരുന്ന ചിങ്ങത്തിൽ അച്ഛന്റെ അറുപതാം പിറന്നാളും ഇങ്ങിനെ ആഘോഷിക്കണമെന്ന ചിന്ത മനസ്സിനെ ഇളക്കി കൊണ്ടിരുന്നു.

ചില്ലറ ഐ.ടി ഐ അഭ്യാസങ്ങളുമായി ചിലവ് കാശ് ഒപ്പിച്ചെടുക്കുന്ന

കാലം. ജയ്പൂരുള്ള ചേട്ടനുമായും നാട്ടിലില്ലാത്ത ചേച്ചിമാരുമായും മറ്റു ബന്ധുക്കളെയൊക്കെ വരുത്തിയും ആശയം പകർന്നു നൽകി. എല്ലാവർക്കും ഏറെ സന്തോഷം. സംഭവ ദിവസമോ തലേന്നോ നാട്ടിലെത്താം എന്ന ഉറപ്പോടെ എല്ലാവരും പറന്നകന്നു. നാട്ടിൽ ഷഷ്ഠിപൂർത്തിയുടെ ചിട്ടവട്ടങ്ങളുമായി ഓടിനടന്നു.

പി.ആർ വാര്യരുടെ തിരുവോണ സദ്യ തന്നെ ഷഷ്ഠിപൂർത്തിക്ക് വിളമ്പാൻ ഏർപ്പാടാക്കി. ഉദ്ദേശം അഞ്ഞൂറു പേർക്കുള്ള സദ്യ. മുപ്പത്തിയഞ്ചോളം വിഭവങ്ങൾ ആറന്മുള വള്ളസദ്യയിലെ വിഭവങ്ങൾക്കു പുറമെ മലബാറിന്റെ കാളൻ, കറികാളൻ, രസ കാളൻ, തുടങ്ങി മൂന്നു കൂട്ടൻ കാളനും പാലട പ്രഥമൻ, പരിപ്പ് പ്രഥമൻ, ചക്ക പ്രഥമൻ, പൈനാപ്പിൾ പ്രഥമൻ, ഗോതമ്പ് പ്രഥമൻ എന്നീ അഞ്ച് തരം പായസവും, കൂടെ പൈനാപ്പിൾ കേസരിയും അടങ്ങുന്ന ഭക്ഷണം. ആകെ കൂടി കർഷക ചുവയുള്ള ശാപ്പാട്. അച്ഛൻ കർഷകനായിരുന്നു. പാള തൊപ്പി വെച്ച് വയിലിൽ പണിയുന്ന ചിത്രം മനസ്സിലെവിടെയോ പൊതിഞ്ഞു വെച്ചിട്ടുണ്ട്. ഉപ്പും കായവുമൊഴികെ എല്ലാം നട്ടുനനച്ചുണ്ടാക്കുന്ന അച്ഛൻ. മത്സ്യവും മാംസവും അച്ഛന്റെ അജണ്ടയിലുണ്ടായിരുന്നില്ലല്ലോ.

ജയ്പൂരിൽ നിന്നും ചേട്ടൻ കൊണ്ടുവന്ന രാജകീയ തലപ്പാവ്. കസവുമുണ്ട്. വേഷ്ടി, കോലാപുരി ചെരുപ്പ്. അളിയൻ ഏൽപ്പിച്ച പിച്ചള കെട്ടിയ വാക്കിംഗ്സ്റ്റിക്ക്. പിന്നെയും ഏറെ സമ്മാനങ്ങൾ.

വിനയനും വിനയന്റെ അച്ഛനും വന്നു. ആകെ ഉൽസവ പ്രതീതി. വിഭവ സമൃദ്ധമായ ഭക്ഷണം കഴിഞ്ഞപ്പോൾ അതിന്റെ സ്വാദിനെ കുറിച്ചായിരുന്നു ചർച്ച. ചുമരിലെ ചില്ലിട്ട ചട്ടയ്ക്കുള്ളിൽ എന്റെ ജനനത്തോടെ ഒന്നും പൂർത്തിയാക്കാതെ മടക്കയാത്ര നടത്തിയ അമ്മ. മനസ്സിന്റെ വെമ്പലുകളിൽ ദുഃഖത്തിന്റെ ശ്വസന രേണുക്കൾ വിമ്മഷ്ടപ്പെട്ടു നിന്നു. അറുപതു നിലവിളക്കുകളിലും തിരിനാളങ്ങൾ നിറഞ്ഞു കത്താൻ ആദ്യമാദ്യം മാടി കാണിച്ചിരുന്നു.

ഷഷ്ഠിപൂർത്തി ആഘോഷങ്ങൾ കഴിഞ്ഞ് പലരും തിരികെ പോയി. അവസാനം ഇറങ്ങിയത് ചേട്ടനായിരുന്നു. ജയ്പൂരിലേക്കുള്ള ട്രെയിൻ ടിക്കറ്റ് ഒ.കെയായപ്പോൾ എന്തെന്നില്ലാത്ത ഒരു വിഷമം പതിയെ നുരഞ്ഞു. ട്രെയിൻ കറക്ട് ടൈമാണെന്ന് സ്റ്റേഷനിൽ നിന്ന് ചേട്ടൻ വിളിച്ചു പറഞ്ഞിരുന്നു. ക്ലോക്കിന്റെ ടിക് ടിക് ശബ്ദം ട്രെയിനിന്റെ ചിക്ക് ചിക്ക് ശബ്ദത്തെ ഓർമ്മപ്പെടുത്തി.

ഒരു മണിക്കൂർ കഴിഞ്ഞപ്പോൾ ആരുടെയോ ഫോൺ കോൾ. ചേട്ടന് സ്റ്റേഷനിൽ വെച്ച് ഒരു സ്ട്രോക്ക് ഉണ്ടായത്രെ. അബോധാവസ്ഥ

യിൽ കോർപ്പറേഷൻ ആശുപത്രിയിൽ പ്രവേശിപ്പിച്ചു. ലിഫ്റ്റിന് കാത്തു നിൽക്കാതെ പടവുകൾ ഓടിക്കയറി ഐ.സി യു വിന് മുന്നിലെത്തുമ്പോൾ എങ്ങിനെയോ വന്നെത്തിയ വിനയന്റെ അച്ഛൻ കൈപ്പത്തി ചേർത്തു പിടിച്ച് എന്നോടായി പറഞ്ഞു. ശബ്ദം നനഞ്ഞിരുന്നു. 'ചേട്ടൻ അമ്മയുടെ അടുത്ത് പോയെന്നോ.., അമ്മ കൂട്ടികൊണ്ടു പോയെന്നോ .., എന്താണ് ഞാൻ പറയേണ്ടത്. ഷഷ്ഠിപൂർത്തിക്കും ഇരുപത്തിയഞ്ചു വർഷം മുമ്പെ ..., ബന്ധുക്കൾ തുരുതുരാ വന്നു. ജയ്പൂരിൽ നിന്ന് രണ്ടു മൂന്നു സുഹൃത്തുക്കൾ വന്നു. ബന്ധുക്കളായി ആരും വരാനില്ലല്ലോ.

ജയ്പൂരിൽ നിന്നും കൊണ്ടു വന്ന തലപ്പാവു മാത്രം രാജകീയത വെടിയാതെ നിന്നു.

അവധിക്കു വന്നപ്പോൾ വിനയനും വീട്ടിൽ വന്നിരുന്നു. അച്ഛന് ആരോഗ്യ പ്രശ്നങ്ങളുണ്ടെന്ന് എന്റെ അച്ഛനോട് വിനയൻ പറയുന്നത് കേട്ടു. അതൊന്നും വകവെക്കാതെ വിനയന്റെ അച്ഛൻ ഇടയ്ക്കിടെ എന്റെ അച്ഛനെ ആശ്വസിപ്പിക്കാനെത്തി.

വിനയന്റെ അച്ഛൻ ഒത്ത ഉയരവും നല്ല തടിമിടുക്കുമുള്ള ആളാണ്. കാഴ്ചക്കും ഒരു കനത്ത മനുഷ്യൻ. ഹൈദരാബാദിനു വേണ്ടി രഞ്ജിയിൽ ഓപ്പണറായി ഇറങ്ങിയിട്ടുണ്ട്. ജീവിതത്തെ മുഴുവൻ ക്രിക്കറ്റ് മത്സരമായി കണ്ടിരുന്ന അൾ. ഏത് വിഷയം സംസാരിച്ചാലും അത് തനിയെ ക്രിക്കറ്റിലെത്തും. ഷഷ്ഠിപൂർത്തി കഴിഞ്ഞ് എട്ടാം വർഷം തികയാറായപ്പോൾ ജീവിതത്തിന്റെ പിച്ചിൽ വിധിയുടെ യോക്കറിൽ കുടുങ്ങി ക്ലീൻ ബൗൾഡാകുമ്പോൾ ആകെ അറുപത്തിയേഴ് റൺസായിരുന്നു സമ്പാദ്യം. അന്ന് വിനയൻ നാട്ടിൽ തന്നെ ഉണ്ടായിരുന്നു.

ഐ.സി.യുവിന്റ ചില്ലിനു പിറകിൽ നിഴലുകൾ വന്നു പോയ്ക്കൊണ്ടിരുന്നു. ഒന്നിനും വ്യക്തത വരുന്നില്ല. പാതയിൽ എവിടെയോ കൈവിട്ടു പോയ ഹാൻഡ് റെയിലിൽ വീണ്ടും കൈകൾ എത്തിച്ച് ചുവടുകൾ ശരിയാക്കി മുന്നോട്ടു നീങ്ങാൻ മാത്രം മനസ്സ് വെമ്പൽ കൊള്ളുന്നു . കട്ടിലിനരികിലെ സ്റ്റീൽ സ്റ്റാൻഡിൽ കൊളുത്തിയിട്ട ആരോഗ്യത്തിന്റെ തുള്ളികൾ വലതു കൈയ്യിലൂടെ ശരീരത്തിൽ ഇഴഞ്ഞിറങ്ങുന്നു.

അച്ഛന്റെ നവതി ആഘോഷത്തിന്റെ തയ്യാറെടുപ്പുകളിലായിരുന്നു. ഓൺലൈൻ ബുക്കിംഗിലൂടെ ഇത്തവണ ഗുജറാത്തി തലപ്പാവായിരുന്നു. ചേട്ടന്റെ ഓർമ്മകളോട് സുകൃതം ചെയ്യേണ്ടേ. അളിയൻ ഷഷ്ഠിപൂർത്തിക്ക് സമ്മാനിച്ച പിച്ചളകെട്ടിയ വാക്കിംഗ് സ്റ്റിക്ക് അച്ഛന് ആവശ്യമുണ്ടായിരുന്നില്ല. എങ്കിലും അത് മിനുക്കിയെടുത്ത് തയ്യറാക്കി വെച്ചു.

കസവു തുണികൾ ഏറെ വന്നു. മെയ്ഡ് ഇൻ ചൈനാ സിൽക്കും ആരോ കൊണ്ടുവന്നു. മരുമക്കളിലാരോ സ്വർണ്ണ ഫ്രെയിമുള്ള കൂളിംഗ് ഗ്ലാസ്സ് കൊണ്ടുവന്നതായി അറിഞ്ഞു. പേരമക്കൾ കൊടുത്ത മൊബൈൽ ഫോണിൽ രണ്ടെണ്ണം ഐഫോണുകളായിരുന്നു.

തൊണ്ണൂറ് തിരി തെളിക്കാൻ ഒറ്റ വിളക്ക് എത്തിച്ചു. വിഭവ സമൃദ്ധമായ സദ്യ പി.ആർ വാര്യരുടെ മകനാണ് തയ്യാറാക്കുന്നത്. ആ ഇടയ്ക്കാണ് എന്റെ നെഞ്ചിലും അരുതായ്മകളുടെ ഒരു തിര നോട്ടം.

"തൊണ്ണൂറ് തിരിയിട്ട ആ വിളക്ക് തെളിക്കാൻ ഞാൻ വരും. ആ സദ്യ ആവോളം ഉണ്ണാൻ ഞാൻ, ഞാൻ വരുമച്ഛാ, ഞാൻ വരും. അച്ഛന്റെ നവതി ആഘോഷത്തിന്റെ എല്ലാ ഒരുക്കങ്ങളും ഏറ്റെടുത്തു നടത്താൻ ഞാനുണ്ടാകും. എന്റെ അച്ഛനോട് ചേർന്നു പോകാൻ താൽപര്യപെടാത്ത എന്റെ കുട്ടികളുടെ അമ്മയും ഐ.സി യുവിന് പുറത്ത് കാത്തുനിൽക്കുന്നുവെന്ന് ഞാനറിയുന്നു. പിറന്ന നിമിഷം എന്നെ കൈവിട്ട എന്റെ അമ്മ വിളിക്കുന്നേടത്ത് ഞാൻ പോകില്ല. അച്ഛനായിരുന്നു എനിക്കെല്ലാം. അമ്മയ്ക്ക് എന്നെ കൂട്ടി കൊണ്ടു പോകാൻ കഴിയില്ല. കാരണം അച്ഛനെയായിരുന്നു എനിക്കിഷ്ടം. എന്റെ മക്കൾക്കും അങ്ങിനെയാണെന്നാണ് എന്റെ വിശ്വാസം."

പുതിയ പുരാണം

ഗൊരഖ്പൂരിൽ കുട്ടികളുടെ മരണം നടന്നുകൊണ്ടേയിരിക്കുന്നു. ഓക്സിജന് കടുത്ത ക്ഷാമം നേരിട്ട ഒരാശുപത്രിയുണ്ടവിടെ. അതും സർക്കാർ ഉടമസ്ഥതയിലുള്ള ആശുപത്രി . കുടിവെള്ളത്തിനും സർവ്വോപരി ഭക്ഷണത്തിനും ക്ഷാമം നേരിട്ട അനുഭവങ്ങൾ പറഞ്ഞും വായിച്ചും അറിവിലുണ്ട്. പക്ഷെ, ഓക്സിജന് ക്ഷാമം നേരിടുന്ന അനുഭവം ആർക്കും ഉൾക്കൊള്ളാനാവുന്നില്ല. ഓക്സിജൻ ക്ഷാമം ഒരു യഥാർത്ഥ്യമാണ്. പുരാണങ്ങളിൽ വായുഭഗവാനെ തൃപ്തിപ്പെടുത്തുന്നതു തന്നെ യഥേഷ്ടം പ്രാണവായു ലഭിക്കുന്നതിനു വേണ്ടിയാവാം. പുതിയ പുരാണത്തിൽ ആരാണാവോ വായുഭഗവാൻ.

ഇങ്ങിനെയൊക്കെ സംസാരിച്ചു കൊണ്ടാണ് സന്നദ്ധ സംഘടനയുടെ നിർവ്വാഹകസമിതി യോഗത്തിൽ അയാൾ ബോധവത്കരണം നടത്തിയത്. സംഘടനയുടെ അദ്ധ്യക്ഷനെന്ന നിലയിൽ അയാൾക്ക് എണ്ണപ്പെടുന്ന ശ്രദ്ധയും മുന്തിയ പരിഗണനയും ലഭിക്കണമായിരുന്നു. അതുകൊണ്ടാണ് പട്ടണത്തിലെ പ്രധാന റോഡിൽ തന്നെ ശുചീകരണം നടത്തണമെന്ന് തീരുമാനിച്ചത്. ഏത് റോഡ് വേണമെന്ന ചർച്ച വന്നപ്പോൾ ട്രഷറർ മദനൻ നമ്പ്യാർ ജില്ലാ ഹെഡ് ക്വാട്ടേഴ്സ് ആശുപത്രി പരിസരം നിർദ്ദേശിച്ചു.

ഒരാൾ ഉയരത്തിൽ കാടുമൂടി കിടക്കുന്ന പ്രദേശം. ശുചിയാക്കണമെങ്കിൽ പിടിപ്പതു പണിയുണ്ട്. ചിലപ്പോൾ ഉദ്ദേശിച്ച വിധം കാര്യങ്ങൾ നടക്കാതെ വരും.

അതുകൊണ്ടു തന്നെയാണ് സിക്രട്ടറി സുന്ദരനെ കൊണ്ട് അതീവ രഹസ്യമായി നഗരത്തിലെ പ്രധാന റോഡ് നിർദ്ദേശിപ്പിച്ചത്. ശുചീകരണം പ്രധാന റോഡിലാകുമ്പോൾ വാർത്തയ്ക്ക് മികച്ച കവറേജ് കിട്ടും. ചർച്ചകൾക്കൊടുവിൽ പ്രധാനറോഡ് തീരുമാനമായി..

കാലത്ത് ശുചീകരണ പ്രവൃത്തിയുടെ ഉദ്ഘാടനം സ്ഥലം എം.എൽ.എ നിർവ്വഹിക്കും. അദ്ദേഹം വരാമെന്നേറ്റിട്ടുണ്ട്. എം.എൽ. എ ക്ക് പണിയായുധം നൽകുന്നത് സംഘടനയുടെ അദ്ധ്യക്ഷൻ എന്ന നിലയിൽ അയാളാണ്. ശുചീകരണ പരിപാടിക്ക് പത്തൻപത് പേര് കാണും. എല്ലാവരും സംഘടനയുടെ ടീഷർട്ട് ധരിച്ചവർ. അതിൽ ഇരുപതോളം പേർ

കൂലിവേലക്കാരാണെന്ന് ടീഷർട്ട് ധരിച്ചാൽ മറ്റുള്ളവർ അറിയില്ലല്ലോ.

കാലത്ത് എഴുന്നേറ്റ് പ്രഭാതകൃത്യങ്ങൾ കഴിഞ്ഞ് തിരിക്കിട്ട് ഒരുങ്ങവെ അയാളുടെ ഭാര്യ പറഞ്ഞു.

'പോണ വഴിക്ക് എന്നെ ഒന്ന് ഡോക്ടറുടെ അടുത്ത് ഡ്രോപ്പ് ചെയ്യണം. ടോക്കണെടുത്തതാ.'

മകളു പറഞ്ഞു. 'ഡാഡീ എനിക്കിന്ന് എക്സാമാ എന്നെയൊന്ന് കോളേജിലിറക്കണം.'

ഭാര്യ ഉപയോഗിക്കുന്ന വണ്ടിയുടെ ഡ്രൈവർ പനി പിടിച്ചു കിടക്കുന്നു. അല്ലെങ്കിൽ അവർ രണ്ടു പേരും ആ വണ്ടിയിൽ പോകുമായിരുന്നു. സംഘടനയുടെ ശുചീകരണ പരിപാടിയുടെ ഉദ്ഘാടനത്തിന് എം.എൽ.എ വൈകില്ലെന്ന് പറഞ്ഞിട്ടുണ്ട്. കൃത്യസമയത്ത് എത്തിയില്ലെങ്കിൽ ക്ഷീണമാകും. അവസരത്തിന് മറ്റു ചിലര് കാത്തുനിൽക്കുന്നു. അതുകൊണ്ടു തന്നെ അയാൾ പറഞ്ഞു.

'രണ്ടു പേരെയും ഇന്ന് ഡ്രോപ്പ് ചെയ്യാൻ പറ്റില്ല. ഓട്ടോ പിടിച്ച് പോയ്ക്കോളൂ. ഞാൻ പറഞ്ഞതല്ലേ എനിക്കിന്ന് ക്ലബ്ബിന്റെ പ്രോഗ്രാമുണ്ട്. ഒരു തരത്തിലും വൈകിക്കൂടാ.'

ഭാര്യ വീണ്ടും അഭ്യർത്ഥിച്ചു. മകൾ ഡാഡിയോട് കെഞ്ചി പറഞ്ഞു.

ആരോഗ്യവും അറിവുമില്ലാതിടത്ത് ദാരിദ്ര്യമുണ്ടാകും. ആലോചിച്ചു നോക്കിയാൽ എല്ലാ നാടിന്റെയും വീടിന്റെയും ദാരിദ്ര്യത്തിൽ ആരോഗ്യത്തിനും അറിവിനും ഏറെ പ്രാധാന്യമുണ്ട്. കഴിഞ്ഞ ദിവസത്തെ യോഗത്തിൽ സംസാരിച്ചത് അയാൾ വെറുതെ ഓർത്തു. അയാളുടെ മൊബൈൽ ശബ്ദിച്ചു. സ്ക്രീനിൽ ദേവിക നായരുടെ സേവ് ചെയ്ത നമ്പർ. അല്പം മാറി നിന്ന് അയാൾ ഫോൺ അറ്റൻഡ് ചെയ്തു.

ദേവിക നായർ, ഗൾഫിൽ ബിസിനസ്സ് ചെയ്യുന്ന ഹേമചന്ദ്രന്റെ ഭാര്യ. വെളുത്ത് മെലിഞ്ഞ് നക്ഷത്രക്കണ്ണുള്ള സുന്ദര ചിത്രം അയാളുടെ ഉള്ളിൽ തെളിഞ്ഞു വന്നു.

'ഹലോ, ദേവേട്ടനല്ലേ'

അയാൾ കാതോർത്തു. ഭാര്യ പോലും സഹദേവൻ എന്ന പേരിനെ സകു എന്നേ വിളിക്കാറുള്ളു. ദേവേട്ടാ എന്ന വിളി അയാളെ ഇക്കിളിപ്പെടുത്തി.

'എന്താ ദേവികേ വിശേഷം.'

'ദേവേട്ടാ ഇന്ന് എന്റെ ഡ്രൈവർ വന്നില്ല. ക്ലബ്ബിലിന്ന് കുക്കറി ഷോ ഉണ്ട് . റിക്കാർഡ് ചെയ്ത് സ്റ്റാർ ചാനലിൽ ബ്രോഡ്കാസ്റ്റ് ചെയ്യാനാ ഞാനാ അറ്റൻഡ് ചെയിന്നേ.'

'ഓഹോ : അതയോ.'

'എന്നെയൊന്ന് വിമൻസ് ക്ലബ്ബിലെത്തിക്കണം. തിരിച്ചു വരാൻ ഞാൻ പിന്നെ വിളിക്കാം.'

അയാൾക്ക് പെട്ടെന്ന് ഒന്നും പറയാൻ കഴിഞ്ഞില്ല. ആരോഗ്യപ്രശ്നവും അറിവിന്റെ പ്രശ്നവും വീട്ടിൽ ലിഫ്റ്റ് ചോദിച്ചു കിടക്കുന്നു. ആർഭാടത്തിന്റെയും പൊങ്ങച്ചത്തിന്റെയും ക്ഷണം മറുവശത്ത് തലയുയർത്തി നിൽക്കുന്നു.

ദേവിക നായരോട് എങ്ങിനെ നോ പറയും. കണ്ടുമുട്ടുന്ന ഫങ്ങ്ഷനിലൊക്കെ എറിയുന്ന കള്ളനോട്ടവും നനുത്ത ചിരിയും എത്രയോ വട്ടം ആലോചനകളെ കൊത്തി പറിച്ചിട്ടുണ്ട്.

ഗെയിറ്റിറങ്ങി വലത്തോട് തിരിഞ്ഞാൽ നഗരത്തിലെ പരിപാടിയിൽ പങ്കെടുക്കാം. ഭാര്യയെ ഡോക്ടറുടെ അടുത്ത് ഇറക്കാം. മകളെ കോളേജ് ഗെയിറ്റിലിറക്കാം. ഇടത്തോട് തിരിഞ്ഞാൽ ദേവിക നായരെ കൂട്ടി വിമൻസ് ക്ലബ്ബിൽ ഇറക്കാം.

അയാളുടെ ഭാര്യ ഒരുക്കം തുടങ്ങി. കൂടെ മകളും.

ഡ്രസ്സിംഗ് ടേബിളിനു മുന്നിൽ ചെന്ന് ഡയിംഗിൽ ഒഴിവായി പോയ മീശയുടെ ഒന്നു രണ്ടു കുറ്റിരോമങ്ങൾ അയാൾ കത്രിച്ചു മാറ്റി. മുഖത്ത് കുറേകൂടി ക്രീമും പൗഡറുമിട്ടു. തുലോം കുറവുള്ള തലമുടി പിന്നെയും ചീകിയൊതുക്കി. ദേവിക നായർ അയാളുടെ മനസ്സിൽ ഒളികണ്ണോടെ കൊഴുത്ത ചിരി വിളമ്പി.

ഭാര്യയും മകളും സിറ്റൗട്ടിൽ എത്തും മുമ്പേ കീ വിരലിലിട്ട് കറക്കി അയാൾ കാറിന്റെ ഡോർ തുറന്ന് അകത്തു കയറി. കാർ സ്റ്റാർട്ട് ചെയ്തു. പതുക്കെ ഗെയിറ്റ് കടന്ന് റോഡിന്റെ ഇടതു ഭാഗത്തേക്ക് ഡ്രൈവ് ചെയ്ത് നീങ്ങി.

ബിനോയ് കുര്യൻ പറയുന്നു

ഇനി നമ്മുടെ റിപ്പോർട്ടർ ബിനോയ് കുര്യൻ പറയുന്നത് ശ്രദ്ധിക്കാം. നമ്മുടെ കൊച്ചു കേരളത്തിലെ തൃപ്പാലയൂർ ഗ്രാമ പഞ്ചായത്തിലെ കവലയിൽ വെച്ചാണ് ഞാൻ ഈ വിവരങ്ങൾ റിപ്പോർട്ട് ചെയ്യുന്നത്.

തൃപ്പാലയൂർ കവലയിൽ അഞ്ചെട്ട് അനാദി കച്ചവടക്കാരും, നാലഞ്ച് സ്റ്റേഷനറി കടക്കാരും അത്ര തന്നെ ഹോട്ടലുകളും രണ്ട് ബാർബർ ഷാപ്പും ഒരു റേഷൻ കടയും ഒരു കള്ള് ഷാപ്പും ഒരു ബ്യൂട്ടി പാർലറും മൂന്ന് നാല് ആളുകൾ ഇരിക്കുന്ന മത്സ്യ ചന്തയും നാല് ചിക്കൻ സ്റ്റാളും ഒരു എൽ.പി.സ്കൂളും, പാർട്ടിക്കാരുടെ നിയന്ത്രണത്തിലുള്ള രണ്ട് വായനശാലയും ഒരു പ്രിയദർശിനി ക്ളബ്ബും ഒരു ചെഗുവേര സെൻററും ഏതെങ്കിലും കാലത്ത് ബീവറേജ് കോർപ്പറേഷനോ കൺസ്യൂമർ ഫെഡിനോ ആവശ്യമായിവരുന്ന പക്ഷം ഉപയോഗിക്കാൻ അടഞ്ഞുകിടക്കുന്ന രണ്ട് പീടിക മുറികളും തൃപ്പാലയൂർ സർവ്വീസ് സഹകരണ ബാങ്കിന്റെ സായാഹ്ന ശാഖയുമാണ് കവലയിലുള്ളത്.

അദ്ധ്വാനിക്കുന്ന മനുഷ്യരാണ് ഈ ഗ്രാമത്തിന്റെ പ്രത്യേകത. കൃഷി തന്നെയാണ് മുഖ്യ തൊഴിൽ മേഖല. കഴിഞ്ഞ നാലഞ്ച് മാസമായി തൃപ്പാലയൂർ ഗ്രാമത്തിന്റെ മുഖച്ഛായ തന്നെ മാറിയിരിക്കുകയാണ്. ആളുകൾ പരസ്പരം സംസാരിക്കുന്നതു തന്നെ കുറവ്. അനാദി കടകളിൽ നിന്ന് ആരും സാധനങ്ങൾ വാങ്ങുന്നില്ല. കച്ചവടമില്ലാത്തതു കൊണ്ട് പട്ടണത്തിൽ നിന്ന് പുതിയ സാധനങ്ങൾ കൊണ്ടുവരാൻ അവർക്ക് കഴിയുന്നില്ല. സ്റ്റേഷനറി കടയിൽ പത്ത് ശതമാനം പോലും ചിലവില്ല. ആരും ചായയും കടിയും കഴിക്കാത്തതു കൊണ്ട് സമാവറിൽ കരിയിട്ട് കത്തിക്കാറില്ല. വെള്ളം തിളപ്പിക്കുന്നതു പോലുമില്ല. റേഷൻ കടയിൽ സാധനങ്ങൾ സ്റ്റോക്കുണ്ട്. വാങ്ങാൻ ആളില്ല. കാർഡുടമകൾക്ക് താല്പര്യമില്ല. മത്സ്യ ചന്തയിൽ ആളുകൾ വെറുതെയിരിക്കുന്നു. വിൽക്കാൻ മത്സ്യം വരുത്താറില്ല. ആരും വാങ്ങാറുമില്ല. ചിക്കൻ സ്റ്റാളിൽ കൂടു മാത്രമെ ഉള്ളൂ. കൂട്ടിനകത്ത് കോഴിയില്ല. സ്കൂളുകളിൽ കുട്ടികൾ ചെല്ലുന്നുണ്ട്. ഉച്ചക്കഞ്ഞി വെക്കുന്ന ആൾ പോകാറേയില്ല. കുട്ടികൾക്ക് കഞ്ഞി വേണ്ട. വായനശാലയിൽ ചില്ലറ ആളുകളെത്തും.

അവർ അന്നത്തെ പത്രം വായിച്ചു തീർക്കും. ക്ലബ്ബുകളിലെ കാരംസ്

ബോർഡിൽ സ്ട്രൈക്കറിന്റെയോ കോയന്റെയോ സംഗീതമില്ല. ചർച്ചകളില്ല. ബീവറേജിനെക്കുറിച്ചോ കൺസ്യൂമർ ഫെഡിനെ കുറിച്ചോ ആരും ആലോചിക്കുന്നതേയില്ല. നാന്നൂറ്റിപതിനെട്ട് ബാറുകൾ അടച്ചതു സംബന്ധിച്ചോ മുപ്പത്തി ഒൻപത് മദ്യവില്പനശാലകൾ പൂട്ടിയത് സംബന്ധിച്ചോ തൃപ്പാലയൂർകാർ അറിഞ്ഞമട്ട് കാണിച്ചില്ല

കള്ള് ഷാപ്പ് തുറന്നിട്ടുണ്ടെങ്കിലും ഒരു തുള്ളി കള്ളില്ല. ചെത്തുകാരൻ തെങ്ങിൽ കയറാറേയില്ല. തെങ്ങിൽ ചൂടിയിട്ട് കെട്ടിയ ചികരിപ്പടികൾ മുഴുവനായും അയാൾ അഴിച്ചുമാറ്റിയിരുന്നു.

ബാങ്കിൽ വായ്പകൾ കുറേശ്ശേ തിരിച്ചടക്കുന്നുണ്ടെങ്കിലും പുതിയ വായ്പകൾക്ക് ആളില്ല. ബാങ്കിലെ നിക്ഷേപ പിരിവുകാരൻ വായനശാലയുടെ വരാന്തയിൽ പകിട കളിക്കുന്നു. നിക്ഷേപകരുടെ സമ്പാദ്യം അല്പം കൂടി വന്നിട്ടുണ്ട്.

സൈക്കിളിൽ നിന്ന് പാൽ കാൻ അഴിച്ചു വെച്ചിട്ടില്ലെങ്കിലും കാനിൽ ഒരു തുള്ളി പാലില്ല. ചുരുങ്ങിയ അളവിൽ പാൽ കറന്ന് വെളിയിൽ കളയുന്നു. അയാളും പകിട കളിച്ചുകൊണ്ടിരിക്കുന്നു. ബ്യൂട്ടി പാർലറിൽ മാത്രം കാര്യമായ തോതിൽ ഇടപാടുകളെ ബാധിച്ചിട്ടില്ല.

ആകെ ഒരു സ്തംഭനാവസ്ഥയിലേക്ക് തൃപ്പാലയൂർ നീങ്ങികൊണ്ടിരിക്കുന്നു. ഗ്രാമത്തിന്റെ നേർക്കാഴ്ച നാട്ടുകാരന്റെ ശബ്ദത്തിൽ പ്രേക്ഷകരിൽ എത്തിക്കാൻ ആളെ ക്ഷണിച്ചെങ്കിലും ആളുകൾ മടി കാണിക്കുന്നു. അഞ്ഞൂറിന്റെ ഗാന്ധി നീട്ടിയിട്ടും നാട്ടുകാർക്ക് താല്പര്യമില്ല.

ബിനോയ് കുര്യൻ പറയുന്നു.

ഗ്രാമത്തിന്റെ ഈ പ്രത്യേകതയെ കുറിച്ച് ഞങ്ങൾ മാസങ്ങൾക്ക് മുമ്പ് റിപ്പോർട്ട് ചെയ്യുകയുണ്ടായി. ആരും അത് ഗൗരവപൂർവ്വം കണ്ടില്ല. ഞങ്ങളുടെ അന്വേഷണസംഘം ഗ്രാമം അരിച്ചു പൊറുക്കി കണ്ടെത്തിയ വസ്തുതകൾ ഈ ചാനലിലൂടെ വെളിപ്പെടുത്തുകയാണ്. ജില്ലാ ഭരണകൂടത്തിന്റെയും കേന്ദ്രസംസ്ഥാനസർക്കാറുകളുടെയും അടിയന്തര ശ്രദ്ധ തൃപ്പാലയൂരിൽ അത്യാവശ്യമാണെന്ന് ഞങ്ങൾ അഭ്യർത്ഥിക്കുന്നു.

പെട്ടെന്ന് ചാനലിൽ വൈദ്യുതി നിലച്ചു. ബിനോയ് കുര്യൻ പറയുന്നത് കേൾക്കാൻ പ്രേക്ഷകർക്ക് ആകാംക്ഷയായി.

അവർ പരസ്പരം ചോദിക്കുകയും ഒച്ചവെക്കുകയും ചെയ്തു. ബിനോയ് കുര്യനെ വിളിച്ചപ്പോൾ മൊബൈൽ ഫോൺ ഓഫായിരുന്നു.

ക്ഷമയറ്റ പ്രേക്ഷകർ ബിനോയ് കുര്യനെ കൊണ്ട് ഇത്രയും കാര്യങ്ങൾ പറയിപ്പിച്ച കഥാകൃത്തിനോട് ചോദിച്ചു. എന്താണ് തൃപ്പാലയൂർ ഗ്രാമത്തിലെ ജനങ്ങളുടെ പ്രശ്നം?

കഥാകൃത്ത് പറഞ്ഞു.

'തൃപ്പാലയൂർകാർക്ക് ആരോഗ്യത്തിന് യാതൊരു കുറവുമില്ല. പക്ഷെ; അഞ്ചാറ് മാസമായി അവർക്ക് വിശപ്പില്ല. ഒരു തരം വൈറസാണ് കാരണം. വായുവിലൂടെ ഇതു പടരാം. കടൽ കടന്നു പോകാം. വൈറസു കൊണ്ട് വിശപ്പില്ലാത്ത മനുഷ്യർ ഈ ലോകത്ത്. ഞാൻ അത് ആലോചിക്കുന്നു. നിങ്ങളും ആലോചിച്ചു നോക്കൂ.'

'ബാക്കി ബിനോയ് കുര്യൻ പറയട്ടെ.'

(ലോകം മുഴുവൻ കൊറോണയെന്ന വൈറസ് ബാധയുടെ ആശങ്കകൾ പങ്കുവെക്കുകയാണ്. 2015ൽ വീക്ഷണത്തിന്റെ മുപ്പത്തിഒൻപതാമത് വാർഷികപതിപ്പിൽ പ്രസിദ്ധീകരിച്ച ഒരു വൈറസ് ബാധയെ സംബന്ധിച്ചകഥയാണിത്)

ഒന്നിനു മുമ്പുള്ള അക്കം

ഭാഗം ഒന്ന്

ആരോരുമില്ലാത്തവർക്ക് ആരെങ്കിലും ഉണ്ടാവുമെന്ന് നീ പറഞ്ഞു. ആരെങ്കിലും ഉണ്ടാവുമെങ്കിൽ അവരെ ആരോരുമില്ലാത്തവർ എന്നു പറയുമോ. എല്ലാവരുമുണ്ടായിട്ടും നമ്മുക്ക് ആരുമില്ലെന്ന ഒരു തോന്നൽ വന്നുചേരുന്ന സന്ദർഭങ്ങൾ ഉണ്ടാകാറില്ലേ.

അത്തരത്തിൽ ഒരു പാട് സന്ദർഭങ്ങൾ അതിജീവിച്ചവരിൽ ഒരാളാണ് താനെന്നും, ഒരു പക്ഷെ, അത്തരത്തിൽ ഒരു കൂട്ടം അനുഭവങ്ങൾ നേരിടുകയോ തരണം ചെയ്യുകയോ ചെയ്തിട്ടുണ്ടെന്ന് നീയും പലപ്പോഴും പറഞ്ഞതായി ഞാൻ ഓർക്കുന്നു. നീ എന്തോ കനത്ത പ്രശ്നം നേരിടുന്നുവെന്ന് എനിക്ക് തോന്നിയിരുന്നു. ഞാൻ അത് നിന്നോട് പറയുകയും ചെയ്തു. നീ അത് പൂർണമായ തോതിൽ അഡ്മിററ് ചെയ്തില്ലെങ്കിലും അതിലെ കൊച്ചുവശങ്ങൾ നിന്റെ മൗനത്തിലൂടെ നീ സമ്മതിച്ചതായി ഞാൻ നിന്നോട് സൂചിപ്പിച്ചിരുന്നു.

അതിനുള്ള നിന്റെ മറുപടി വളരെലോലമായിരുന്നു. കുറച്ചു നേരത്തിനു ശേഷം ഞാൻ ആ ലോലതയെ അലിയിച്ചപ്പോൾ നീ മൗനത്തിൽ ഒളിച്ചു നിന്നത് എനിക്ക് മറക്കാനൊത്തിരുന്നില്ല. കുറേ കഴിഞ്ഞ് പിന്നെ ഒരു നാൾ നീ പറഞ്ഞു.

‘ഒരു കണ്ണാടി പോലെയാണ് ഞാൻ. ഞാൻ ഒന്നും ഒളിച്ചു വെക്കുകയില്ല. എന്നിലേക്ക് നോക്കിയാൽ നിന്നെ കാണാൻ കഴിയും. എന്റെ ചുറ്റുപാടുകളെ കാണാൻ കഴിയും.’

‘കണ്ണാടി എവിടെയാണോ ഉള്ളത്. അവിടത്തെ യാഥാർത്ഥ്യങ്ങളെയാണ് അവ പ്രദർശിപ്പിക്കുക. കണ്ണാടിക്കു മുന്നിൽ താനല്ല, മറ്റാരുമാണെങ്കിൽ അയാളെയല്ലേ കണ്ണാടിയിൽ കാണാനാവുക. അയാളുടെ ചുറ്റുപാടുകളുടെ യാഥാർത്ഥ്യങ്ങളല്ലേ അതിലുണ്ടാകുന്ന പ്രതിബിംബങ്ങൾ.’

‘നീ കാടുകയറുന്നു. കണ്ണാടിയുടെ ശാസ്ത്രത്തിലേക്കാണ് നീ പോകുന്നത്. ഇവിടെ കണ്ണാടി നീയാണ്. അതിന്റെ മുന്നിലാണ് ഞാൻ. എന്നിലേക്ക് നീ ശ്രദ്ധിക്കുമ്പോൾ എന്നെയാകും നീ കാണുന്നത്.’

'അത് ശരിയാവാം. കണ്ണാടിയുടെ ശാസ്ത്രത്തിലേക്ക് പോകുന്നു എന്ന് നീ പറഞ്ഞതു കൊണ്ട് അതിന്റെ ശാസ്ത്രത്തിലേക്കു തന്നെ പോകാം.'

'പ്രതിബിംബം നൽകുന്ന ഏതൊരു കണ്ണാടിയും ഒളിച്ചുവെക്കുന്ന ഒരു സത്യമുണ്ട്. അതിനു പിറകിൽ പുരട്ടിയിരിക്കുന്ന രസം. ആ രസം ഒളിച്ചു വെച്ചിരിക്കുകയാണ്. അത് ഒളിക്കപ്പെടുന്നത് കൊണ്ടാണ് എല്ലാം കാണാനാവുന്നത്.'

'നീ ചിരിക്കുകയായിരുന്നു. ഒരു തർക്കത്തിന് ഞാനില്ലെന്ന മട്ടിലായിരുന്നു നീ ചിരി മുഴുമിപ്പിച്ചിരുന്നത്.'

ഓർക്കാപ്പുറത്ത് പരിചയപ്പെട്ടതു മുതൽ നീ അങ്ങിനെയാണ്. സംഭാഷണങ്ങൾക്കൊന്നും നീ പൂർണ്ണ വിരാമമിട്ടിരുന്നില്ല. നിന്നെക്കുറിച്ച് കൂടുതൽ അറിയാനുള്ള എന്റെ ശ്രമത്തെ നീ ഒരിക്കൽ പരിഹസിക്കുന്നതായി എനിക്ക് തോന്നിയിരുന്നു. ഞാൻ അത് നിന്നോട് പറയുകയും ചെയ്തു. പക്ഷെ, അത് സമ്മതിച്ചുതരാൻ നീ തയ്യാറായിരുന്നില്ല.

'ഞാൻ പരിഹസിച്ചതല്ല. ഒരു കുറ്റാന്വേഷകന്റെ കണിശതയും കൗശലവും നിനക്കുണ്ട്. നീ ചൂഴ്ന്നിറങ്ങുകയാണ്. അങ്ങിനെ ചെയ്യാൻ മാത്രം ഒന്നുമായിരുന്നില്ലല്ലോ ഞങ്ങൾ.'

'നീ ടി.വി കാണാറില്ലേ. അതിലെ ഒരു പരസ്യമുണ്ട്. ഏത് സ്ഥാപനത്തിന്റേ താണെന്ന് ഞാനോർക്കുന്നില്ല.'

'നേരം ഏറെ വൈകി. അവസാന ബസ്സുകളൊക്കെ പോയിക്കഴിഞ്ഞു. നഗരത്തിലെ ഒരു റോഡിൽ ഏതെങ്കിലും ഒരു വാഹനത്തിനായി ഒരു ചെറുപ്പക്കാരൻ കാത്തു നിൽക്കുകയാണ്. വാഹനങ്ങൾ ഒന്നും കിട്ടാതെ വന്നപ്പോൾ അതുവഴി വന്ന ഒരു ടു വീലറിന് കൈ കാണിക്കുന്നു. ടു വീലർ അല്പം അകലെ നിർത്തുന്നു. കൈ നീട്ടിയ ചെറുപ്പക്കാരൻ പ്രത്യാശയോടെ നോക്കുന്നു. ഹെൽമെറ്റിന്റെ ഷെയ്ഡ് മാറ്റി സ്കൂട്ടർ യാത്രക്കാരി അയാളെ കാണുന്നു. അയാൾ വല്ലാത്ത ഒരു അവസ്ഥയിലായിരുന്നു ആ നിമിഷം. യാത്രക്കാരി അയാളെ വിളിക്കുന്നു. മറ്റു വഴികൾ ഇല്ലാത്തതു കൊണ്ട് അയാൾ സ്കൂട്ടറിനു പിറകിൽ കയറുന്നു. സ്കൂട്ടർ സ്റ്റാർട്ട് ചെയ്ത് അവൾ പറയുന്ന ഒരു വാചകമുണ്ട്.

നിങ്ങൾ എന്നെ പറ്റി എന്തു വിചാരിക്കും അയാൾ അതിന് മറുപടി പറയുന്നു.

'ലോകം ഏറെ മാറിയില്ലേ...?'

'ഞാനും അതാണ് പറയുന്നത്. ലോകം ഏറെ മാറിയില്ലേ.'

നിന്റെ വിശദീകരണം നിന്റെ പോസ്റ്റുകളിലൂടെ ക്ഷമയോടെ ഞാൻ

വായിച്ചിരുന്നില്ലേ.

'ലോകം ഏറെ മാറിയിട്ടുണ്ട്. മാറ്റങ്ങൾ എല്ലാ തലത്തിലുമുണ്ട്. മനുഷ്യബന്ധങ്ങളിൽ, അവരുടെ സൗഹൃദങ്ങളിൽ. അതുകൊണ്ടാണല്ലോ എന്റെ വ്യക്തിപരമായ കാര്യങ്ങളൊന്നും നീ അന്വേഷിക്കാത്തത്.'

'നിന്റെ വ്യക്തിപരമായ കാര്യങ്ങൾ അറിയാൻ താല്പര്യം പ്രകടിപ്പിക്കുമ്പോൾ താൻ എന്റെ വ്യക്തിപരമായ കാര്യങ്ങളും അന്വേഷിക്കും. ഒരു സത്യം പറയട്ടെ. ഞാൻ നിന്നോട് പറഞ്ഞ കാജൽ എന്ന എന്റെ പേരു പോലും എന്റേതല്ല. തൽക്കാലം ഞാൻ ഒരു പേര് ചാർത്തിയെന്നേയുള്ളൂ.'

'അതിന് നീ ചിരിക്കുകയായിരുന്നല്ലോ. നീ ചാർത്തിയ കാജൽ എന്ന പേരു പോലെ തന്നെയായിരുന്നു കിരൺ എന്ന എന്റെ പേരും. എന്റെ പേര് എന്താണെന്നോ ഊര് എവിടെയാണെന്നോ ഞാൻ വെളിപ്പെടുത്തിയിട്ടില്ല. ഉദയസൂര്യന്റേയോ അസ്തമയ സൂര്യന്റേയോ ചിത്രമുള്ള പ്രൊഫൈലിനു പിറകിൽ നീ മുഖചിത്രങ്ങൾ ഒളിപ്പിച്ചു വെക്കുന്നു. നിന്റെ പോസ്റ്റിലുള്ള ചിത്രങ്ങൾ മുഴുവൻ കുഞ്ഞുങ്ങളുടെയോ പൂക്കളുടെതോ ആയിരുന്നില്ലേ :

'കാജൽ, എന്റെ പേജുകളിൽ നീ കിരൺ എന്ന ചെറുപ്പക്കാരന്റെ ചിത്രം തിരഞ്ഞിട്ടുണ്ടാകാം. പോസ്റ്റ്ചെയ്യാത്തതു കൊണ്ട് നിനയ്ക്കത് കണ്ടെത്താൻ കഴിയില്ല.'

ഇതൊന്നുമില്ലെങ്കിലും നമ്മുടെ സൗഹൃദത്തിന് പഞ്ഞമില്ലെന്ന് തെളിയിച്ചില്ലേ നമ്മൾ. ശുഭദിനത്തിലും ശുഭരാത്രിയിലും നിനയ്ക്ക് താല്പര്യമില്ലെന്ന് നീ പറഞ്ഞിരുന്നില്ലേ. അതുകൊണ്ടുതന്നെ നിന്നെ മാത്രം ഒഴിവാക്കി ഞൻ എന്റെ നൂറുകണക്കിന് സൗഹൃദങ്ങൾക്ക് ആശംസകൾ നേരുന്നുവെന്ന് ഞാൻ പലപ്പോഴും പറഞ്ഞിരുന്നല്ലോ.

'എങ്കിലും പറയൂ. ഇഷ്ടമായോ ഈ നാട്. ഈ നാട്ടിലേക്ക് വരാനുള്ള കാരണം ഞാൻ അന്വേഷിക്കരുതല്ലോ.'

'അന്വേഷിക്കാം. അതിലൊന്നും ഒരവ്യക്തതയുമില്ല. ഞാനെന്തു പറഞ്ഞാലും നീ വിശ്വസിക്കും. വിശ്വാസിച്ചേ പറ്റൂ. നമ്മുക്ക് മുന്നിൽ മറ്റു പോംവഴികൾ ഇല്ല. ഒരു കാര്യം ഞാൻ ഊന്നി പറയാം. നിന്നെ ഞാൻ അന്വേഷിക്കുകയായിരുന്നു. പേരും ചിത്രവും ഒന്നും അറിയാതെ തന്നെ ഏതോ ഉൾപ്രേരണയിൽ അത് അങ്ങിനെ സംഭവിച്ചു പോകുന്നു.'

'അതിന് ഞാൻ പറഞ്ഞ മറുപടിയിൽ നീ സംതൃപ്തി രേഖപ്പെടുത്തിയിട്ടുണ്ട്. കാജൽ ദൈവവിശ്വാസിയാണോ, യുക്തിവാദിയാണോ എന്നെനിക്കറിയില്ല. ഞാൻ അജ്ഞാതമായ ഒരു ശക്തിയിൽ വിശ്വസിക്കു

ന്നു. അതിനെ പ്രകൃതിയെന്നോ ദൈവമെന്നോ എന്തു വേണമെങ്കിലും വിളിക്കാം.'

'ഞാനും നിന്റെ വഴിക്കു വരുന്നു. നീ പറഞ്ഞോളൂ.'

'സ്ത്രീയും പുരുഷനും വിവാഹിതരാകുന്നു. അവർ ഒന്നിച്ചു ജീവിക്കുന്നു. തലമുറകളെ സൃഷ്ടിക്കാനുള്ള പ്രകൃതിപരമായ ദൗത്യത്തെ അവർ പ്രാപിക്കുന്നു. മൊട്ടുകൾ ഉണരുന്നു. ഈ മൊട്ടുകൾ വിരിയുമ്പോൾ നീ ശ്രദ്ധിച്ചിട്ടുണ്ടോ ഒരു കൈയ്യിൽ മരണവും മറുകൈയ്യിൽ മരണകാരണവുമായി പിറന്നുവീഴുന്ന ഒരു കുഞ്ഞിനെ കാണുമ്പോൾ ചുരുട്ടി പിടിച്ച കൈവിരലുകളിലേക്ക് ഞാൻ കൗതുകപൂർവ്വം നോക്കി നിന്നിട്ടുണ്ട്. മടക്കി പിടിച്ച ആ കൈവിരലുകളുടെ അറ്റത്ത് ആരാണ് നഖങ്ങൾ ചേർത്തുവെച്ചത്. എത്ര കൃത്യമായാണ് അത് രൂപപ്പെടുത്തിയിട്ടുള്ളത്. ആ കണ്ണുകൾ ശ്രദ്ധിച്ചിട്ടുണ്ടോ. പുരികങ്ങൾ എത്ര മൃദുവായാണ് വരഞ്ഞുവെച്ചിട്ടുള്ളത്. കാതുകളിലെ ഈ ഒട്ടും ഒടിവും ആരാണ് നൽകിയത്. മൂക്കും അതിന്റെ രൂപവും ദ്വാരങ്ങളും ഇത്ര കൃത്യമായി മിനുക്കിയെടുത്തത് ആരാണ്. വായയും കവിളുകളും താടിയും വായ്ക്കകത്ത് മോണയുടെ നിരയും നാവിന്റെ കിടപ്പും ആരാണ് നിശ്ചയിച്ചത്. അങ്ങിനെ എന്തെല്ലാമെന്തെല്ലാം. ഇതെല്ലാം പ്രകൃതിദത്തമല്ലേ. നമ്മൾ ഓമനിക്കുന്ന കുഞ്ഞുങ്ങൾക്ക് ഇതെല്ലാം നൽകിയത് നമ്മളാണോ.

ഇതൊക്കെ ലഭ്യമായ ശേഷം മാത്രമല്ലേ അവർ നമ്മുടെ കൈകളിൽ എത്തുന്നത്. നമ്മൾ നമ്മുടെ അച്ഛനമ്മമാരുടെ കൈകളിൽ എത്തുന്നത്. ആരാണ് ശില്പചാതുരിയോടെ ഈ കൃത്യങ്ങൾ പൂർത്തിയാക്കിയത്.

'കിരൺ, നിന്റെ വിവരണം എനിക്കും കൗതുകമായിരുന്നു. നീ വിശദീകരിക്കുമ്പോഴാണ് ഞാനും അത്തരം കാര്യങ്ങളിലേക്ക് എത്തുന്നത്. നിഷ്കളങ്കമായ ആ കൊച്ചു രൂപങ്ങളല്ലേ നീയും ഞാനും ഒരു കാലത്ത്.'

'ഒരു പക്ഷെ; ശാസ്ത്രം ഇതിനൊക്കെ മറുപടി പറയുമായിരിക്കും. എന്നാലും ഒരജ്ഞാത ശക്തി ഇതിന്റെയൊക്കെ പിറകിലുണ്ടെന്ന് ഞാൻ പറഞ്ഞപ്പോൾ നീ നൂറുവട്ടം ശരി വെച്ചതാണ്. ആ ശക്തിയെയാണ് ഞാൻ ആരാധിക്കുന്നത്.'

ചിലപ്പോൾ തോന്നും മനുഷ്യൻ എത്ര കഴിവുള്ളവനാണെന്ന്, ചിലപ്പോൾ ഒന്നിനും കൊള്ളാത്തവനാണെന്നും.

ഈയിടത്തെ പത്രവാർത്ത നീ ശ്രദ്ധിച്ചോ., പൈനാപ്പിളിൽ ഏറു പടക്കം വെച്ച് പിടിയാനയെ വക വരുത്തിയ സംഭവം. വനാന്തരങ്ങളിൽ

സ്വൈര്യജീവിതം നയിക്കുകയായിരുന്നില്ലേ ആന. ആ ആനത്താരിയുടെ മുറ്റത്തു വരെ കൈയ്യേറിയിരിക്കുന്നവരല്ലേ നമ്മൾ. കൃഷിയുടെ പേരിൽ വനവും വനാന്തരങ്ങളും വെട്ടി പിടിച്ച് കാനന വാസികളുടെ ജീവിതം കൈയ്യേറുമ്പോഴാണ്, എങ്കിൽ നാട് നമുക്കു തരൂ എന്നു പറഞ്ഞ് അവയൊക്കെ നാട്ടിലേക്ക് ഇറങ്ങുന്നത്. നാം കയറി ചെല്ലുന്നേടത്തു നിന്നൊക്കെ അവർ പിറകിലേക്ക് പൊയ്ക്കൊള്ളണമെന്ന ഇച്ഛയുണ്ടല്ലോ. അതിനോടുള്ള പ്രതിഷേധമാണ് അവരുടെ ഈ നാടിറക്കം.

പൈനാപ്പിൾ കൃഷി നശിപ്പിക്കുന്നതു കൊണ്ടായിരിക്കാം. അല്ലെങ്കിൽ മറ്റെന്തെങ്കിലും കൃഷി നശിപ്പിക്കപ്പെടുന്നതുകൊണ്ടായിരിക്കാം പിടിയാനയെ വക വരുത്താൻ അവർ ശ്രമിച്ചിട്ടുണ്ടായിരിക്കുക. ലോകത്തിനു മുന്നിൽ നമ്മുടെ ശിരസ്സ് താണുപോയില്ലേ.

പിടിയാനയുടെ ഗർഭപാത്രത്തിൽ ഉണർന്ന ജീവന്റെ തുടിപ്പ് കേവലം മാംസപിണ്ഡമായി തണുത്തുറഞ്ഞിരിക്കുന്നു. ഇത് വേദനാജനകമാണെന്ന നിന്റെ മറുപടിയായി മറ്റു ചിലതും നീ പറഞ്ഞു.

'ഇതു പോലൊരു വേദന സഹിക്കുന്ന പെൺകുട്ടിയാണ് ഞാൻ. അസഹ്യമായ ഈ വേദന അസ്ഥികളെ കൊളുത്തി വലിക്കുന്നു. മനസ്സിനെ മദിച്ചു കൊണ്ടിരിക്കുന്നു. അതെല്ലാം തുറന്നു പറയുന്നതിന് സമയമായെന്ന് അനുഭവങ്ങൾ സാക്ഷ്യപ്പെടുത്തുന്നു.

ഞാൻ അതിലേക്ക് കടക്കുകയാണ് കിരൺ.

ഭാഗം രണ്ട്

ഒരു സത്യം ഞാൻ വെളിപ്പെടുത്തുന്നു. ഞാൻ വിവാഹിതയാണ്. നീ അത്ഭുതപ്പെടുന്നുണ്ടാകും. നീ എന്നെ വെറുക്കുമെന്നും എന്നെ ശപിക്കുമെന്നും ഞാൻ വല്ലാതെ ഭയപ്പെടുന്നു.

ഇതിൽ ഭയത്തിന്റെ ആവശ്യം എന്താണ് നിന്നിൽ നിന്നും ഞാൻ ഇങ്ങിനെയൊക്കെ തന്നെയെ പ്രതീക്ഷിച്ചിരുന്നുള്ളു. പേരുപോലും താൽക്കാലിക ചാർത്തലുകളാണെന്ന് ഞാനും നീയും തുറന്നു പറഞ്ഞില്ലേ. ദാഹവും വിശപ്പുമുള്ള രക്തവും മജ്ജയും മാംസവുമുള്ള രണ്ട് ജീവനുകളാണ് നാമെന്ന സത്യം നിഷേധിക്കപ്പെടില്ലല്ലോ.

എന്റെ നിസ്സംഗത ചിലപ്പോൾ നിന്നെ അത്ഭുതപ്പെടുത്തിയിട്ടുണ്ടാകാം. നിന്നിൽ നിന്നും ഇതിൽ കൂടുതൽ ഞാൻ പ്രതീക്ഷിക്കുന്നു എന്നു പറഞ്ഞതിന് നീ മറുത്തൊന്നും പറഞ്ഞിരുന്നില്ല. ഇനിയും കാര്യങ്ങൾ തുറന്നു പറയാൻ നിനക്കുണ്ടോ. രഹസ്യങ്ങളുടെ ഒരു കലവറയുമായിട്ടാണോ അജ്ഞാതമായ ഒരിടത്തു നിന്ന് നീ എന്നെ കൊത്തിവലിച്ചത്.

സൗഹൃദത്തിന്റെ ചിറകുകൾ വീശിയത്.

മുഖ്യധാരയിൽ എത്താതെ കൈവഴികളായി ഒഴുകുന്ന ഒരു പുഴയാണ് താനെന്നും കൈവഴികളൊഴിവാക്കി മുഖ്യധാരയിലൂടെ നീ ഒഴുകുന്നത് കാണാനാണ് എനിക്ക് ഇഷ്ടമെന്നും ഞാൻ പറഞ്ഞുകൊണ്ടിരുന്നില്ലേ.

'ഇല്ലില്ല. നീ അങ്ങിനെ പറഞ്ഞിരുന്നില്ല. ഒരു പക്ഷെ; നീ അങ്ങിനെ ആഗ്രഹിച്ചിട്ടുണ്ടാകാം.'

'പറഞ്ഞിരുന്നു. അതു തന്നെയായിരുന്നു എന്റെ ഉദ്ദേശം. മുടിക്കെട്ടിയ മഴമേഘങ്ങൾക്ക് എത്ര നാളിങ്ങിനെ ഇഴഞ്ഞു നടക്കാനാകും. സമയസന്ദർഭങ്ങളുടെയും സാഹചര്യങ്ങളുടെയും നേർത്ത കാറ്റേൽക്കുമ്പോൾ പെയ്തൊഴിയുകയല്ലേ നല്ലത്.'

'നീ പറഞ്ഞത് ശരിയാണ്. ഞാൻ പെയ്തൊഴിയുകയായിരുന്നു. മലയാളത്തിൽ ഒരു മാസ്റ്റർ ബിരുദം എന്റെ ലക്ഷ്യമായിരുന്നു. ഞാനതിന് ഏറെ ശ്രമിച്ചതുമാണ്. സാഹചര്യങ്ങൾ തീർത്തും പ്രതികൂലമായപ്പോൾ ആയുധം നഷ്ടപ്പെട്ട പടയാളിയെ പോലെ ഞാൻ കീഴടങ്ങുകയായിരുന്നു. അതിന് വിധിയെന്നോ തലയിലെഴുത്തെന്നോ നീ വിശേഷിപ്പിച്ചിരുന്നു. ഓർക്കുന്നില്ലേ നീ.

അച്ഛന്റെ വേർപ്പാടും അസുഖം ബാധിച്ച അമ്മയുടെ ഭാരിച്ച ചികിത്സാ ചെലവും കെട്ടിച്ചയച്ച സഹോദരിമാർ ഏല്പിച്ച ബാദ്ധ്യതകളും എന്റെ ലക്ഷ്യങ്ങളുടെ ഗ്രാമവീഥിയിൽ പ്രതിബന്ധങ്ങളുടെ മൺകൂനകൾ ഉയർത്തിയിരുന്നു. വിധിയായിരുന്നോ, തലയിലെഴുത്തായിരുന്നോ.

അതു നന്നായെന്നും അതുകൊണ്ട് നിന്നിൽ ഉറക്കം തൂങ്ങിയിരുന്ന കഥാകാരനെ, അനുഭവങ്ങളുടെ അദ്ധ്യായങ്ങൾ നിരത്തി അരികിലേക്ക് വന്ന് മുഖവും മനസ്സും ആസ്വാദകർക്ക് കൈമാറിയ ഒരു എഴുത്തുകാരനെ നമ്മുക്ക് കിട്ടിയില്ലേ. നീ ആലോചിച്ചിട്ടുണ്ടോ ഒരു ചെറിയ ശ്രമം നടത്തിയിരുന്നെങ്കിൽ നീ പ്രസിദ്ധീകരിച്ച കൃതികളിൽ നിന്ന് എനിക്ക് നിന്നെ കണ്ടെത്താമായിരുന്നു. സാമൂഹ്യ മാധ്യമങ്ങളിൽ നീ കുത്തിനിറച്ച വരികൾക്കിടയിലൂടെ എനിക്ക് നിന്നെ തിരിച്ചറിയാമായിരുന്നു. ഞാനതിന് ശ്രമിച്ചില്ല. അത് മനഃപൂർവ്വമാണ്. ഞാൻ എന്നെ ഒളിപ്പിക്കുന്ന തിരക്കിലായിരുന്നു.

ഇത്രമാത്രം ഒളിപ്പിക്കാൻ നിനക്ക് എന്താണ് ഉണ്ടായിരുന്നത്. പുഴുക്കുത്തുകളേറ്റ ഒരു ഫലമായിരുന്നോ നീ. വഴി തെറ്റി പോയ ജീവിതത്തിന്റെ പാതയിൽ കയറി കൂടാൻ ശ്രമിച്ച അഭയങ്ങളുടെ കൂടാരങ്ങളിൽ നിന്നെല്ലാം നിന്നെ ആട്ടിയോടിച്ചുവോ.

'ശ്ശോ എന്റെ ചിന്തകളാണ് വഴി തെറ്റുന്നത്. അവൾ അങ്ങിനെയൊന്നുമായിരിക്കില്ല. നല്ല ചിന്തകളും നല്ല കാഴ്ചപ്പാടുകളും അക്രാന്തമില്ലാത്ത അഭിനിവേശവും പതിയെ പതിയെ തുറന്നു തരുന്ന വ്യക്തിത്വത്തിന്റെ കിളിവാതിലുകളും അതിലൂടെ പുറത്തെടുത്ത അനുഭവങ്ങളുടെ വെട്ടവും അവളെ മോശക്കാരിയാക്കില്ല ഉറപ്പ്.'

പിന്നെ നീ എന്നോട് പറഞ്ഞത് എനിക്ക് പോലും വിശ്വസിക്കാനായില്ല.ആകസ്മികതത്തിന്റെ ആകെ തുകയായിരുന്നോ നീ. മാസ്മരികതയുടെ ചെപ്പുകൾ തുറക്കുകയാണോ നീ,

നീ പറഞ്ഞു. ഞാൻ ഒരു അമ്മയാണ്. ഞാൻ ജന്മം നൽകിയ കുഞ്ഞിനെ ഞാൻ തന്നെ ദത്തെടുക്കുന്നു. ഈ മാസം ഒന്നിന് നഗരത്തിലെ ഉർസുലിൻ സിൽവസ്റ്റർ കോൺവെന്റലേക്ക് കാലത്ത് പത്തു മണിക്ക് വരിക. ഒരു പക്ഷെ; നമ്മുക്ക് കണ്ടുമുട്ടാൻ സാധിച്ചേക്കാം.

വാടിയേക്കാവുന്ന സൗഹൃദത്തിന്റെ സസ്യത്തെ യാഥാർത്ഥ്യത്തിന്റെ രക്ത മുറ്റിച്ച് നനയ്ക്കുകയാണോ നീ. സംഭവങ്ങളുടെയും അനുഭവങ്ങളുടെയും ഊടും പാവും തീർത്ത് ജീവിതത്തിന്റെ പുടവ നെയ്യുന്ന നീ നിരപരാധിത്വത്തിന്റെ തൂ വെള്ളയ്ക്കു പകരം നിഗൂഢതകളുടെ കറുത്ത ചായം പൂശുന്നുവോ.

എന്തു വന്നാലും കോൺവെന്റിലേക്ക് പോകണം. അറുപതോളം കിലോമീറ്റർ ദൂരമുണ്ട്. അങ്ങിനെയാണ് ഞാൻ കോൺവെന്റിൽ എത്തിയത്.

മദർ സുപ്പീരിയറെ കണ്ടു. കാര്യങ്ങൾ വിശദീകരിച്ചു. സുപ്പീരിയർ അകത്തേക്ക് ക്ഷണിച്ചു. അഭിമുഖമായി സെറ്റിയിൽ ഇരുന്നു. അവർ പതുക്കെ കാര്യങ്ങൾ വ്യക്തമാക്കി തുടങ്ങി.

ആ കുട്ടി കഴിഞ്ഞ ഒരു വർഷമായി ഈ കോൺവെന്റിലുണ്ട്. അവൾ വിവാഹിതയായിരുന്നു. മൽസ്യമോ മാംസമോ ഉപയോഗിക്കാത്ത ഒരു ബ്രാഹ്മിൻ കുട്ടിയായിരുന്നു. വിവാഹിതയായി മൂന്നു മാസം കഴിഞ്ഞപ്പോൾ ഭർത്താവിന് കരൾ മാറ്റിവെക്കേണ്ട ഒരവസ്ഥയുണ്ടായി. വീട്ടുകാർ എതിർത്ത വിവാഹമായതു കൊണ്ട് മറ്റു മാർഗ്ഗങ്ങൾ ഒന്നുമില്ലാതെ വന്നപ്പോൾ ആസ്ത്രേലിയയിലെ ഇന്ത്യൻ ദമ്പതികൾക്ക് ഗർഭപാത്രം വാടകയ്ക്ക് നൽകി. അവരുടെ താല്പര്യ പ്രകാരമാണ് ഈ കോൺവെന്റിൽ താമസിച്ചത്. ആ വക ലഭിച്ച തുക കൊണ്ട് ഭർത്താവിന്റെ കരൾ മാറ്റിവെച്ചുവെങ്കിലും അത് വിജയം കണ്ടില്ല. മൂന്നാം മാസം അദ്ദേഹം മരണപ്പെട്ടു. വാടക ഗർഭം ധരിച്ച ആ കുട്ടി ആകെ തകർന്നു പോയി. കോൺവെന്റ് ആശുപത്രിയിൽ അവൾ ഒരു പെൺകുഞ്ഞിന് ജന്മം

നൽകി. കരാർ പ്രകാരം മൂന്നു മാസം അവൾ തന്നെയായിരുന്നു കുഞ്ഞിനെ പരിചരിച്ചത്. നാട്ടിലെത്തിയ ദമ്പതിമാർ കുഞ്ഞിനെ കണ്ടു. കുഞ്ഞിന് കണ്ണിന്റെയും കാതിന്റെയും പ്രതികരണങ്ങൾ കുറവായിരുന്നു. ദമ്പതിമാർ കുഞ്ഞിനെ ഞങ്ങളെ ഏൽപ്പിച്ചു. പ്രസവം കഴിഞ്ഞ ആ കുട്ടി തിരിച്ചു പോയിരുന്നു. കുഞ്ഞിനെ കോൺവെന്റിൽ ഏൽപ്പിച്ച് ദമ്പതിമാർ ആസ്ട്രേലിയയിലേക്ക് തിരിച്ചു പോയി. പ്രസവം കഴിഞ്ഞ് തിരികെ പോയ ആ ബ്രാഹ്മിൻ പെൺകുട്ടിയെ, ദമ്പതിമാർ കുഞ്ഞിനെ കോൺവെന്റിൽ ഏൽപ്പിച്ച് തിരിച്ചു പോയ വിവരം ഞങ്ങൾ അറിയിച്ചു. ആസ്ട്രേലിയൻ ദമ്പതിമാർ കയ്യൊഴിഞ്ഞ കുഞ്ഞിനെ കാണാനെത്തിയതായിരുന്നു അവൾ. കുഞ്ഞിനെ കണ്ടപ്പോൾ അവളിലെ അമ്മ ഉണർന്നു. ഇവിടെ താമസിച്ച് കുഞ്ഞിനെ പരിചരിച്ചു. രേഖകളോടെ ദത്തെടുക്കാനുള്ള ആഗ്രഹം പ്രകടിപ്പിച്ചു. കോൺവെൻറും കൂടി സഹകരിച്ച് നിയമപരമായി രേഖകൾ തയ്യാറാക്കാൻ ഒരു വർഷത്തോളം വേണ്ടി വന്നു. ഈകോൺവെന്റിൽ തന്നെയായിരുന്നു അമ്മയും കുഞ്ഞും താമസിച്ചിരുന്നത്.

'എന്നിട്ടവരെവിടെ അമ്മയും കുഞ്ഞും. അവരെയൊന്നു വിളിക്കൂ.'

ആകാംക്ഷയായിരുന്നു എനിക്ക്. ജീവിതാനുഭവങ്ങളുടെ ഗ്രീഷ്മത്തിൽ മുളപൊട്ടിയ സസ്യത്തിന് ത്യാഗത്തിന്റെ ജീവരസം കൊണ്ടാണ് അവൾ നനച്ചത്. ആരസം നുണഞ്ഞു കൊണ്ടാണ് ആ സസ്യം വളർന്നത്. അതിന്റെ ഗന്ധവും നിറവും അതിനുണ്ടായിരിക്കും.

'എന്നിട്ടെവിടെ അവർ.'

ബ്രാഹ്മിൻ കുട്ടിയും കുഞ്ഞും ഇന്നലെയാണ് നാട്ടിലേക്ക് തിരിച്ചത്.

'എന്നോട് ഇന്നാണെന്നല്ലേ പറഞ്ഞത്.'

അതും അവർ പറയുകയുണ്ടായി.മദർ സുപ്പീരിയർ തുടർന്നു.

സാമൂഹ്യ മാധ്യമത്തിൽ ഞാൻ നല്ലൊരു മനുഷ്യനെ പരിചയപ്പെട്ടെന്നും എന്നാൽ അയാളെക്കുറിച്ച് ഞാനോ, എന്നെക്കുറിച്ച് അയാളോ ഒന്നും അന്വേഷിക്കുകയോ പറയുകയോ ചെയ്തില്ലെന്നും അസാമാന്യമായ ഒരു സമീപനമായിരുന്നു നിങ്ങളുടെതെന്നും അവൾ പറഞ്ഞിരുന്നു. ആവിഷ്കരിക്കാൻ സാധിക്കാത്ത ഒരു ആത്മനിർവൃതി ഞാൻ അനുഭവിക്കുകയായിരുന്നുവെന്നും അവൾ പറഞ്ഞിരുന്നു.

മദർ സൂപ്പിരിയർ ഒരു ഗ്ലാസിൽ വെള്ളം പകർന്ന് മുന്നിൽ വെച്ചു. മറ്റൊരു ഗ്ലാസിൽ നിന്ന് ഒരിറക്ക് വെള്ളം കുടിച്ചവർ തുടർന്നു.

അയാളെ ഞാൻ ഇങ്ങോട്ടു ക്ഷണിച്ചിട്ടുണ്ടെന്നും അയാൾ എന്നെ അന്വേഷിച്ചു വരികയാണെങ്കിൽ ആ ആത്മാർത്ഥത തിരിച്ചറിയാമെന്നും

ആ പെൺകുട്ടി പറഞ്ഞിരുന്നു.

മനസ്സിലെ മേഘങ്ങൾ മഴയായി പെയ്തു . സുപ്പീരിയറിന്റെ വാക്കുകളുടെ കാറ്റേറ്റ് അത് തകർത്തു തുടങ്ങി.

ഇനി എന്നെങ്കിലും അവൾ വിളിക്കുമ്പോൾ താങ്കൾ വന്ന വിവരം അവളോട് പറയണമെന്നും അങ്ങിനെയാണെങ്കിൽ അതിനു ശേഷം അവൾ നിങ്ങളെ കണ്ടെത്തുമെന്നും എന്നോട് പ്രത്യേകം പറഞ്ഞിട്ടുണ്ട്.

'അവളുടെ പേരും വിലാസവും എല്ലാ വിവരങ്ങളും എനിക്ക് കൈമാറാമോ, അവളുടെ ഫോട്ടോ.'

'എല്ലാ വിവരങ്ങളും ഇവിടെയുണ്ട്. അമ്മയുടെയും കുഞ്ഞിന്റെയും ഫോട്ടോ ഉൾപ്പെടെ.'

'എനിക്കത് തരാമോ, മദർക്ക് എന്നെ സഹായിക്കാമോ'

'എനിക്കായിട്ടൊന്നും കൈമാറാൻ കഴിയില്ല. അതിനൊന്നും ആ കുട്ടി സമ്മതിച്ചിട്ടില്ല. അയാൾ എന്നെ അന്വേഷിച്ചു വന്നില്ലെങ്കിൽ ഒന്നിനു മുന്നിലുള്ള അക്കം മാത്രമാണ് ഞാനെന്ന് അവൾ പറഞ്ഞിരുന്നു.'

'മദർ, ഞാൻ ആത്മാർത്ഥമായി പറയുന്നു. എന്നെ ഒന്ന് സഹായിക്കൂ.'

'എന്റെ സഹായം നിങ്ങൾക്ക് ആവശ്യമായിവരില്ല. എല്ലാ വിവരങ്ങളും അവൾ തന്നെ നൽകും. ഒരു ദിനം സ്വന്തം വിരൽ തുമ്പിലൂടെ അവൾ നിങ്ങളെ തേടി വരും.'

മനസ്സിലെ കനത്ത മഴ മിഴികളിൽ വന്നു നിറഞ്ഞു. അത് കവിളിലൂടെ ചാലിട്ടിറങ്ങി കാഴ്ചകൾ തെളിയാൻ വിഷമിച്ചു. ഒരു വിധം എല്ലാം നിയന്ത്രിച്ച് അയാൾ കോൺവെന്റിന്റെ പടികൾ ഇറങ്ങി നടന്നു.

ധനഞ്ജയം

കാലത്തു തന്നെ ധനഞ്ജയന്റെ ഫോണുണ്ടെന്നു പറഞ്ഞപ്പോൾ വിശ്വസിക്കാൻ കഴിഞ്ഞില്ല. വ്യായാമം കഴിഞ്ഞ് കുളിക്കാനുള്ള തയ്യാറെടുപ്പിലായിരുന്നു ധനഞ്ജയന്റെ വിളി . വ്യായാമത്തിനിടെ കോളുകൾ വരുന്നതും അറ്റൻഡ് ചെയ്യുന്നതും ശരീരത്തിന് ഗുണകരമല്ലാത്തതു കൊണ്ട് ഫോൺ സൈലന്റാക്കി വെച്ചിരിക്കുകയായിരുന്നു. കുളി കഴിഞ്ഞ് ഫോൺ എടുത്തപ്പഴാണ് ധനഞ്ജയന്റെ മിസ്ഡ് കോൾ. ഒന്നല്ല രണ്ട് മൂന്ന് തവണ. ഇത്ര കാലത്തു തന്നെ വിളിക്കേണ്ട കാര്യമെന്തായിരിക്കും.

അങ്ങോട്ടു വിളിച്ചിട്ടാണെങ്കിൽ കിട്ടുന്നുമില്ല. ചിലപ്പോൾ അവനും തിരക്കിലായിരിക്കും.

കാലത്തു തന്നെ അവനെന്ത് തിരക്ക്. മനസ്സിലാക്കിയിടത്തോളം കാലത്തുള്ള എഴുന്നേൽപ്പ് തന്നെ പത്തു മണിയോടു കൂടിയാണെന്നാണ് എന്റെ നിഗമനം.

പ്രഭാത ചിട്ടയും കുളിയും തേവാരവുമൊക്കെ കഴിഞ്ഞ് പുറത്തിറങ്ങുമ്പോൾ പത്തരമണിയെങ്കിലുമാകും. ബാലസേട്ടുവിന്റെ കടവരാന്തയിൽ ധനഞ്ജയന് ഒരു കൊച്ചു ഏർപ്പാടുണ്ട്. വെറ്റില കച്ചവടം. മദിരാശി വെറ്റിലയും നാടൻ വെറ്റിലയും. അതിൽ പരമാവധി ചേരുവകൾ ചേർത്ത് ഉരുട്ടിയെടുത്ത് കൊടുക്കുന്ന പാൻ മസാല കച്ചവടം. പോലീസ് പിടിച്ചെടുത്ത് കേസ്സെടുക്കുന്ന പാൻമസാലയല്ല. അതു കൊണ്ടു തന്നെ ഡ്യൂട്ടി കഴിഞ്ഞുപോകുന്ന പോലീസുകാരും ജോലിക്കിടെ എത്തുന്ന ബംഗാളികൾക്കും അല്പം നാട്ടുകാർക്കുമായി ഒതുങ്ങുന്ന കൊച്ചുകച്ചവടം.

ധനഞ്ജനന് അതുമതി. അതുകൊണ്ട് ദൈനംദിന ചെലവുകൾ അവൻ ഒപ്പിക്കും. വിശേഷ ദിവസങ്ങളെത്തുമ്പോൾ അവന്റെ ഒരു വിളിയുണ്ട്. അങ്ങിനെയെ അവൻ വിളിക്കാറുള്ളു. വർഷത്തിൽ രണ്ടോ മൂന്നോ തവണ. വിളികൊണ്ട് ബുദ്ധിമുട്ടിക്കരുതെന്ന് നിർബ്ബന്ധമുള്ളതു കൊണ്ടാണ് ഞാൻ കൂടെക്കൂടെ വിളിക്കാത്തതെന്ന് വിളിക്കുമ്പോഴൊക്കെ അവൻ പറയാറുണ്ട്. ആ ഒരു നിലവെച്ചു നോക്കുമ്പോൾ ധനഞ്ജയന്റെ അപ്രതീക്ഷിതമായ ഫോൺകോൾ എന്തിനാണെന്ന് പിടികിട്ടുന്നി

ല്ല. അടുത്ത ബന്ധുവാണെങ്കിലും അനാവശ്യമായി ബുദ്ധിമുട്ടിക്കാതെ തികച്ചും മാന്യമായി ഇടപെടുന്ന ഒരു പ്രകൃതമാണ് അവന്റേത്. അതുകൊണ്ടു തന്നെ അറിയാതെ ഏറെ ഇഷ്ടപ്പെട്ടു പോയിട്ടുണ്ട് അവനെ. സ്വന്തക്കാർ പോലും അകറ്റി നിർത്തുന്നു എന്നു തോന്നിയപ്പോൾ ഏറെ അടുപ്പിച്ചു നിർത്തിയിട്ടുമുണ്ട്.

അവിവാഹിതനായി തനിച്ചു ജീവിക്കുന്ന ഒരമ്പതുകാരന്റെ ജീവിത പ്രമാണങ്ങൾ. നേരിയ വെള്ള കോട്ടൺ ജുബ്ബയും കാവിയോ കറുപ്പോ നീലയോ ഒറ്റമുണ്ടും ധരിച്ച് നന്നെ നരയുള്ള കുറ്റിതാടിയും ചീകിയൊതുക്കിയ മീശയും നെറ്റിയിൽ നിന്ന് പിറകോട്ട് ചീകിയ നീളൻ തലമുടിയും വെറ്റിലക്കറയുള്ള പല്ലും കാട്ടി വശ്യമായി ചിരിക്കുന്ന ചെറുപ്പക്കാരൻ. ജുബ്ബയുടെ നീളൻ കൈ മുട്ടിനു മേലെ ചുരുട്ടി കയറ്റി ബാലസേട്ടുവിന്റെ കടവരാന്തയിലെ കസേരയിൽ ഇരുന്ന് മുന്നിലെ കൊച്ചു മേശമേൽ നിരത്തിയ വെറ്റിലയുടെ ചേരുവകൾ നന്നായി ചേർത്തു നൽകുന്ന സുമുഖനായ ചെറുപ്പക്കാരൻ.

ഇതിനിടെ വിഷുവിന് മുന്നോടിയായി വിളിച്ചപ്പോൾ പറഞ്ഞിരുന്നു.

'പപ്പേട്ടാ അലർജിയുടെ പട്ടികയിൽ ബാറും ബീവറേജും ഞാൻ പെടുത്തി.'

'അതെന്തു പറ്റി. ഇത് നല്ലകാര്യമല്ലേ.'

'ജീവിതത്തിൽ നല്ലകാര്യമെന്തെങ്കിലും ചെയ്യേണ്ടേ.'

'ആർക്കാ നീ നല്ല കാര്യം ചെയ്തത്.'

'മാറ്റാർക്കുമല്ല; എന്റെ കരളിനു തന്നെ.'

'കരളിനോ അങ്ങിനെ ആരും നിനയ്ക്കില്ലല്ലോ.'

'ഇതെന്താ ഈ പപ്പേട്ടൻ പറേന്നേ; എന്റെ ലിവറിന് പ്രോബ്ളമുണ്ടെന്ന്. അതുകൊണ്ട് ഞാൻ കുടി നിർത്തി.'

'നിനയ്ക്കത് തോന്നിയല്ലോ സമാധാനമായി.'

'എക്കൌണ്ട് നമ്പർ വേണ്ടല്ലോ.'

'അതെനിക്ക് ബൈ ഹാർട്ടല്ലേ.' ധനഞ്ജയന്റെ ചിരി.

'ശരി അയക്കാം ഓകെ.'

വിശേഷ ദിവസങ്ങൾക്ക് മുന്നോടിയായി ധനഞ്ജയന്റെ ഫോൺ വിളി ഉണ്ടാകും. വിശേഷ ദിവസങ്ങളുടെ വിശേഷത്തിനായി അവന്റെ പണം ചോദിച്ചുള്ള വിളിയാണ്. വർഷാവർഷങ്ങളായുള്ള ബന്ധു നടപ്പ്. വിഷു തിരുവോണ ദിവസങ്ങൾക്ക് മുന്നോടിയായി അയ്യായിരം രൂപ അവന്റെ എക്കൌണ്ടിലേക്ക് മാറ്റും. എക്കൌണ്ടിൽ എത്തിയെന്നും നന്ദിയെന്നും അവൻ പറയാറില്ല. അങ്ങിനെയൊരു ഭവ്യത കാട്ടേണ്ടതില്ലെന്ന്

അവനറിയാം.

ബാലസേട്ടുവിന്റെ കടവരാന്തയിലെ കച്ചവടം ധനഞ്ജയനായി തുടങ്ങിയതല്ല. സേട്ടുവിന്റെ പഴയ നാട്ടുകാരനായ ഒരു ഗുജറാത്തി പയ്യൻ സേട്ടുവിന്റെ അനുമതിയോടെ കടവരാന്തയിൽ പാൻ മസാല വെറ്റില കച്ചവടം ആരംഭിച്ചതാണ്. ഗുജറാത്തിയുടെ സ്ഥിരം കസ്റ്റമറായ ധനഞ്ജയന് ചേരുവകളുടെ ചേർച്ച നന്നായി അറിയാം. സ്ഥിരമായി ഉപയോഗിക്കുന്നതല്ലേ. ഗുജറാത്തി ഒരിക്കൽ നാട്ടിൽ പോയ ശേഷം തിരിച്ചു വന്നില്ല. ബാലസേട്ടുവിനെ വിളിച്ച് താൻ ഇനി കേരളത്തിലേക്കില്ലെന്ന് അറിയിച്ചതിനെ തുടർന്നാണ് സേട്ടു ധനഞ്ജയനെ ഏല്പിച്ചത്. പ്രതിഫലമൊന്നും വേണ്ട. നീ നടത്തിക്കോളൂ. എന്റെ കടക്ക് ഒര് സെക്യൂരിറ്റിയല്ലേ, ബാലസേട്ടുവിന്റെ മോശമല്ലാത്ത തുണിക്കടയുടെ വരാന്തയിൽ വേതനമില്ലാത്ത സെക്യൂരിറ്റിയായി ധനഞ്ജയൻ ചുമതലയേറ്റു.

അവന്റെ ജീവിതത്തിന് ബാല സേട്ടു മനസ്സറിഞ്ഞു നൽകിയ സെക്യൂരിറ്റി.

ധനഞ്ജയന് രണ്ട് സഹോദരൻമാരും രണ്ട് സഹോദരിമാരുമുണ്ട്. അവരെല്ലാം ധനഞ്ജയനെക്കാളും മൂത്തവർ. മൂത്തസഹോദരി താമസിച്ചു വരുന്ന തറവാട്ടു വീട്ടിന്റെ വരാന്തയിലെ മുറിയിലാണ് ധനഞ്ജയന്റെ താമസം.

കുളിയും അലക്കും അവിടെ നടക്കും. ഭക്ഷണം പുറത്തു നിന്നും. വീട്ടുകാരുമായി താമസിക്കുന്ന ഒരു ബന്ധം മാത്രം. ധനഞ്ജയൻ ഒന്നിലും ഇടപെടാറില്ല. ധനഞ്ജയന്റേതായ ഒരു കാര്യത്തിലും അവരും ഇടപെടാറില്ല.

മറ്റ് മൂന്നു പേരും കുറച്ചുദൂരങ്ങളിലായി താമസിച്ചു വരുന്നു. ചിലർ വഴി പോകുമ്പോൾ ബാലസേട്ടുവിന്റെ കടക്കു മുന്നിൽ ഒന്നു രണ്ടു മിനുട്ട് തങ്ങും. അവർ എന്തെങ്കിലും പറയും ധനഞ്ജയൻ വശ്യമായി ചിരിക്കും. അവിടെ തീരുന്നു രക്ത ബന്ധങ്ങൾ.

ഇതിനിടെ ഒരു ദിവസം ധനഞ്ജയനെ കാത്ത് മൂത്ത സഹോദരൻ ബാലസേട്ടുവിന്റെ കടയിൽ ഇരുന്നു. ധനഞ്ജയൻ കടവരാന്തയിൽ എത്തിയപ്പോൾ സഹോദരൻ വന്ന കാര്യം പറഞ്ഞു.

'തറവാട് സ്വത്ത് ഓഹരി വെക്കണമെന്ന് മറ്റുള്ളോരൊക്കെ പറയുന്നു. നീ ഒഴികെ മറ്റെല്ലാവരും കുടുംബമായി കഴിയുകയല്ലേ അവർക്കൊക്കെ ആവശ്യങ്ങളുണ്ടല്ലോ. പെൺകുട്ടികളൊക്കെ വളർന്നു വരുന്നില്ലേ.'

ധനഞ്ജയൻ കാത് കൂർപ്പിച്ചുകേട്ടു .കേൾക്കുന്നതിനിടയിൽ തന്നെ വെറ്റിലയിൽ ചേരുവകൾ ചേർത്ത് ഉച്ചയ്ക്കു മുമ്പുള്ള കച്ചവടം നട

ത്തി കൊണ്ടിരുന്നു.

തറവാട് വീട് അവൾക്കുതന്നെ കൊടുക്കാം. പിറകുവശം സ്ഥലം ഇളയ പെങ്ങൾക്കും. അതിന്റെ മറ്റേ ഭാഗം നിന്റെ ചേട്ടനും കൊടുക്കാം. നിനയ്ക്ക് തറവാട് വളപ്പിൽ തരാൻ പിന്നെ സ്ഥലമില്ല.

അച്ഛൻ പണ്ടേ പറഞ്ഞു വെച്ച സ്ഥലം ഞാനെടുക്കും. പിന്നെ അമ്മയുടെ പേരിലുള്ള എട്ട് സെൻറ് കായൽ തീരമുണ്ടല്ലോ അത് നിനയ്ക്ക് തരാമെന്ന് വിചാരിക്കുന്നു.

ധനഞ്ജയൻ ഒന്നും പറഞ്ഞില്ല. അച്ഛനും അമ്മയും ജീവിച്ചിരിക്കുമ്പോഴും ഒന്നും ആവശ്യപ്പെടാത്ത പ്രകൃതമായിരുന്നു അവന്റേത്.

'നീ വിസമ്മതം പറയരുത്. വേണ്ട സമയം കുട്ടിയും കുടുംബവും നിനയ്ക്കുണ്ടായിരുന്നില്ലല്ലോ.'

ധനഞ്ജയൻ വിസമ്മതമൊന്നും പറഞ്ഞില്ല. രക്ത ബന്ധങ്ങളല്ലേ. രക്തമുറ്റിച്ച് കരുപിടിപ്പിക്കുന്ന ബന്ധങ്ങളുടെ പാലങ്ങൾക്ക് കരുത്തേറേയല്ലേ.

പോക്കു വരവിനുള്ള വഴിയല്ലേ അത്. അത് ദുർബ്ബലപ്പെടുത്തിയിട്ട് എന്തു ഫലം. എന്നോടൊന്ന് ആലോചിക്കാമായിരുന്നെന്ന് ധനഞ്ജയൻ പറഞ്ഞില്ല. പക്ഷെ, ചില കാര്യങ്ങൾ മാത്രം സംസാരിച്ചു.

'ഓഹരിയൊന്നും എനിക്ക് വേണോന്നില്ല. പിന്നെ അമ്മേടെ വക സ്ഥലം താറാവു പോലും നീന്തില്ല. കൈയ്യിലൊരു രേഖ അത്ര തന്നെ. പിന്നെ ഞാൻ ഒറ്റ തടിയല്ലേ ഇരിക്കട്ടെ.'

'നീ അങ്ങിനെ കാണരുത്.'

'അങ്ങിനെയെ കാണൂ, ഞാനെന്ത് വേണോന്ന് പറ.'

മൂത്ത സഹോദരൻ തുടർന്നു.

'അന്നേ ദിവസം നീ സബ്ബ് രജിസ്ത്രാഫീസിൽ എത്തണം. ഒപ്പിടണം.'

'ശരി, കായലും എനിയ്ക്ക് നിർബ്ബന്ധമില്ല. മറ്റാർക്കും വേണേൽ പറയണം.'

'അങ്ങിനെ ചെയ്താ അച്ഛന്റേയും അമ്മേടേയും ആത്മാവ് നമ്മോട് ക്ഷമിക്കുമോ.'

'രജിസ്ത്ര് കഴിഞ്ഞാൽ ഞാൻ താമസം മാറ്റേണ്ടി വരുമല്ലേ. ഉറങ്ങാനും കുളിക്കാനും ഞാൻ വേറെ സൌകര്യം നോക്കണമല്ലോ അല്ലേ.'

മൂത്ത സഹോദരൻ ഒന്നും പറഞ്ഞില്ല

'ഞാൻ വരാം.' സഹോദരന് സമ്മതവും ധൈര്യവും നൽകി ധനഞ്ജയൻ അടുത്ത വെറ്റില കൈയ്യിലെടുത്തു.

സ്വത്ത് ഓഹരിയുടെ വിവരം പറയാൻ ധനഞ്ജയൻ ഓർക്കാപ്പുറത്ത് ഒരുവട്ടം വിളിച്ചിരുന്നു.

'പപ്പേട്ടാ ഞാനാ കായല് വാങ്ങിക്കാൻ വിചാരിച്ചതല്ല. വാങ്ങിച്ചില്ലെങ്കിൽ അവര്ടെ സമാധാനം പോകും. ഞാനായിട്ടെന്തിനാ... അത് കൊണ്ട് ഞാൻ ഒപ്പിട്ടു കൊടുത്തു.'

'കായല് കൊണ്ട് കാര്യമെന്താ ധന്യാ. പാട്ടത്തിന് താറാവ്കാരെടുക്കോ, ഞാനവരോട് സംസാരിക്കായിര്ന്നില്ലേ.'

'പോട്ടെ., ഈ ജന്മം ഇങ്ങിനെ തീരട്ടെ.'

ധനഞ്ജയന്റെ നല്ല മനസ്സിനു മുന്നിൽ മനസ്സുകൊണ്ട് കൈകൂപ്പിയതാണ്. അവനോട് വല്ലാത്തൊരു മമത തോന്നിപോയിരുന്നു.

അതിനു ശേഷവും ഓണത്തിന്നും വിഷുവിനും മുന്നോടിയായി ധനഞ്ജയൻ വിളിക്കുകയും എക്കൗണ്ടിലേക്ക് പണം അയക്കുകയും ചെയ്തിരുന്നു.

പിന്നെ ഒരു തിരുവോണത്തിന് മുന്നോടിയായി വിളിച്ചപ്പോഴാണ് ധനഞ്ജയൻ കാര്യമാത്ര പ്രസക്തമായി മറ്റു വിഷയങ്ങൾ സംസാരിച്ചത്.

'മെട്രോ റെയിൽ വരുന്നുണ്ട്. അലൈൻമെന്റ് മാറ്റിയില്ലെങ്കിൽ ബാലസേട്ടുവിന്റെ വരാന്ത പോകും. ഞാൻ കൊച്ചി വിടും. കണ്ണൂരിലേക്ക് വരാന്ന് വിചാരിക്കുന്നു. പപ്പേട്ടൻ കണ്ണൂരിൽ ഒന്ന് രക്ഷപ്പെടുത്തണം.'

അവന്റെ ശബ്ദത്തിൽ ഒരു ദയനീയത തൊട്ടറിയാമായിരുന്നു. എങ്കിലും ഞാൻ പറഞ്ഞു.

'ഫൈനൽ പ്ളാൻ വരട്ടെ. അതു വരെ പിടിച്ച് നിൽക്ക്. ഞാൻ ഇവിടെ എന്തെങ്കിലും സൗകര്യം നോക്കാം.'

ധനഞ്ജയൻ പിന്നെയും പിടിച്ചു നിന്നു. കാര്യങ്ങൾ അറിയാൻ പിന്നെ ഒരു ദിവസം അവനെ വിളിച്ചപ്പോൾ 'പപ്പേട്ടാ ഒര് രണ്ട് മണിക്കൂറ് കഴിഞ്ഞ് വിളിക്കൂ.' എന്നു പറഞ്ഞ് ഫോൺ കട്ട് ചെയ്തു. അന്ന് വല്ലാത്ത വിഷമം തോന്നി പോയിരുന്നു. പിന്നെ അങ്ങോട്ടും വിളിച്ചില്ല. ഇങ്ങോട്ടും വിളിച്ചില്ല. അതിനു ശേഷമാണ് വിഷുവും ഓണവുമല്ലാത്ത സമയത്ത് അവന്റെ വിളി. ഫോണെടുക്കാത്തതു കൊണ്ടാണോ അവൻ പിന്നെ വിളിക്കാത്തത്.

വീണ്ടും ഫോൺ റിംഗ് ചെയ്തു. അത് ധനഞ്ജയനായിരുന്നു.

'ഹലോ'

'പപ്പേട്ടാ ഞാൻ ധനഞ്ജയൻ.'

'എന്താ നീ കാലത്ത് വിളിച്ചത്.'

'പപ്പേട്ടാ മറ്റൊന്നും വിചാരിക്കരുത്. ഇതുവരെ എനിക്ക് അയച്ചു തന്ന പണത്തിന്റെ കണക്കുണ്ടോ.'

'അതെന്തിനാ., തിരിച്ചു തരാൻ പരിപാടിയുണ്ടോ.'

ചിരിയോടെയാണ് ചോദിച്ചത്. ചിരിയോടെ തന്നെ ധനഞ്ജയൻ മറുപടി പറഞ്ഞു.

'സത്യം. തിരിച്ചു തരാനാ. എത്രയായാലും തിരിച്ചു തരും.'

'നിനയ്ക്കെന്തടാ ലോട്ടറി അടിച്ചോ.'

'ലോട്ടറിയടിച്ചു പപ്പേട്ടാ.'

'സത്യമാണോ നീ പറയ്ന്നത്.'

'അതേ സത്യം.'

'എനിക്ക് വിശ്വാസം പോരാ.'

'എന്റെ കായല് മെട്രോക്കാര് അക്വയർ ചെയ്തു.

സെന്റിന് മുപ്പത്തിമൂന്ന് ലക്ഷം എട്ട് സെന്റിന് കൂട്ടിനോക്ക്. എക്കൗണ്ടിൽ പണം കിട്ടി.'

'നീ ഭാഗ്യവാൻ. പുണ്യം ചെയ്തവനാടാ നീ.'

'ചേട്ടൻമാരും ചേച്ചിമാരുമൊക്കെ അവരുടെ വീട്ടിലേക്ക് താമസം മാറ്റാൻ പറഞ്ഞു.'

'എന്നിട്ട്'

'ഞാൻ താമസം മാറ്റിയില്ല.സിറ്റിയിൽ തന്നെ രണ്ട് ബെഡ്റൂം ഫ്ളാറ്റ് വാങ്ങി.'

'വെരി ഗുഡ്'

'അടുത്ത സൺഡെ ഞാനവിടെ താമസിക്കും. ഒര് വിശേഷം കൂടി ഉണ്ട്. ബാലസേട്ടുവിന്റെ ഏക മകളില്ലേ വിവാഹം കഴിഞ്ഞ് ഒരു മാസം കൊണ്ട് വിധവയായ ധന്യയേയും ഞാൻ ഫ്ളാറ്റിലേക്ക് കൂട്ടുന്നു.'

'നന്നായി നീ ചേട്ടൻമാരോടൊക്കെ പറഞ്ഞോ.'

'സ്വത്ത് ഓഹരി എന്നോട് പറഞ്ഞതുപോലെ അവരോട് ഇതും പറഞ്ഞു. ബാല സേട്ടു പപ്പേട്ടനെ വിളിച്ചുപറയും. ചേട്ടനും വിളിക്കും. പപ്പേട്ടൻ വരണം.'

'ഞാൻ വരും ധനഞ്ജയാ, ഞാൻ വരും.'

ധനഞ്ജയൻ ഫോൺകട്ട് ചെയ്തു. ഉടൻ ഫോണിൽ മറ്റൊരു റിങ്ങ്.

അത് ബാല സേട്ടുവിന്റെ കോളായിരുന്നു.

●

www.ingramcontent.com/pod-product-compliance
Lightning Source LLC
LaVergne TN
LVHW060122051026
849517LV00007B/2371